普通高等教育"十一五"国家级规划教材
普通高等教育精品教材
国家外语非通用语种本科人才培养基地教材

泰语教程

（修订本）

หนังสือเรียนภาษาไทย

第三册
เล่ม ๓

潘德鼎　编著

北京大学出版社
PEKING UNIVERSITY PRESS

图书在版编目(CIP)数据

泰语教程. 第三册 / 潘德鼎编著. —2版. —北京：北京大学出版社，2011.6
ISBN 978-7-301-19080-7

Ⅰ. ①泰…　Ⅱ. ①潘…　Ⅲ. ①泰语 – 高等学校 – 教材　Ⅳ. ① H412

中国国家版本馆 CIP 数据核字(2011) 第 119184 号

书　　　名	泰语教程（修订本）第三册 TAIYU JIAOCHENG (XIUDING BEN) (DI-SAN CE)
著作责任者	潘德鼎　编著
责 任 编 辑	杜若明
标 准 书 号	ISBN 978-7-301-19080-7
出 版 发 行	北京大学出版社
地　　　址	北京市海淀区成府路 205 号　100871
网　　　址	http://www.pup.cn　　新浪微博：@北京大学出版社
电 子 邮 箱	zpup@pup.cn
电　　　话	邮购部 010-62752015　发行部 010-62750672　编辑部 010-62753374
印 刷 者	三河市博文印刷有限公司
经 销 者	新华书店
	797 毫米 × 1092 毫米　16 开本　17 印张　300 千字 2004 年 9 月第 1 版 2011 年 6 月第 2 版　2023 年 8 月第 5 次印刷
定　　　价	39.00 元

未经许可，不得以任何方式复制或抄袭本书之部分或全部内容。
版权所有，侵权必究
举报电话：010-62752024　电子邮箱：fd@pup.pku.edu.cn
图书如有印装质量问题，请与出版部联系，电话：010-62756370

目 录

编者说明 ………… III

บทที่ ๑ เรื่องขำขัน ๓ เรื่อง ………… 1

บทที่ ๒ สมบัติมหาศาล ………… 15

บทที่ ๓ ทรัพยากรของประเทศไทย ………… 35

บทที่ ๔ กระต่ายตื่นตูม ………… 49

บทที่ ๕ นิทานของนัสรูดิน อาวันธี ………… 66

บทที่ ๖ ลิงเก็บหัวใจไว้บนต้นไม้ ………… 82

บทที่ ๗ ออมไว้ - ไม่ขัดสน ………… 99

บทที่ ๘ อาจารย์ตงโก๊ะกับหมาป่า (๑) ………… 115

บทที่ ๙ อาจารย์ตงโก๊ะกับหมาป่า (๒) ………… 131

บทที่ ๑๐ กระทะออกลูก ………… 144

บทที่ ๑๑ จดหมายถึงอาจารย์ ………… 164

บทที่ ๑๒ วิชาความรู้ ………… 183

บทที่ ๑๓ ครูครับ ผมมาสาย ………… 202

บทที่ ๑๔ สัตว์สัมมนา ………… 224

词汇表 ………… 245

I

编者说明

《泰语教程》修订本是在1989年出版的《泰语基础教程》和2004年出版的《泰语教程》基础上经过进一步的修改和补充出版的。这部教材的编写理念是使教材尽量符合中国学生学习泰语的需要,便于解决中国学生学习泰语中遇到的困难和问题,帮助学生通过两年的学习达到北京大学泰语专业教学计划中规定的各项指标。

为了能编写出符合上述理念的教材,我们在总结北京大学泰语专业几十年来的教学经验和教训的基础上,对教材内容和编写方法进行了许多重大的改革和创新。

在语音教学方面,除了对汉语中不存在的音素从语音学的角度给学生讲解清楚并编写了有针对性的练习以外,还对汉语中有相似的、但与泰语又有差异因而学生容易发生偏差的音素,在教材中予以指明,并编写了大量练习。除此以外,我们还对如何区分泰语中特有的长、短音给予理论上的分析和指导,以便于学生正确掌握泰语长、短音。我们还将泰国小学教科书中的 [j]、[w] 尾音根据实际发音改成了以 [i]、[u] 收尾的复元音。这样做更符合语音学原理和泰语语音实际,也更符合泰语教学的需要,可以使学生从一开始就学到准确的语音。

由于泰语文字的拼读规则十分繁杂,几乎要到这些规则全部学完后(大约需用六周时间)才能拼读出一句完整的日常用语来,学生学习时十分枯燥。为了解决这个问题,同时也是为了让学生能正确掌握语流中的语音,使语音自然、流畅、不生硬,我们采用了学说话与学文字及拼读规则同时进行的方法。鉴于泰语的基本句法结构与汉语有很多相同之处,因此这种教学方法不会给学生的学习带来太大的困难。在尚不识字的情况下学说话,还能有利于开发学生通过耳朵学习外语和训练用外语思维的习惯。

在语法学习方面,中国学生学习泰语感到困难的地方主要集中在数量很多的虚词、与汉语不同的句子结构和词语搭配等几个方面。因此,我们认为没有必要在基础阶段的教学中系统地来讲解泰语语法,而应该把基础阶段有限的时间集中使用在解决学生的学习难点上。句型教学在这方面具有比较大的优势。我们将常用虚词、与汉语不同的句子结构和词语搭配等确定为选择句型的对象，然后为每个句型编写大量的例句和练习，让学生通过大量的练习体会每个句型所要表达的语义，争取学生在要表达这种语义时能“脱口而出”。我们在进行句型教学的同时，也注意到理解和交际两个方面，让学生在正确理解的基础上进行句型操练，在操练的同时引导学生注意所学句型在一定语境中的运用。

在词汇学习方面，学生感到困难的是很多虚词、虚词和实词中同义词近义词的辨析以及一些与汉语相似又有区别的词语。我们除了利用现有的研究成果（包括泰国语言学者研究的和我们自己长期积累的）外，对尚无现成研究成果的许多问题，尤其是中国学生学习泰语时遇到的特殊问题进行了大量和深入的研究，并将这些成果编写到这部教材中。为了便于学生掌握和运用，还编写了大量的、形式多样的练习。

本教材的前身《泰语基础教程》及《泰语教程》第一版得到了我国泰语教学工作者的认同。很多院校采用了这部教材并在教学中收到了较好的成效。也有一些院校在编写自己的教材中引用了其中的一些研究成果。本次修改和补充除了更新部分素材外，又对某些尚有欠缺的讲解进行了补充或修改，以期使这部教程更趋完善。

《泰语基础教程》以及《泰语教程》的第一版和修订本在编写和修改的过程中，得到了泰国专家西提差（อาจารย์สิทธิชัย สงฆรักษ์）老师的很大帮助，也得到了其他许多泰国朋友如 อาจารย์กนกพร นุ่มทอง อาจารย์ธิติ มานิตยกุล 等的帮助，同时还得到了北京大学泰语专业裴晓睿教授、薄文泽教授、傅增有教授、任一雄教授和万悦容讲师等的支持和协助。在此向他们表示由衷的感谢。

《泰语教程》修订本的出版得到了北京大学教材建设委员会、北京大学教育部特色专业亚非语种群、北京大学国家外语非通用语种本科人才培养基地以及北京大学出版社的支持或资助，在此也向他们致以真诚的谢意！

编　者

บทที่ ๑ เรื่องขำขัน ๓ เรื่อง

๑. หนูน้อยช่างสงสัย

อ้อย   พ่อ ทำไมหน่อไม้มันจึงผุดขึ้นมาจากดินได้ล่ะพ่อ
พ่อ   ก็มันมียอดแหลมไงล่ะ
อ้อย   ทีเห็ดล่ะ ไม่เห็นมันมียอดแหลมนี่พ่อ
พ่อ   เออ จริงของแก
อ้อย   ทำไมน้ำร้อนถึงมีไอล่ะพ่อ
พ่อ   ก็น้ำร้อนมันร้อนนะซี มันถึงระเหยเป็นไอ
อ้อย   แล้วน้ำแข็งล่ะพ่อ ไม่เห็นมันร้อนนี่
พ่อ   เออ จริงของแก
อ้อย   ทำไมห่านมันถึงร้องเสียงดังนักล่ะพ่อ
พ่อ   อ้าว ก็คอมันยาวนี่นา มันก็ร้องเสียงดังนะสิ
อ้อย   เอ แล้วอึ่งอ่างคอมันสั้นจุ๊ดจู๋ ทำไมจึงร้องเสียงดังล่ะพ่อ
พ่อ   นี่ แกอย่ามากวนใจพ่อหน่อยเลยน่า วันนี้พ่อไม่ค่อยสบาย

๒. ไม่มีเสียง

จุ๋มจิ๋ม   (กดเบอร์โทรศัพท์) 87654321
ช่างไฟฟ้า   สวัสดีครับ ผมช่างไฟฟ้าพูดครับ
จุ๋มจิ๋ม   กรุณาซ่อมกริ่งประตูบ้านเลขที่ ๗๘ ซอยสวนพลูหน่อยได้ไหมคะ
ช่างไฟฟ้า   ได้ครับ ประเดี๋ยวผมไป
         (วันรุ่งขึ้น จุ๋มจิ๋มโทรศัพท์ไปอีก)
ช่างไฟฟ้า   สวัสดีครับ ผมช่างไฟฟ้าพูดครับ
จุ๋มจิ๋ม   เมื่อวานคุณว่าจะมาซ่อมกริ่งประตู ทำไมยังไม่มาล่ะคะ
ช่างไฟฟ้า   ก็ผมไปกดกริ่งที่บ้านคุณเป็นนานสองนาน ไม่เห็นมีใครเปิดประตูนี่ครับ ผมก็เลยกลับ

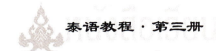

๓. เข้าใจไปคนละทาง

(ชั่วโมงไวยากรณ์ไทย ครูถามทบทวนความรู้เรื่องประโยค ๓ ส่วน)

ครู	อู๊ด ประโยค ๓ ส่วนคืออะไร
อู๊ด	คือประโยคที่มีประธาน กริยา และกรรมครับ
ครู	เก่งมาก สมมติว่า "สุนัขกัดนายแดง" "สุนัข"เป็นอะไร
อู๊ด	คงจะเป็นสุนัขบ้าครับ
ครู	(ยิ้ม ๆ แล้วถามด.ช.ทองอินทร์) นี่ ทองอินทร์ "กัด" เป็นอะไร
ทองอินทร์	เป็นแผลครับ
ครู	(ชักจะโมโหขึ้นมา จึงถามด.ช.แดง) แดง แล้ว"นายแดง"ที่ถูกสุนัขกัดน่าเป็นอะไร
แดง	ต้องเป็นโรคกลัวน้ำแน่ครับ

รูปประโยคและการใช้คำ

๑. .....ถึง.... 这个 **ถึง** 与 **จึง** 同义，但 **ถึง** 只用在口语中，并带有强调的意味。

ตัวอย่าง
> ทำอย่างนี้ถึงจะถูก
> ทำไมถึงพูดอย่างนี้ล่ะ

แบบฝึกหัด จงแก้คำว่า"จึง"ในประโยคต่อไปนี้ให้เป็นคำว่า"ถึง"

> ๑) เธอทำยังไงจึงได้เสร็จเร็วยังงี้ล่ะ
> ๒) ทำยังไงฉันจึงจะเก่งเหมือนเธอบ้างล่ะ
> ๓) ไปตอนไหนจึงจะพบเขาล่ะ
> ๔) เธอกินอะไรจึงอ้วนยังงี้ล่ะ
> ๕) ทำอย่างนี้ซี จึงจะถูก

บทที่ ๑   เรื่องขำขัน ๓ เรื่อง

๖) เขาหัดพูดบ่อย ๆ จึงพูดคล่อง
๗) จิ้งขยัน จึงเรียนดี
๘) วันนั้นเขาไม่อยู่ เขาจึงไม่รู้
๙) เกิดอะไรขึ้น จึงหนีไปหมด
๑๐) เพราะอะไรครอบครัวนี้จึงยากจน

๒. ชักจะ.... 副词，往往用在意义消极的动词或形容词之前，表示开始产生了那种感觉。

ตัวอย่าง
ทำหลายหนแล้วยังไม่สำเร็จ ชักจะเบื่อเสียแล้วล่ะ
ชักจะหิวแล้ว มีอะไรรองท้องบ้างไหม

แบบฝึกหัด   จงใช้คำต่อไปนี้แต่งประโยคตามตัวอย่าง

๑) สงสัย   ๒) ไม่สบายใจ
๓) กลัว   ๔) โกรธ
๕) หนาว   ๖) แย่
๗) เหนื่อย   ๘) ยุ่ง

สนทนา   (คุยกันระหว่างหยางลี่กับหวางหง)

หยางลี่   ทำ(การบ้าน)เสร็จหรือยัง
หวางหง   กี่โมงแล้ว
หยางลี่   ๔ โมงกว่าแล้ว ชักจะหิวแล้วหละ
หวางหง   หงก็รู้สึกหิวเหมือนกัน ไปหาอะไรรองท้องกันหน่อยไหม
หยางลี่   ดีเหมือนกัน
หวางหง   การบ้านชักจะมากขึ้นทุกทีนะ
หยางลี่   อืม ถ้ามากอย่างนี้ทุกครั้ง เราก็แย่ซี

๓. .....แน่   一定，肯定。

ตัวอย่าง ๑
เขาต้องมาแน่
เขาจะมาวันนี้แน่หรือ   - แน่สิ
                              - ยังไม่แน่

แบบฝึกหัด จงตอบคำถามต่อไปนี้โดยใช้คำว่า"แน่"หรือ"ไม่แน่"ตามตัวอย่าง

๑) เย็นนี้เขาอยู่บ้านแน่หรือ
๒) ไปทันหรือ
๓) เขาสอบตกแน่หรือ
๔) ทีมเราเอาชนะเขาได้ไหม
๕) เครื่องนี้ยังใช้ได้แน่หรือ
๖) วันนี้มีฝนไหม
๗) เธอยังจำเขาได้แน่หรือ
๘) ไปทางนี้ถูกหรือ
๙) หนังเรื่องนี้เธอเคยดูแน่หรือ
๑๐) คราวนี้คงไม่ผิดละนะ

ตัวอย่าง ๒
ยังไม่แน่ว่าเขาจะมาหรือไม่มา
   (หรือ เขาจะมาหรือไม่มายังไม่แน่)
ยังไม่แน่ว่าจะถูกหรือเปล่า
   (หรือ จะถูกหรือเปล่ายังไม่แน่)

แบบฝึกหัด จงเปลี่ยนประโยคต่อไปนี้ตามตัวอย่าง

๑) จะไปหรือไม่ยังไม่แน่
๒) ใครชนะใครแพ้ยังไม่แน่
๓) เขาจะมาตรงเวลาหรือไม่ยังไม่แน่

บทที่ ๑   เรื่องขำขัน ๓ เรื่อง

๔) จะไปเมื่อไหร่ยังไม่แน่
๕) พอหรือไม่พอยังไม่แน่
๖) ร้านนี้มีเตาไฟฟ้าขายหรือเปล่าไม่แน่
๗) เวลานี้เขาถึงบ้านหรือยังไม่แน่
๘) ฝนจะตกหรือไม่ตกไม่แน่
๙) เราพูดถูกหรือเปล่าไม่แน่
๑๐) เขาเข้าใจหรือยังไม่แน่

สนทนา   (คุยกันระหว่างเพื่อนนักศึกษา)

- วันนี้แข่ง(วอลเลย์บอล)กับภาควิชาไหน
- ภาควิชาภาษาอินโดนีเซีย
- ภาควิชาภาษาอินโดนีเซียเขาแข็ง คงสู้เขาไม่ได้แน่
- ไม่แน่ เราก็ไม่เบานะ ถึงเวลาแข่งไปเชียร์กันหน่อยก็แล้วกัน
- ไปแน่

ข้อสังเกต

๑. หนูน้อย<u>ช่าง</u>สงสัย

　　ช่าง可作名词用，指有某种手艺的人，如：ช่างไม้　ช่างตัดผม　ช่างตัดเสื้อ　ช่างไฟฟ้า　ช่างหิน　等；也可作副词，放在某些动词前，表示特别喜欢或善于那样做，往往用于说明一个人的性格、特点。如：

　　เขาเป็นคนช่างสังเกต
　　คนนี้ช่างคิด
　　เขาเป็นคนช่างพูด

๒. <u>พ่อ</u> ทำไมหน่อไม้มันจึงผุดขึ้นจากดินได้ล่ะพ่อ

๑) 在家庭中，由于成员间的关系密切，称呼长辈时有时只用称谓，不加คุณ。但在不熟识的人面前提起长辈或受人尊敬的人时，则一般都要加คุณ，如：คุณพ่อ คุณแม่ คุณปู่ คุณย่า คุณตา คุณยาย คุณป้า คุณอา คุณน้า คุณพี่ ฯลฯ。

๒) มัน 是หน่อไม้的同位语。口语中常用到这类同位语。

๓. <u>ทีเห็ดล่ะ</u>

ที 在此处是ครั้ง คราว的意思。这句话可译作"那么蘑菇呢？" "ที...."往往用在对比的句子里，翻译时可根据上下文而译作"……，而当……"，"……，而轮到……时……"。如：

๑) ทีข้อบกพร่องของคนอื่น แกชอบพูด ทีข้อบกพร่องของแก แกไม่พูด

๒) ทีคนอื่นลำบาก เขาให้ความช่วยเหลือ ทีเขาลำบาก ไม่เห็นมีใครให้ความช่วยเหลือเลย

๓) ทีแกจะเอาประโยชน์จากเราแกพูดดี ทีเราจะขอให้แกช่วยอะไรแกมักปฏิเสธ

๔. <u>เออ จริงของแก</u>

๑) เออ是叹词，用于长辈对晚辈或很熟识的平辈间，表示听到对方的话了或表示应允，或者表示想起要问的或要说的话了。

๒) แก除了用作第三人称代词外，还可以作第二人称代词，但只能用于长辈对晚辈或很熟识的朋友间。

๓) จริงของแก是个常用短语，意思是"你说的对" "แก" 可根据说话对方的地位和与自己的关系用其他称呼对方的词代替。如：จริงของคุณ จริงของเธอ จริงของลูก

๕. ก็น้ำร้อนมันร้อน<u>นะสิ</u> ถึงระเหยเป็นไอ

นะสิ 是语气助词，用在答句中，表示道理很显然，提问者自己应该清楚。其他例子如：

    เราไม่มีตั๋วจะทำอย่างไร   - ก็ไม่ได้ดูนะสิ
    ทำอย่างไรถึงเรียนดี   - ก็ขยันหน่อยนะสิ

๖. ทำไมห่านมันถึงร้องเสียงดังนักล่ะพ่อ

此处的นัก是มาก อย่างยิ่ง的意思。其他例子如：

กับข้าวหวานนักก็ไม่อร่อย

เขาบอกว่าหนังเรื่องนี้ดีนักดีหนา ฉันดูแล้วรู้สึกว่าไม่เท่าไหร่

๗. อ้าว ก็คอมันยาวนี่นา มันก็ร้องเสียงดังนะสิ

๑) อ้าว是叹词，感到出乎意料时用。又如：

อ้าว ทำไมยังไม่ไปล่ะ

อ้าว ทำไมทำยังงี้ล่ะ

๒) นี่นา是语气助词，用在争辩时，表示事情很明白，或者强调所述的理由。如：

เขาเป็นผู้เล่าให้ฟังเองนี่นา เขาจะไม่รู้ได้อย่างไร

ก็เขาพูดถูกนี่นา เราจะไปโกรธเขาทำไม

๘. เอ แล้วอึ่งอ่างคอมันสั้นจู๊ดจู๋ ....

เอ是叹词，表示感到奇怪或疑惑。如：

เอ ป่านนี้แล้ว ทำไมเขายังไม่มา

เอ (เครื่อง)มันเสียตรงไหนล่ะ

๙. นี่ แกอย่ามากวนใจพ่อหน่อยเลยนะ วันนี้พ่อไม่ค่อยสบาย

๑) 此处的นี่是为了引起与话者的注意。如：

นี่ กำลังจะไปไหน

นี่ ดูให้ดีนะ

๒) 此处的นะ是表示警告或提请注意。如：

หมาตัวนี้ดุนะ อย่าแหย่มัน

ค่ำแล้วนะ เร็ว ๆ เข้าเถอะ

๑๐. สวัสดีครับ ผมช่างไฟฟ้าพูดครับ

打电话通报自己姓名时，常说“ผม(ดิฉัน)....พูดครับ(ค่ะ) ” “....พูดครับ(ค่ะ) ”。需问对方姓名时，常说“นั่นใครพูดครับ (คะ) ”，估计到对方是谁时，常说“คุณ....

หรือครับ(คะ)". 泰国人在接听电话时，很习惯先通报自己的名字。

๑๑. **ก็ผมไปกดกริ่งที่บ้านคุณเป็นนานสองนาน**

๑) **นานสองนาน** 即"好久""老半天"的意思，往往带有不满或厌烦的感情色彩。如：

เราเรียกเขาเป็นนานสองนาน เขาก็ไม่ขาน
เราเคาะประตูเป็นนานสองนาน แกก็ไม่ยอมเปิด
เรารออยู่เป็นนานสองนาน แกก็ไม่มา

๒) **เป็น** 在此句中是联系一个时间短语去说明前面的动词。又如：

ประชาชนจีนกับประชาชนไทยติดต่อสัมพันธ์กันมาเป็นเวลาช้านาน
เขาลาป่วยเป็นเดือน ๆ

๑๒. **นายแดง**

นาย 用在姓名前，表示该人是成年男性。

๑๓. **สนุขเป็นอะไร กัดเป็นอะไร (กัด)เป็นแผล เป็นโรคกลัวน้ำ**

เป็น 是个多义词，除了已学过的"是、会、患"等意义外，还可用在名词前，联系此名词去说明前面动词带来的结果，很像汉语中的"成"、"成为"等。又如：

สร้างประเทศจีนเป็นประเทศทันสมัย
"สยาม"เปลี่ยนมาเป็น"ไทย"ตั้งแต่เมื่อไรครับ

这个幽默故事就是出于"เป็น"的一词多义，致使产生歧义。

๑๔. **แล้วถามด.ช.ทองอินทร์**

ด.ช.(เด็กชาย)和ด.ญ.(เด็กหญิง)用在姓名前，表示该人是未成年（不满十五周岁）的男孩或女孩。一般用在小学生的名字前。但是当问起某个孩子是男的还是女的，或者在告诉别人某个孩子是男的还是女的，抑或在提到某个男孩或女孩而并不提姓名时，则须用เด็กผู้ชาย เด็กผู้หญิง。如：

แก้วตาเป็นชื่อเด็กผู้ชายหรือเด็กผู้หญิงคะ
ทองอินทร์เป็นเด็กผู้ชาย
ฉันเห็นเด็กผู้ชาย ๒ คนและเด็กผู้หญิง ๓ คนกำลังเล่นน้ำกัน

บทที่ ๑   เรื่องขำขัน ๓ เรื่อง

แบบฝึกหัด

๑. จงแปลเรื่องขำขัน ๒ เรื่องแรกให้เป็นภาษาจีนและพยายามให้ภาษาจีนมีอรรถรสเหมือนต้นฉบับ

๒. จงหัดเล่าเรื่องขำขัน ๓ เรื่องนี้

๓. จงแปลประโยคต่อไปนี้ให้เป็นภาษาไทย

1. 这个报告又长又没有内容(ไร้สาระ)，我真有点儿腻味了。
2. 念了一个钟头了，嗓子有点儿发干了。
3. 做了两个钟头还没做出来，我都有点儿急了。
4. 他不一定什么时候回来，你不必等他了。
5. 他不愿意听别人的意见，肯定成功不了。
6. 因为我们有共同(ร่วมกัน)的目标(เป้าหมาย)，所以我们能够团结一心(น้ำหนึ่งใจเดียวกัน)。
7. 为什么你这么高兴啊？
8. 她是一个能说会道的人。

ศัพท์และวลี

ขำขัน	可笑	เรื่องขำขัน	笑话
หนูน้อย	小孩儿	ช่าง	工匠，技师；
สงสัย	怀疑		擅长
หน่อ	芽，苗	หน่อไม้	竹笋
ผุด	冒出	ยอด	顶，顶部
แหลม	尖	ที	次，……时
เห็ด	蘑菇	แก	你（用于长辈
ถึง	= จึง		对晚辈、熟识

ไอ	蒸汽		的朋友间或用
ระเหย	蒸发		于不礼貌时）
ห่าน	鹅	คอ	颈
อึ่งอ่าง	蛤蟆	จู๊ดจู๋	（形容极短的
กวนใจ	烦扰，搅扰		样子）
	心绪	ช่างไฟฟ้า	电工
เลขที่	号码，序号	ซอย	巷
วันรุ่งขึ้น	次日，翌日	ส่วน	部分
(บท)ประธาน	主语	(บท) กริยา	动词，谓语
(บท)กรรม	宾语	สมมติ(สม-มด)	譬如
กัด	咬	นาย	……先生
บ้า	疯	ด.ช.	= เด็กชาย
แผล	伤口	ชักจะ....	有点儿……
ต้อง....แน่	必定，肯定	โรคกลัวน้ำ	狂犬病
เกิด	发生；出生	หนี	逃跑
ครอบครัว	家庭	ยากจน	贫穷
รองท้อง	充饥，点补	ยุ่ง	（头绪）乱；
....ทุกที	逐渐，越来		（事情）麻烦
	越……	คราวนี้	这次
ตรงเวลา	准时	เตาไฟฟ้า	电炉
เชียร์	助威，为……	เถียง	争论
	加油	สังเกต	注意
ข้อบกพร่อง	缺点	กลับ	却，反而
ปฏิเสธ	否定，否认；	ดุ	凶
	拒绝	แหย่	撩拨，惹弄
ขาน	应声	เคาะ	敲
ติดต่อ	联系；连续	สัมพันธ์	联系
ช้านาน	长久	ลาป่วย	请病假

สร้าง	建，建设，盖（房）	**ทันสมัย**	时髦，现代化
		สยาม	暹罗

บทอ่านประกอบ

(๑)

วันเสาร์และวันอาทิตย์ ทางโรงเรียนจัดให้ลูกเสือมีกิจกรรมต่าง ๆ ลูกเสือสามัญให้เดินทางไกลและอยู่ค่ายพักแรมที่ตำบลใกล้ ๆ ซึ่งห่างจากโรงเรียนไปทางทิศใต้ประมาณแปดกิโลเมตร ครูแบ่งลูกเสือสามัญเป็นหมู่ ๆ มีชื่อและธงประจำทุกหมู่ ชื่อเหล่านี้เป็นชื่อสัตว์ เช่น หมู่นกอินทรีก็มีธงเป็นรูปนกอินทรีเป็นต้น เวลาเดินทางลูกเสือจะเดินเป็นหมู่ ทุกคนสะพายกระติกน้ำและย่ามใส่ของใช้ส่วนตัว ลูกเสือมีไม้พลองประจำตัวทุกคนและเวลาเดินทางไกลต้องถือไปด้วย ครูผู้ควบคุมคอยกำชับให้เดินอย่างระมัดระวัง เพราะถ้าต้นไม้มีพิษถูกร่างกาย จะทำให้ผิวหนังเป็นตุ่มใหญ่ ๆ มีสีแดง ๆ หรือเป็นผื่นหนา ๆ มีอาการคันมาก ต้องใช้ยาขี้ผึ้งทาจึงจะหาย เมื่อไปถึงที่หมายแล้ว ลูกเสือสามัญต้องสร้างค่ายเป็นที่พักชั่วคราว และปฏิบัติกิจกรรมหลายอย่าง เช่นการสะกดรอย โดยครูแจกเข็มทิศซึ่งมีแม่เหล็กเล็ก ๆ ชี้ทิศทางให้ และแจกแผนที่เพื่อให้เดินสะกดรอยตามเครื่องหมายที่ครูทำไว้ นอกจากนั้นก็มีการแข่งขันทำกิจกรรมของหมู่ต่างๆ ซึ่งครูเป็นผู้กำหนดกติกาและคอยให้คะแนนเวลาแข่งขัน ตกกลางคืนก็มีการชุมนุมรอบกองไฟ เช้าวันอาทิตย์จึงเดินทางกลับ

ส่วนลูกเสือสำรอง ครูแบ่งเป็นหมู่ๆ แต่ละหมู่มีผ้าสีติดที่แขนเสื้อ ครูไม่ให้ลูกเสือสำรองไปเดินทางไกลเพราะยังเล็กอยู่ ให้ปฏิบัติกิจกรรมของลูกเสือและค้างคืนอยู่ที่โรงเรียน พวกลูกเสือสำรองหลายคนอยากไปเดินทางไกล เพราะคิดว่าอาจจะได้รับความตื่นเต้นและสนุกสนานจากการผจญภัยฝ่าอันตรายเล็ก ๆ น้อย ๆ บ้าง วีระ มานะ และปีติอยู่หมู่สีแดงด้วยกัน วีระได้รับคัดเลือกเป็นนายหมู่ ครูพาลูกเสือดายหญ้าที่บนเนินใกล้ต้นสนด้านหลังของโรงเรียนออกให้เตียน เพื่อให้เป็นลานกลางแจ้งสำหรับปฏิบัติกิจกรรมและการชุมนุมรอบกองไฟในตอนกลางคืน

พวกลูกเสือสำรองมีกิจกรรมสนุกสนานหลายอย่าง ปีติชอบตอนที่ช่วยกันทำ

กับข้าว ครูสอนให้พวกเขาทำกับข้าวง่าย ๆ เช่นปิ้งปลา ต้มไข่ และไข่ตุ๋น ถึงกลาง-คืนครูก่อไฟกองใหญ่ที่ลานกลางแจ้งเพื่อให้พวกลูกเสือชุมนุมรอบกองไฟ ครูกำชับให้แสดงสุดฝีมือ เพราะมีแขกมาคอยชมอยู่คับคั่ง มานีก็มาดูกับพ่อแม่ ย่าพาชูใจมาด้วย ลุงกับเพชรก็มา พี่ ๆ ของปิติมากับยาย ทำให้ปิติและเพื่อน ๆ ตื่นเต้นมาก หมู่สีแดงเล่นเรื่องศึกบางระจัน เขาช่วยกันจัดฉากสวยเป็นพิเศษ คนดูพากันชอบใจและปรบมือให้ ขณะนั้นลูกเสือคนหนึ่งล้มลงดิ้นไปมาแล้วร้องว่างูกัด คนอื่นๆตกใจเพราะไม่รู้สาเหตุจึงลุกฮือและวิ่งหนี ปิติเผ่นออกไปยืนดูอยู่ไกล ๆ วีระกล้าหาญและสติดีมาก เขาเข้าไปดูที่ข้อเท้าลูกเสือคนนั้น เห็นมีเลือดออกซิบ ๆ แต่ไม่เห็นแผลถนัดเพราะไฟไม่สว่าง เขาเอาปากดูดเลือดบ้วนทิ้งแล้วเอาผ้าพันคอรัดเหนือแผล ครูกับหมอจากสำนักงานสาธารณสุขอำเภอวิ่งมา ถือไฟฉายส่องดูเห็นตะขาบตัวใหญ่อยู่ตรงนั้น หมอตรวจดูแผลแล้วบอกว่าตะขาบกัด ไม่ใช่งู และอุ้มลูกเสือคนนั้นไปใส่ยา ใคร ๆ ก็นิยมยกย่องวีระว่ากล้าหาญและเสียสละสมกับที่เป็นนายหมู่ เมื่อเหตุ-การณ์สงบลง ครูก็ให้แสดงต่อไป

(๒)

เช้าวันจันทร์ พอเสียงระฆังดังขึ้นเป็นสัญญาณเวลาเข้าเรียน นักเรียนทุกคนรีบไปเข้าแถวหน้าเสาธง เมื่อเชิญธงชาติขึ้นสู่ยอดเสาแล้ว ครูใหญ่ออกมายืนหน้าแถวนักเรียน แล้วพูดดังๆว่า "วันนี้ ครูมีเรื่องสำคัญจะเล่าให้นักเรียนฟัง เมื่อวันเสาร์และอาทิตย์ที่ผ่านมานี้ ลูกเสือสามัญของเราไปเดินทางไกล และพักแรมคืนหนึ่งคืน การไปอย่างนี้นักเรียนก็รู้ดีมิใช่ไปหาความสนุกสำราญอย่างเดียว แต่ได้ประโยชน์หลายประการ เราไปเพื่อฝึกฝนตนเองให้รู้จักแก้ปัญหาเมื่อพบความลำบากยากเข็ญ เพราะในชีวิตของเรา เราอาจจะพบความลำบากเข้าสักวันหนึ่ง เราก็จะได้ไม่ท้อแท้ สามารถเผชิญหน้ากับความทุกข์ยากได้ทุกโอกาส ฉะนั้นเราต้องฝึกฝนอยู่เสมอ เพื่อให้เกิดความชำนาญและมีขวัญดีเมื่อมีอันตรายหรือมีภัยมา

ส่วนลูกเสือสำรองไม่ได้ไปเดินทางไกล เพราะยังเล็ก จึงปฏิบัติกิจกรรมของลูกเสือ และค้างคืนอยู่ที่โรงเรียน ในครั้งนี้ลูกเสือสำรองของเราคนหนึ่ง ได้แสดงความกล้าหาญเสียสละสมกับคำปฏิญาณของลูกเสือที่ว่า จะยึดมั่นในกฎของลูกเสือสำรอง และบำเพ็ญประโยชน์ต่อผู้อื่นทุกวัน คือขณะที่มีการชุมนุมรอบกองไฟนั้น

บังเอิญลูกเสือคนหนึ่งถูกสัตว์ตัวหนึ่งกัดที่ข้อเท้า แล้วร้องบอกเพื่อนๆว่า ถูกงูกัดลูกเสือผู้กล้าหาญคนนั้นได้ใช้การปฐมพยาบาลผู้ถูกงูกัดตามสติปัญญาและวิธีการที่เขาได้เรียนรู้ทันที คือใช้ปากดูดเลือดซึ่งมีพิษงู เพราะเขามั่นใจว่าปากของเขาสะอาดไม่มีบาดแปล โชคดีที่สัตว์นั้นไม่ใช่งู จึงไม่มีอันตรายอะไร ครูจึงขอประกาศให้นักเรียนทุกคนทราบทั่วกันว่า ผู้ที่กระทำความดีครั้งนี้คือเด็กชายวีระ ครูได้สืบประวัติเด็กชายวีระดูแล้ว ครูประจำชั้นรายงานว่าเป็นคนดี ชอบช่วยเหลือผู้อื่น ขยันหมั่นเพียรเรียนดีตลอดมา ขอให้นักเรียนทั้งหลายพึงเอาอย่างการกระทำความดี เพราะความจริงนั้น ผลของการกระทำความดีจะไม่สูญเปล่า ย่อมจะเป็นผลดีแก่ตนเองและผู้อื่นอย่างแน่นอน และคนที่ทำความดีย่อมเป็นที่นิยมยกย่องของคนทั่วไป ครูขออวยพรให้เด็กชายวีระมีความสุขความเจริญ ประกอบคุณความดี และบำเพ็ญตนให้เป็นประโยชน์ยิ่ง ๆ ขึ้นเทอญ"

ครูและนักเรียนทุกคนปรบมือแสดงความชื่นชมต่อวีระ วีระออกมาคำนับแสดงความขอบคุณ ครูคนหนึ่งพูดกับวีระว่า "เป็นบุญของพ่อแม่ของเธอที่มีลูกดี" วีระตอบว่า"ผมไม่มีพ่อแม่หรอกครับ ผมมีแต่ลุง" ครูหัวเราะแล้วพูดว่า "เธอต้องมีพ่อแม่ซิจ๊ะ ลองถามลุงของเธอดูซี" วีระนึกในใจว่า เย็นนี้เขาจะสอบถามลุงถึงเรื่องราวที่เกี่ยวข้องกับตัวของเขาดู

ปีติได้ยินครูใหญ่พูดชมเชยวีระ และได้เห็นทุกคนแสดงความชื่นชมยินดี เขารู้สึกดีใจและภูมิใจที่เขาได้เป็นเพื่อนใกล้ชิดสนิทสนมคนหนึ่งของวีระ ปีติตั้งใจอย่างแน่วแน่ว่า เขาจะเอาอย่างวีระ จะพยายามเปลี่ยนแปลงนิสัยเดิมที่ไม่ดี เช่น นิสัยเกียจคร้าน นอนตื่นสาย ขลาดกลัว และชอบเลี่ยงงาน เขาจะบำเพ็ญตนให้เป็นประโยชน์ต่อผู้อื่น สมกับเครื่องแบบลูกเสือที่เขาแต่งด้วย

ตอนเย็นเมื่อวีระไปถึงบ้าน เขาพบลุงนั่งสานชะลอมอยู่ที่นอกชาน เขานั่งลงไหว้ลุง แล้วเล่าเรื่องครูใหญ่ชมเชยการกระทำของเขาให้ลุงฟัง ลุงนั่งฟังด้วยความยินดี พอวีระเล่าจบลุงก็พูดว่า "มิเสียแรงที่ลุงรักและเลี้ยงดูอบรมสั่งสอนมาตั้งแต่เล็ก ถ้าพ่อแม่ของเจ้ายังอยู่ เขาคงดีใจและช่วยส่งเสริมให้เจ้าเป็นคนดียิ่งขึ้น แต่นี่น่าเสียดายที่เขาไม่มีโอกาสได้เห็นความเจริญของเจ้า"

วีระจึงถามลุงว่า "ลุงครับ พ่อแม่ของผมไปไหนเสียล่ะครับ"

"ความจริงเจ้าน่าจะถามลุงตั้งนานแล้วนะวีระ เหตุใดจึงเพิ่งจะมาถาม"

"ลุงรักผมและผมรักลุง จนทำให้ผมลืมนึกถึงพ่อแม่ครับ"

ลุงยิ้มแล้วเล่าเรื่องของเขา สรุปเป็นใจความว่า พ่อของวีระเป็นน้องชายคนเล็กของลุง ถูกเกณฑ์ไปเป็นทหาร มีข้าศึกศัตรูบุกเข้ามาทางชายแดนของประเทศ พ่อของเขาไปรบและถูกข้าศึกฆ่าตาย แม่ของเขาเศร้าโศกมาก พอให้กำเนิดวีระได้สิบห้าวัน แม่ของวีระก็ถึงแก่กรรม ลุงและป้าสะใภ้ของเขาไม่มีบุตร จึงไปรับเขาจากชนบทมาอยู่ที่นี่ และรักใคร่เลี้ยงดูเขาเหมือนบุตรของตนจริง ๆ วีระได้ฟังแล้ว รู้สึกสำนึกในบุญคุณของลุงกับป้าเป็นอันมาก เขาตั้งใจอย่างแน่วแน่ที่จะเป็นคนมีความกตัญญูกตเวทีต่อลุงและป้า จะเป็นคนดีอยู่ในโอวาท และจะอุปการะเลี้ยงดูลุงและป้าเมื่อท่านแก่ชราลง เขาจะเป็นชาวสวนเหมือนลุงและจะดำรงวงศ์ตระกูลของลุงให้มีชื่อเสียงรุ่งเรืองต่อไป เขาจึงให้สัญญากับลุงว่า "เป็นบุญของผมที่มีลุงกับป้า มิฉะนั้นผมอาจจะตายหรือเป็นเด็กเลว ๆ ไปแล้ว ผมขอสัญญาว่าจะเป็นคนดีตามที่ลุงต้อง-การ"

"ลุงกับป้าก็รักเจ้าเหมือนลูก ตั้งใจจะมอบสมบัติทุกสิ่งทุกอย่างให้เป็นกรรม-สิทธิ์แก่เจ้า ลุงเชื่อว่าเจ้าเป็นคนดี คงไม่ล้างผลาญทรัพย์สมบัติแน่นอน ลุงขอให้เจ้าตั้งหน้าตั้งตาแสวงหาคุณความดีใส่ตัว ลุงนี้นับวันแต่จะแก่ชราลงไป ก็คงจะได้อาศัยพึ่งพาเจ้านั่นแหละหลานเอ๋ย"

วีระได้ฟังก็รู้สึกภูมิใจ และมีความสุขอย่างยิ่ง

บทที่ ๒ สมบัติมหาศาล

มีชายหนุ่มคนหนึ่ง เป็นคนขี้เกียจหลังยาว มักบ่นเสมอว่า ตัวเองจน "เออ ถ้าฉันมีสมบัติมหาศาลละก็ ฉันจะมีชีวิตอยู่อย่างสุขสบายทีเดียว" เขาบ่นทำนองนี้อยู่เสมอ

ครั้งหนึ่ง มีตาเฒ่าช่างสลักหินคนหนึ่งเดินผ่านมา ได้ยินชายหนุ่มคนนั้นกำลังบ่นอยู่ จึงหยุดถามว่า

"ก็เจ้ามีสมบัติมหาศาลอยู่แล้วนี่นา จะบ่นไปทำไมกัน"

"ฉันนะรึ มีสมบัติมหาศาล" ชายหนุ่มพูดอย่างแปลกใจ

"ก็นัยน์ตาของเจ้าไงล่ะ เพียงนัยน์ตาข้างเดียวก็พอ เจ้าจะแลกกับอะไรล่ะ" ตาเฒ่าถาม

"ลุงว่ายังไงนะ" ชายหนุ่มย้อนถามงง ๆ และตกใจ และพูดต่อไปว่า "ถึงลุงจะให้สมบัติมหาศาลเพียงไร ฉันก็ไม่ยอมแลกกับนัยน์ตาของฉันเด็ดขาด"

"ถ้ายังงั้น เอายังงี้ก็แล้วกัน" ตาเฒ่าพูดต่อ "เจ้าตัดมือทั้งสองข้างให้ลุง แล้วลุงจะให้ทองคำแท่งจำนวนมากแก่เจ้า"

"ไม่เอา ฉันจะไม่ขายมือของฉัน ไม่ยอมแลกมือของฉันกับทองคำเด็ดขาด" ชายหนุ่มพูด

"เดี๋ยวนี้เจ้าคงจะเข้าใจแล้วสินะว่า เจ้ามีสมบัติมหาศาลเพียงไร" ตาเฒ่าพูด "แล้วเจ้ายังจะบ่นอยู่ทำไมเล่า เชื่อลุงเถอะ สมบัติมหาศาลของคนเราก็คือความขยัน-หมั่นเพียร ซึ่งไม่อาจซื้อได้ด้วยแก้วแหวนเงินทองใด ๆ ทั้งสิ้น"

พูดแล้ว ตาเฒ่าก็เดินต่อไป

รูปประโยคและการใช้คำ

๑. ....เสมอ   เสมอ与มัก和 บ่อย 意义近似但用法略有不同。มัก在第二册中已经学过，是"往往、总是"的意思，用在谓语之前。เสมอ表示某种行为经常或总是发生，某种情况经常或总是存在或出现，可以译成经常、老是、总是等，用在谓语之后。เสมอ还常与 มัก 搭配使用，成为"มัก........เสมอ"。而บ่อย表示在一定的时间里进行或出现许多次，也可以译成常常、经常，但侧重表示次数多、频率高。

ตัวอย่าง   ตอนเช้า ๆ ผมเห็นเขารำมวยแถวนี้เสมอ
เวลาไปออกกำลังกาย เขาชอบสวมเสื้อสีน้ำตาลตัวนี้เสมอ

แบบฝึกหัด   จงทำประโยคต่อไปนี้ให้เป็นประโยค "....เสมอ" ตามตัวอย่าง

๑) เขาไปออกกำลังตอนนี้
๒) ไม่ว่าจะไปไหน เขาจะติดหนังสือไปด้วย
๓) ไม่ว่าจะไปไหน เขา ๒ คนจะไปด้วยกัน
๔) คืนวันเสาร์ทางมหาวิทยาลัยจะฉายหนัง
๕) เลิกเรียนแล้ว เขาจะไปอ่านหนังสือที่ห้องสมุด
๖) เจอะหน้าเขาทีไร เขาจะยิ้ม
๗) เขาไปทำงานก่อนคนอื่น และกลับหลังคนอื่น
๘) เมื่อเจอปัญหาอะไร เขาชอบมาถามฉัน

ตัวอย่าง ๒   ตอนค่ำฉันมักจะไปทบทวนที่ห้องสมุดเสมอ
เมื่อไม่พอใจ เขามักจะบ่นเสมอ

แบบฝึกหัด   จงทำประโยคในแบบฝึกหัดของตัวอย่าง ๑ ให้เป็นประโยค "มัก....เสมอ"

ตัวอย่าง ๓

เขาไปซื้อของที่ซุปเปอร์มาร์เก็ตบ่อย ๆ
เราควรทบทวนบทเรียนบ่อย ๆ

แบบฝึกหัด จงใช้คำที่กำหนดไว้ข้างล่างแต่งประโยค“....บ่อย”หรือ “....บ่อย ๆ”

๑) ไป	๒) มา
๓) ไปเยี่ยม	๔) มาหา
๕) พูดถึง	๖) ต้องหัด
๗) ต้องอ่าน	๘) พบ
๙) ใช้	๑๐) ผิด

สนทนา

- ชางเข้าเมืองบ่อยไหม
- ไม่บ่อย นาน ๆ ครั้ง
- อี้ล่ะ เข้าเมืองบ่อยไหม
- อี้เกือบไม่เข้าเมืองเลย วันอาทิตย์เห็นเขามักจะอยู่ห้องสมุดเสมอ

๒. ถ้า....ก็(จะ).... 如果……就……。

ถ้า....ล่ะก็ ....จะ.... 如果……的话，……就……。

“ถ้า....ล่ะก็ ....จะ....” 的语气比“ถ้า....ก็(จะ)....”更强一些，而且往往用在口语中。

ตัวอย่าง ๑

ถ้าไม่ทำการปฏิรูป ก็ไม่อาจเปลี่ยนโฉมหน้าของเมืองจีนได้
ถ้าเธอเห็นด้วย ฉันก็จะทำเดี๋ยวนี้

แบบฝึกหัด จงทำประโยคต่อไปนี้ให้เป็นประโยคที่มีโครงสร้าง “ถ้า....ก็....” ตามตัวอย่าง

๑) เธออยากอ่าน เอาไปอ่านซี
๒) ทางลื่นมาก ไม่ระวังให้ดี จะหกล้ม
๓) เขาพยายามเรียน จะเรียนได้ดี

๔) อาจารย์ไม่อธิบาย เราไม่เข้าใจ
๕) กินยาตามหมอสั่ง จะหายเร็ว
๖) ไม่รีบไปเดี๋ยวนี้ เธอต้องตกรถแน่
๗) วันนี้เธอไม่มาช่วย ฉันทำไม่เสร็จแน่
๘) ไม่มีน้ำ ปลาอยู่ไม่ได้
๙) ลี่ไม่บอก ฉันไม่รู้
๑๐) รู้ว่าร้านในมหาวิทยาลัยมีขาย ฉันจะไม่ไปซื้อข้างนอก

ตัวอย่าง ๒

ถ้าไม่ทำการปฏิรูปละก็ ชีวิตอย่างสุขสบายจะมีที่ไหน
ถ้าเธอเห็นด้วยละก็ เราจะทำเดี๋ยวนี้แหละ

แบบฝึกหัด จงทำประโยคต่อไปนี้ให้เป็นประโยคที่มีโครงสร้าง "ถ้า....ละก็ ....จะ...."
ตามตัวอย่าง

๑) เธออยากได้ เอาไปเลย
๒) ไม่ระวังให้ดี จะหกล้มแน่
๓) เขาพยายามอีกหน่อย จะเรียนได้ดีกว่านี้
๔) อาจารย์ไม่อธิบาย เราไม่เข้าใจแน่
๕) กินยาตามหมอสั่ง ป่านนี้หายแล้ว
๖) ไม่รีบไปเดี๋ยวนี้ ต้องตกรถแน่
๗) วันนี้ไม่ได้เธอมาช่วย ฉันทำไม่เสร็จแน่
๘) ไม่มีน้ำ ปลาจะอยู่ได้อย่างไร
๙) รู้ว่าร้านในมหาวิทยาลัยมีขาย ฉันไปซื้อข้างนอกทำไม
๑๐) เธอบอกเสียแต่เนิ่น ๆ คงจะไม่แย่อย่างงี้หรอก

สนทนา

- เขาว่าปากกาเป็นสิ่งที่แสดงถึงภูมิความรู้ด้วย
- งั้นหรือ ไหนลองขยายหน่อยซิ
- ถ้าใครเหน็บปากกาด้ามเดียว แสดงว่าเขาเป็นนักเรียนมัธยม ถ้าเหน็บปากกา ๒ ด้าม แสดงว่าเขาเป็นนักศึกษา ถ้าเหน็บ

ปากกา ๓ ด้าม แสดงว่าเขาเป็นนักศึกษาปริญญาโท ....
- ถ้าเหน็บปากกา ๔ ด้าม ๕ ด้ามล่ะ
- ถ้าเหน็บปากกา ๔ ด้าม ๕ ด้ามละก็ เขาต้องเป็นคนขายปากกาแน่

๓. ทำไม **ทำไม**很像汉语中的“干吗”，可置于谓语之前或之后，在谓语之前是侧重问原因，在谓语之后是侧重问目的。有时**ทำไม**还可用来表示不赞同对话者的看法，一般都出现在句后。

ตัวอย่าง ๑

ป่านนี้แล้ว ทำไมเธอยังไม่กลับ
ทำไมเขามาสายบ่อยล่ะ
ทำไมยังไม่ปิดไฟล่ะ

แบบฝึกหัด ๑ จงทำประโยคต่อไปนี้ให้เป็นประโยคคำถาม เพื่อสอบถามเหตุผลตามตัวอย่าง

๑) ไม่รู้ไม่ถาม ๒) เขาถามอย่างนี้
๓) ทำอย่างนี้ ๔) มาอยู่ที่นี่
๕) เธอไม่ไปด้วย ๖) ซื้อมากอย่างนี้
๗) ไม่ชอบ ๘) ไม่เห็นด้วย
๙) ไม่เปิดไฟ ๑๐) เลือกเรียนภาษาไทย

แบบฝึกหัด ๒ จงทำประโยคต่อไปนี้ให้เป็นประโยค“ทำไม.... ” ตามตัวอย่าง

๑) เพราะเหตุใดห้องนี้จึงไม่มีไฟ
๒) เพราะเหตุใดจึงต้องไปกันทุกคน
๓) เพราะเหตุใดจึงไม่มีใครชอบอยู่ที่นี่
๔) เพราะเหตุใดรามสูรจึงจับเมขลาไม่ได้
๕) เพราะเหตุใดเขาจึงนอนดึกทุกวัน
๖) เพราะเหตุใดเธอจึงไม่ไปดูหนังกับเราล่ะ

ตัวอย่าง ๒ (เธอรู้แล้ว ไม่น่าจะถาม) เธอถามทำไม
(เธอไม่จำเป็นต้องไป) เธอไปทำไม
มีอยู่แล้วไม่ใช่หรือ เธอซื้ออีกทำไม

แบบฝึกหัด จงทำประโยคต่อไปนี้ให้เป็นประโยค"......ทำไม"ตามตัวอย่าง

๑) (เธอไม่บอกฉันก็รู้) - รู้แล้วยังจะถามเพื่ออะไร
๒) (ไม่ควรทำอย่างนี้) เธอทำอย่างนี้เพื่ออะไร
๓) (ซื้อนิดเดียวก็พอ) ซื้อมากมายอย่างนี้เพื่ออะไร
๔) (รู้แล้วว่าเราไม่ต้องการ) เอามาเพื่ออะไร
๕) (รู้ว่าเราไม่รู้เรื่องนี้) มาถามเราเพื่ออะไร
๖) (หนังสือเหล่านี้เราไม่ต้องการ) เราจะซื้อไปเพื่ออะไร

ตัวอย่าง ๓ เธอน่าจะไปซื้อรองเท้าใหม่สักคู่
  - ซื้อทำไม(ไม่ต้องซื้อ) คู่เก่าก็ยังใช้ได้นี่
เอาร่มติดไปด้วยดีกว่า
  - เอาไปทำไม(ไม่ต้องเอาไป) ฝนไม่ตกหรอก

แบบฝึกหัด จงทำประโยคตอบรับต่อไปนี้ให้เป็นประโยค"..........ทำไม"ตามตัวอย่าง เพื่อแสดงถึงการแย้ง การค้าน หรือไม่เห็นด้วยกับข้อความที่มาก่อน

๑) ต้องจดไหม
  - ไม่ต้องจดหรอก มีอยู่ในหนังสือทั้งนั้น
๒) จะเอาโอเวอร์โคตไปด้วยไหม
  - ไม่ต้องเอาไปหรอก อากาศไม่หนาว
๓) อยากจะเขียนจดหมายถึงเขาสักฉบับ
  - ไม่ต้องเขียนหรอก เขาจะกลับอยู่แล้ว
๔) อยากจะคัดคำเตือนเหล่านี้เอาไว้
  - ไม่ต้องคัดหรอก ที่ฉันมีแล้ว

บทที่ ๒ สมบัติมหาศาล

๕) ไปร่วมสัมมนาวันนี้กับเขาไหม
- อย่าไปเลย เรื่องเก่าๆ ทั้งนั้น
๖) จะซื้อบ้างไหมล่ะ
- อย่าซื้อเลย แพงออกยังงี้
๗) ต้องพูด(เหตุผล)กับเขาหน่อยไหม
- อย่าพูดกับเขาเลย เขาไม่ฟังหรอก
๘) อยากไปซื้อ....สักหน่อย
- ไม่ต้องซื้อหรอก ยังมีใช้อยู่

๔. ....ไงล่ะ   这个句型是用反问的方式来提醒对方，使对方注意到或想起、回忆起某件事。

ตัวอย่าง   คำนี้ยังไม่เคยเรียนไม่ใช่หรือ
- เคยเรียนแล้ว อยู่ในบทที่ ๔ ไงล่ะ
จะไปวันไหนตกลงกันหรือยัง
- ตกลงแล้วนี่ วันอาทิตย์หน้าไงล่ะ

แบบฝึกหัด   จงใช้คำที่ให้ไว้ในวงเล็บตอบคำถามต่อไปนี้ตามตัวอย่าง

๑) เขาอยู่ไหน (อยู่ที่นั่น เห็นไหม)
๒) ไม้ตีปิงปองอยู่ไหน (โน่น)
๓) ใครบ้านอยู่ชนบทนะ ฉันลืมแล้ว (อี้)
๔) ทำไมไม่สวมเสื้อให้มากหน่อยล่ะ (สวมเสื้อไหมพรม ๒ ตัวแล้ว)
๕) หนังสือหายไปไหนเสียแล้วล่ะ (เธอให้เพื่อนที่อยู่ห้องติดกันยืมไปแล้ว)
๖) ปากกาฉันหายไปไหน (อยู่ใต้หนังสือนั่น เห็นไหม)
๗) - อะไรเอ่ย หน้าขาวตัวดำ
   - ทายไม่ถูก
   - (หนังสือ)

๘) - อะไรเอ่ย ยิ่งตัดยิ่งยาว
- เอ.... ไม่รู้
- (ถนน)

สนทนา

- ผมมีปริศนาให้ทายข้อหนึ่ง ลองทายดูไหมล่ะ
- ไหนลองว่ามาดูซิ
- ฟังให้ดีนะ "อะไรเอ่ย รูปร่างเหมือนกัน ถือไม้คนละอัน กลายเป็นช่างกับคน"
- (คิดอยู่เป็นนาน) ทายไม่ถูก
- คำว่า"ช่าง"กับ"ช้าง"ไงล่ะ รูปร่างของมันคือ"ชาง"เหมือนกัน พอใส่ไม้เอกก็กลายเป็น"ช่าง" พอใส่ไม้โทก็กลายเป็น"ช้าง"
- อ้อ นึกว่าไม้อะไร ไม้เอกไม้โทนั่นเอง

๕. ให้......แก่...... 这个句型中**ให้**是动词，**แก่**是介词，**แก่**连接一个表示接受者的名词。如果**ให้**后的第一个宾语只是一个简单名词，没有其他成分，则往往可将介词**แก่**省去。这样在形式上便成了一个双宾语句，前一个宾语是直接宾语，后一个宾语是间接宾语。如果**ให้**后的宾语带有其他修饰成分，**แก่**就不能省略。

ตัวอย่าง

เขาให้ปากกาแก่ผมด้ามหนึ่ง
- เขาให้ปากกาผมด้ามหนึ่ง

ฉันให้ตั๋วแก่เขาใบหนึ่ง
- ฉันให้ตั๋วเขาใบหนึ่ง

พี่ให้นาฬิกาข้อมือยี่ห้อดังแก่ฉันเรือนหนึ่ง
*- พี่ให้นาฬิกาข้อมือยี่ห้อดังฉันเรือนหนึ่ง

（* 表示这句话不成立。）

แบบฝึกหัด จงหัดพูดประโยคข้างล่างนี้ และพิจารณาด้วยว่า ประโยคไหนละคำว่า"แก่"โดยเปลี่ยนเป็นประโยคทวิกรรม（双宾语句）ได้ และประโยคไหนละคำว่า"แก่"ไม่ได้

๑) อาจารย์ให้คะแนนแก่นักศึกษา
๒) พ่อให้เงินแก่ลูกใช้
๓) แม่ให้ของขวัญแก่ลูกในวันเกิด
๔) คุณตาให้ของขวัญวันเกิดแก่ฉันชิ้นหนึ่ง
๕) อาจารย์ให้หนังสือแก่ฉันเล่มหนึ่ง
๖) เขาให้หนังสือภาษาอังกฤษแก่ฉันเล่มหนึ่ง
๗) ยายให้ขนมแก่หลาน
๘) เพื่อนให้ขนมที่เอามาจากบ้านแก่ฉันกิน
๙) ใครให้กระดาษแก่ฉัน ๒-๓ แผ่นได้บ้าง
๑๐) เขาให้กระดาษขนาด A4 แก่ฉัน ๒ แผ่น

สนทนา

- ไปไหนมา ลี่
- เพิ่งกลับมาจากบ้านของคุณยาย
- เอาอะไรมาเยอะแยะเชียว
- เมื่อวานวันเกิดของลี่ คุณยายและคุณน้าให้ของขวัญลี่หลายชิ้น
- อ้อ จิ้งให้อะไรลี่ดีล่ะ
- ไม่ต้องให้อะไรหรอกจิ้ง ขอบคุณ

๖. **......ด้วย.....** 用……，以……。用来连接一个说明工具、器材、原料等的名词去修饰前面的谓语。有时也用来连接一个比较抽象的、表示心理状态的名词修饰前面的谓语，但这样的句子大多出现在书面语中。

ตัวอย่าง ๑

บ้านหลังนี้สร้างด้วยอิฐ
คนจีนกินด้วยตะเกียบ คนไทยกินด้วยช้อนและส้อม

แบบฝึกหัด จงเลือกคำที่ให้ไว้ในวงเล็บเติมลงไปในช่องว่างให้ได้ความสมบูรณ์ตามประโยคตัวอย่าง

(ปากกา ดินสอ กระดาษ ไม้ มีด พลาสติก มือ ไม้ขีด มีดและส้อม ไฟแช็ก ยางมะตอย)

๑) ดอกไม้นี้ทำด้วย........

๒) เขาตัดกระดาษด้วย........

๓) ฝรั่งกินข้าวด้วย........

๔) เขาจุดบุหรี่ด้วย........

๕) อาจารย์ให้ติ๊ก(ทำเครื่องหมาย)ด้วย........

๖) ตู้ใบนี้ต่อด้วย........หรือ........

๗) ต้องกรอก(แบบฟอร์ม)ด้วย........ค่ะ

๘) ถนนหนทางเวลานี้ส่วนใหญ่ปูด้วย........

สนทนา

- ทางบ้านเธอเขาปลูกบ้านกันด้วยอะไร
- ส่วนมากปลูกด้วยอิฐและหิน
- เขาว่าที่เมืองไทยเขาปลูกบ้านกันด้วยไม้ใช่ไหม
- ใช่ ตามชนบทส่วนมากเขาปลูกด้วยไม้

ตัวอย่าง ๒

เขาถามด้วยความสนใจ

เขาคัดด้วยความตั้งใจ

แบบฝึกหัด จงใช้คำที่ให้ไว้แต่งประโยคตามตัวอย่าง

๑) เขาถาม, แปลกใจ　　๒) เขาพูด, ดีใจ

๓) เขาเล่า, สลดใจ　　๔) เขาบอก, เสียใจ

๕) เขาช่วย, จริงใจ　　๖) เราต้อนรับเขา, ยินดี

๗) ผลสำเร็จของเราได้มา, ขยันหมั่นเพียร

๘) เขากลับไป, พอใจ

ข้อสังเกต

๑. <u>เออ</u> ถ้าฉันมีสมบัติมหาศาลละก็ ฉันจะมีชีวิตอยู่อย่างสุขสบายทีเดียว

此处的 เออ是感到郁闷、烦恼、厌倦时的叹息声。但这种情况下，更常见的是用 เฮ้อ 。

๒. <u>เจ้า</u>จะบ่น<u>ไป</u>ทำไม ก็เจ้ามีสมบัติมหาศาลอยู่แล้วนี่นา

๑) เจ้า是长辈对晚辈表示亲切或客气时用的代词，与เจ้า相对应的第一人称是ฉัน。

๒) 此处的ไป不是表示动作的方向，而是表示动作在延续。又如：

เขาพูดไปไม่รู้จักจบ
เขาทำไปทำไป ในที่สุดก็สำเร็จ

๓. ฉันไม่ยอมแลกกับนัยน์ตาของฉัน<u>เด็ดขาด</u>

เด็ดขาด在谓语之后，表示绝对、坚决、断然的意思。又如：

ฉันไม่ไปเด็ดขาด
เราจะไม่ยอมแพ้เด็ดขาด
ท่าทางของเขาแสดงว่าเขาไม่เห็นด้วยอย่างเด็ดขาด

๔. เดี๋ยวนี้เจ้าคงจะเข้าใจแล้ว<u>สินะ</u>

สิ是语气助词ซี ซิ的变音，此处是表示征求意见式的推测。นะ 在此处是期待对方表示同感（这两个语气助词的用法均见第一册第20课句型）。此处是由这两个语气助词连用构成复合语气助词，所表达的意义也是复合的。又如：

ป่านนี้เขาคงกลับถึงบ้านแล้วสินะ
เขาคงรู้แล้วสินะ

泰语中经常可见语气助词连用的句子，其表达的意义也是复合的。如上一课中出现的“ก็คอมันยาวนี่นา มันก็ร้องเสียงดังนะสิ”和本课出现的“ก็เจ้ามีสมบัติมหาศาลอยู่แล้วนี่นา”，都是语气助词连用。

๕. สมบัติมหาศาลของคนเราก็คือความขยันหมั่นเพียร <u>ซึ่ง</u>ไม่อาจซื้อได้ด้วยแก้วแหวนเงินทองใด ๆ ทั้งสิ้น

ซึ่ง 和ที่都是结构助词，但在用法上有些不同。ที่是对前面被修饰的名词加以限制，而ซึ่ง是对前面被修饰的名词加以说明。试比较：

อาจารย์เรียกนักศึกษาก. ซึ่งนั่งอยู่ข้างหน้าต่างให้ไปพบที่ห้องทำงาน (นักศึกษาก. 已经是确指的名词，ซึ่ง后面的句子只是起对นักศึกษาก. 作进一步说明的作用。)

อาจารย์เรียกนักศึกษาที่นั่งอยู่ข้างหน้าต่างให้ไปพบที่ห้องทำงาน (นักศึกษา并不确指，ที่后面的句子是对นักศึกษา起限制的作用。)

หนังสือปกสีน้ำเงินซึ่งซื้อมาเมื่อวานดีมาก (ซื้อมาเมื่อวาน是对หนังสือปกสีน้ำเงิน起说明的作用)

หนังสือปกสีน้ำเงินที่ซื้อมาเมื่อวานดีมาก (หนังสือปกสีน้ำเงิน 可能不止一本，这句话指的是ซื้อมาเมื่อวาน那一本。)

แบบฝึกหัด

๑. จงอ่านตัวบทให้คล่องแคล่ว

๒. จงตอบคำถามต่อไปนี้

๑) ชายหนุ่มในบทนี้มีนิสัยอย่างไรบ้าง

๒) ชายหนุ่มคนนั้นมักบ่นว่าอย่างไร

๓) ใครได้ยินชายหนุ่มคนนั้นบ่น และพูดกับชายหนุ่มคนนั้นว่าอย่างไร

๔) เมื่อชายหนุ่มคนนั้นได้ยินว่าเขามีสมบัติมหาศาลอยู่แล้ว เขารู้สึกอย่างไรบ้าง

๕) เมื่อตาเฒ่าว่าจะเอาเงินทองมากมายมาแลกกับนัยน์ตาหรือมือทั้งสองของชายหนุ่ม ชายหนุ่มยอมหรือเปล่า

๖) ทำไมชายหนุ่มจึงไม่ยอมแลกล่ะ

๗) เมื่อชายหนุ่มไม่ยอมแลก ตาเฒ่าชี้แจงว่าอย่างไรกับชายหนุ่ม

๘) นิทานเรื่องนี้มีคติสอนใจ (格言，训诫) อะไรบ้าง

๓. จงเล่าเรื่อง"สมบัติมหาศาล"ให้ฟัง

๔. จงจดจำวลีต่อไปนี้ให้ได้

ขี้เกียจหลังยาว	สุขสบายทีเดียว
บ่นอยู่เสมอ	พูดอย่างแปลกใจ
ย้อนถามงง ๆ	ไม่ยอม......เด็ดขาด
เอายังงี้ก็แล้วกัน	แก้วแหวนเงินทอง
ไม่อาจ......ได้	

ศัพท์และวลี

มหาศาล	巨大，巨额，众多	ขี้เกียจ	懒
		หลังยาว	懒；懒汉
เสมอ	经常，总是	สุขสบาย	幸福
ทำนองนี้	如此这般的，这类的	เฒ่า	老头儿，老汉
		สลัก	雕刻
ช่างสลักหิน	石匠	เจ้า	你（长辈对晚辈用）
นัยน์ตา	眼珠		
แลก	交换	ย้อนถาม	反问
งง	发蒙，迷惑不解	ตกใจ	吓了一跳
		เพียงไร	多么
เด็ดขาด	坚决，绝对	ทองคำ	金子
แท่ง	条，块，支（金条的量词）	ไม่เอา	不干
		....เล่า	……呢
เชื่อ	相信	ขยันหมั่นเพียร	勤奋
ด้วย....	以……，用……	แหวน	戒指

แก้วแหวนเงินทอง	金银财宝
(สี)น้ำตาล	棕色
ปฏิรูป	改革
โฉมหน้า	面貌
ลื่น	滑
สั่ง(ยา)	开（药方）
ภูมิรู้(พูม-รู้)	学识
ไหน	怎么回事，什么
เหน็บ	别（钢笔）；插入
ปริญญา	学位
เหตุใด	什么原因
เพื่อ	为了
ทั้งนั้น	都， 全都
คำเตือน	格言，告诫
....ออก	= ....มาก
ตี	打
ชนบท(ชน-นะ-)	农村
ไหมพรม	毛线
ทาย	猜
ตัด(ถนน)	筑（路）
ช้าง	象
ใส่	穿，戴；加上，加进
ไม่ถนัด	（记）不清；（用）不顺手
ทั้งสิ้น	一切，都
ต่อไป	继续，接着
....ทีไร	每次，每每
เปลี่ยน	变化，改变；换
หกล้ม	摔倒
ตกรถ	赶不上车；从车上掉下来
ขยาย	扩大，扩展（课文中是“解释一下”的意思）
ปริญญาโท	硕士学位
เพราะเหตุใด	何故，什么原因，为什么
น่า....	应该……
สัมมนา	座谈，讨论会
เหตุผล	理由
ไม้	木；树；棍子；拍子；……符号
ยิ่ง....ยิ่ง....	越……越……
ปริศนา(ปริด-สะ-หนา)	谜语
ไม้เอก	声调符号“ ่ ”
ไม้โท	声调符号“ ้ ”
ลูก	果实
ของขวัญ	礼物

วันเกิด	生日	อิฐ	砖
ตะเกียบ	筷子	ช้อน	匙，勺
ส้อม	（吃西餐用的）叉子	พลาสติก	塑料
		ไม้ขีด	火柴
ไฟแช็ก	打火机	ยางมะตอย	沥青
ติ๊ก	打勾，标记号	ต่อ	制造（家具、船舶之类东西）
กรอก	灌；填		
แบบฟอร์ม	表格	ปู	铺，铺设
ปลูก	盖（房）；种	ปลูกบ้าน	盖房子
ตั้งใจ	专心	สลดใจ	悲伤，悲痛
เสียใจ	遗憾；伤心	จริงใจ	真心实意
ต้อนรับ	欢迎，接待	ยินดี	高兴，愿意
ต้อนรับด้วยความยินดี	=ยินดีต้อนรับ 热烈欢迎	ยอมแพ้	投降，服输
		ผลสำเร็จ	成果
		สีน้ำเงิน	蓝色

บทอ่านประกอบ

(๑)

คืนวันศุกร์ วีระกับเพชรมักจะเรียนหนังสืออยู่ด้วยกันจนดึก เพราะวันเสาร์วีระไม่ต้องไปโรงเรียน คืนนี้เด็กทั้งสองก็ปฏิบัติเหมือนทุกวัน ลุงไปธุระนอกบ้านกลับมาถึงก็พูดว่า "ลูกศิษย์กับอาจารย์คู่นี้ยังไม่นอนอีกหรือ ดึกแล้วนะ" เพชรหัวเราะ "ยังไม่ง่วงเลยครับ ลุงไปไหนมาครับ" ลุงนั่งลงแล้วตอบว่า "ลุงไปนิมนต์ท่านพระครูที่กุฏิของท่าน พรุ่งนี้กำนันจะทำบุญเลี้ยงเพลและมีสวดมนต์ตอนเย็นด้วย ลุงคุยกับท่านเสียเพลิน เพิ่งกลับมา นี่เจ้าเรียนไปถึงไหนแล้วล่ะ" วีระตอบแทนเพชรว่า "เรียนได้หลายบทแล้วครับ เพราะเพชรเขาตั้งใจและมีปฏิภาณดีจึงจำอะไรได้รวดเร็ว

ลุงพูดอย่างอารมณ์ดีว่า "ดีแล้วหลานเอ๋ย การเรียนมีประโยชน์มาก ลุงว่าเจ้าโชคดีนะ ที่ได้เริ่มเรียนแล้ว แรก ๆ มันอาจจะยากสักหน่อย เพราะต้องเรียนรู้กฎเกณฑ์ให้แม่น-ยำก่อน ต่อไปก็อ่านเขียนได้คล่อง ข้อสำคัญเจ้าต้องฝึกฝนอุตส่าห์ตั้งหน้าเพียรพยา-ยามเข้า รู้อะไรให้จริงสักอย่างก็เอาตัวรอดได้" แล้วลุงก็ท่องกลอนให้ฟังว่า

    อย่าเกียจคร้านการเรียนเร่งอุตส่าห์
มีวิชาเหมือนมีทรัพย์อยู่นับแสน
จะตกถิ่นฐานใดคงไม่แคลน
ถึงคับแค้นก็พอยังประทังตน
    อันความรู้รู้กระจ่างแต่อย่างเดียว
แต่ให้เชี่ยวชาญเถิดคงเกิดผล
อาจจะชักเชิดชูฟูสกนธ์
ถึงคนจนพงศ์ไพร่คงได้ดี
    เกิดเป็นชายชาวสยามตามวิสัย
หนังสือไทยก็ไม่รู้ดูบัดสี
ต้องอับอายขายหน้าทั้งตาปี
ถึงผู้ดีก็คงด้อยถอยตระกูล
    จะต่ำเตี้ยเสียชื่อว่าโฉดช้า
จะชักพายศลาภให้สาบสูญ
จะขายหน้าญาติวงศ์พงศ์ประยูร
จะเพิ่มพูนติฉินคำนินทา

"ผมอยากท่องได้จัง วีระท่องได้หรือเปล่า ช่วยสอนให้ฉันบ้างนะ" วีระพยัก หน้า ลุงลุกขึ้นแล้วพูดว่า "เอาละ ลุงจะไปอาบน้ำสวดมนต์ไหว้พระ วันนี้รู้สึกเพลีย จะขอนอนก่อน" แล้วลุงก็เข้าไปในบ้าน

  เพชรพูดว่า "ฉันเป็นคนโชคดีจริง ๆ ที่ได้มารู้จักกับครอบครัวของเธอ ลุงของเธอเป็นคนดีมาก ขอร้องอะไรที่เป็นประโยชน์ ลุงไม่เคยปฏิเสธเลย ปฏิบัติต่อครอบ-ครัวของฉันอย่างบริสุทธิ์ใจ เธอเองก็มีบุญคุณต่อฉันมาก ฉันนับถือเธอเป็นครูอาจารย์ของฉัน และฉันสัญญาว่า จะซื่อสัตย์ต่อครอบครัวของเธอ" วีระพูดว่า "คนเรามีอะไรพอจะช่วยได้ก็ช่วยกันไป ครอบครัวของเธอก็ช่วยงานของลุงได้มาก เราจะเป็น

บทที่ ๒ สมบัติมหาศาล

เพื่อนบ้านที่ดีต่อกันตลอดไป"

"พ่อกับแม่ของฉันพูดว่า ตั้งแต่มาอยู่ที่นี่ มีบ้าน มีที่ทำมาหากิน รู้สึกดีใจเหมือนได้ขึ้นสวรรค์ ก่อนนี้พวกฉันลำบาก อดมื้อกินมื้อ ต้องเร่ร่อนเรื่อยมา มีแต่คนเขารังเกียจ เดี๋ยวนี้มีความสุขเหมือนอยู่สวรรค์จริง ๆ พวกฉันจึงรู้สึกสำนึกในบุญคุณของพวกเธอมาก"

"ลุงสอนฉันว่า เราต้องช่วยเหลือเพื่อนมนุษย์เท่าที่เราจะช่วยได้ ถ้าเหลือบ่า-กว่าแรงเราก็ไม่อาจจะช่วยได้เหมือนกัน และลุงบอกว่าเราควรช่วยเหลือเขา เพื่อให้เขาช่วยตัวเองได้ อย่างที่ลุงช่วยครอบครัวของเธอ ก็เป็นการช่วยที่แลกเปลี่ยนกัน เราช่วยซึ่งกันและกัน" วีระพูด

"พ่อเคยพูดอย่างน้อยใจว่า ถ้าคับแค้นมาก ๆ ไม่มีเงินเลี้ยงครอบครัว พ่ออาจจะหาเงินในทางไม่ดีก็ได้ นี่ลุงของเธอได้กุศลมากที่ช่วยสงเคราะห์ให้ครอบครัวของฉันมีความสุข พ่อของฉันและฉันจึงไม่เป็นคนชั่ว"

"ลุงก็โชคดีที่สงเคราะห์คนดี ถ้าครอบครัวของเธอเป็นคนไม่ดี ไม่ซื่อสัตย์ อาจทำให้ลุงลำบาก แต่ครอบครัวของเธอกลับทำให้การทำไร่ทำสวนของลุงเจริญ-รุ่งเรืองเรื่อยมา"

"เมื่อเช้านี้ ฉันดูปฏิทินจึงรู้ว่า พวกฉันมาอยู่กับเธอที่นี่ห้าเดือนเศษแล้ว พ่อบอกว่า ทำงานเพลินจนลืมวันลืมคืนทีเดียว" เพชรพูด

ขณะนั้นเป็นเวลาดึกมากแล้ว มองไปทางไหนก็มืดสนิทเพราะเป็นคืนเดือนมืด บ้านอื่น ๆ ดับไฟนอนกันหมด เมื่อเด็กสองคนหยุดพูด จึงมีแต่ความเงียบสงัด ได้ยินเสียงจิ้งหรีดและแมลงเล็ก ๆ ร้องอยู่ตามพื้นดินเป็นครั้งคราว นานๆ ค้างคาวก็บินผ่านไปมา วีระกับเพชรนั่งทำงานของตนต่อไป เพชรทำงานเสร็จก็นั่งดูรูปภาพในหนังสืออย่างเพลิดเพลินจนลืมเวลา พอดีวีระนึกขึ้นได้จึงบอกเพชรว่า "ดึกแล้วนะเพชร เธอยังไม่กลับบ้านหรือ"

"จริงซินะ แหม นั่งดูรูปเพลินไปเลย" เพชรพูดพลางเก็บสมุด แล้วลุกขึ้นมองไปรอบ ๆ เห็นมืดและเงียบมากก็หน้าเสีย เขาพูดกับวีระเบา ๆ ว่า "ฉันไม่เคยเดินคนเดียวดึก ๆ อย่างนี้เลยนะ"

วีระพูดว่า "ฉันก็ไม่เคย เธอก็กลัวเหมือนกันหรือเพชร"

พอดีหมาที่ข้างบ้านหอนขึ้นพร้อมกัน เด็กทั้งสองตกใจ คว้าสมุดและหนังสือ

หิ้วตะเกียงวิ่งเข้าในบ้าน ใจเต้นตึกตั้กด้วยกันทั้งคู่

“คืนนี้ฉันขอค้างกับเธอนะวีระ ฉันกลัว” เพชรพูดเสียงสั่น

“เธอกลัวอะไร” วีระถามเสียงสั่นเหมือนกัน

“กลัวผีน่ะซี” เพชรตอบเบา ๆ

“ถ้าอย่างนั้นเราต้องรีบสวดมนต์” วีระพูด

(๒)

ตอนเย็นวันเสาร์ ชูใจพาสีเทาไปหามานีและซื้อไอศกรีมไปฝากมานีแท่งหนึ่ง เขาเห็นมานีกับเจ้าโตนั่งอยู่บนแท่นที่ก่อด้วยอิฐใต้ต้นจำปี เจ้าโตมองเห็นก่อน ก็กระโจนเข้าไปหาชูใจ มันกระดิกหางต้อนรับด้วยความดีใจ แล้วเล่นกับสีเทา ชูใจเข้าไปหามานี จึงเห็นว่ามานีกำลังร้องไห้สะอึกสะอื้นจนตาทั้งสองข้างแดงก่ำ ชูใจตกใจ เข้าไปนั่งใกล้ ๆ แล้วถามว่า “มานีเป็นอะไร ทำไมจึงร้องไห้”

มานีเช็ดน้ำตาพลางบอกชูใจว่า “นกแก้วของฉันหลุดออกจากกรงบินหนีไปเสียแล้ว”

“แหม น่าเสียดายจริง กำลังพูดเก่งและพูดชัดเจนเสียด้วย หลุดไปเมื่อไรล่ะ” “เมื่อเช้านี้เอง มีนกแก้วบินผ่านมาฝูงหนึ่ง เจ้าแก้วของฉันตะเกียกตะกายอยากออกมาจากกรง มันเคยหนีไปอยู่บนต้นชมพู่ครั้งหนึ่งแล้วก็กลับมา คราวนี้พอฉันเปิดกรงจะเอากล้วยน้ำว้าให้มันกิน มันบินหายลับไปเลย” พูดแล้วมานีก็ร้องไห้โฮ พอดีพ่อกลับจากทำงาน เห็นมานีร้องไห้จึงเดินมาหา ชูใจไหว้พ่อของมานีแล้วถามว่า “คุณน้าไปไหนมาคะ” พ่อของมานีตอบว่า “ไปตรวจบัญชีดูหลักฐานการเงินที่ธนาคารจ้ะ ชูใจมานานแล้วหรือ มานีเขากำลังเสียใจ นกแก้วของเขาบินหนีไป” แล้วหันมาถามมานีว่า “นี่ ร้องไห้ตั้งแต่เช้ายังไม่หยุดอีกหรือลูก” มานีโถมตัวเข้าไปหาพ่อ พ่อประคองมานีไว้ พลางพูดเป็นทำนองปลอบใจ โดยชี้แจงเหตุผลยืนยันให้มานีหายเศร้าโศก

“พ่อสันนิษฐานว่า มันคงชะล่าใจบินตามนกแก้วฝูงนั้นไปแน่ ๆ มันคงเหงาอยากได้เพื่อนมานานแล้ว พอเห็นเพื่อน ๆ เข้าก็คงบินตามไป พ่อคิดว่าเมื่อมันเที่ยวกับเพื่อนพอแล้ว มันคงกลับมาหาลูก เพราะมันรักลูกมาก”

มานีพูดว่า “ลูกก็อธิษฐาน ขอให้คุณพระโปรดช่วยให้มันกลับคืนมาหาลูก

บทที่ ๒ สมบัติมหาศาล

ด้วย"

ชูใจช่วยปลอบว่า "มานีก็มีเจ้าโตเป็นเพื่อนอยู่อีกตัวหนึ่ง และไม่ช้าเจ้าแก้วก็คงกลับมา ฉันมีไอศกรีมมาฝากเธอแท่งหนึ่ง กินเสีย มันจะละลายหมดแล้ว" เจ้าโตเข้ามาเลียที่เท้าของมานี ทำท่าประจบอยากกินไอศกรีมด้วย ทำให้มานียิ้มออกมาได้ พ่อพูดว่า "ถ้าเจ้าแก้วไม่กลับมา พ่อรับอาสาหานกแก้วตัวใหม่มาให้ลูก หยุดร้องไห้เสียเถิด พ่อจะเล่าเรื่องสนุก ๆ ให้ฟังจะได้หายกังวล มานีอยากฟังเรื่องอะไรจ๊ะ" มานีค่อยมีอารมณ์ดีขึ้น รับไอศกรีมจากชูใจมากิน แล้วบอกพ่อว่า "มานีอยากฟังเรื่องศรี-ธนญไชยค่ะ พ่อเคยเล่าติดต่อกันมาหลายตอนแล้ว คราวนี้ขอฟังตอนใหม่ที่ตลกมากๆนะคะ"

"ตกลง พ่อจะเล่าตอนใหม่ให้ลูกและชูใจฟัง" มานีและชูใจยิ้มอย่างดีใจ พ่อเล่าเรื่องศรีธนญไชยให้ฟังดังนี้

ศรีธนญไชยเป็นคนเจ้าปัญญามาตั้งแต่เล็ก เมื่อโตขึ้นก็เข้าไปถวายตัวต่อพระเจ้าแผ่นดิน ทรงพระนามว่าพระเจ้าทวาละ และได้ตำแหน่งคนสนิทของพระองค์ เนื่องจากเขาเป็นคนมีสติปัญญาเฉียบแหลม บางครั้งก็มีเล่ห์เหลี่ยมและฉลาดแกมโกง เขาจึงมีทั้งคนรักและคนชัง ศรีธนญไชยมักจะถูกทดลองสติปัญญาอยู่เสมอ จึงระมัด-ระวังโดยมิได้ชะล่าใจ เพราะผู้ที่ชอบทดลองปัญญาของเขาบ่อย ๆ นั้นคือพระเจ้าแผ่นดินนั่นเอง วันหนึ่งพระเจ้าแผ่นดินทรงคิดจะทดลองปัญญาศรีธนญไชยอีก จึงรับสั่งให้หาคนสนิทอื่น ๆ เข้ามาเฝ้าฯ ยกเว้นศรีธนญไชยคนเดียว แล้วทรงบอกอุบายที่จะทดลองปัญญาศรีธนญไชยให้ทุกคนรู้ และรับสั่งให้ทุกคนไปหาไข่ไก่คนละฟอง แล้วเอาไปซ่อนไว้ที่หาดทรายริมแม่น้ำโดยไม่ให้ศรีธนญไชยรู้ พอทุกคนจัดแจงเสร็จและซ้อมจนเข้าใจในกลอุบายดีแล้ว พระเจ้าแผ่นดินก็รับสั่งให้บรรดาคนสนิททุกคนรวมทั้งศรีธนญไชยเข้ามาเฝ้าฯ พระเจ้าแผ่นดินรับสั่งว่า จะเสด็จไปสรงน้ำที่แม่น้ำ ทรงบอกให้ทุกคนตามเสด็จไปเล่นน้ำด้วย ขณะที่ทุกคนกำลังดำน้ำเล่นและหยอกเย้ากันอย่างสนุกสนานนั้น พระเจ้าแผ่นดินก็ทรงมีบัญชาว่า ให้ทุกคนเป็นไก่ร้องกระต๊ากกระต๊าก แล้ววิ่งขึ้นไปบนฝั่ง พร้อมกับชูไข่คนละฟอง ถ้าผู้ใดไม่มีไข่ จะถูกลงพระ-ราชอาชญา เฆี่ยนจนหลังลายในฐานะที่ออกไข่ไม่ได้ บรรดาคนสนิทที่พระเจ้าแผ่นดินทรงนัดหมายเอาไว้ ก็พากันวิ่งขึ้นไปบนฝั่ง พร้อมกับชูไข่ที่ตนซ่อนไว้ และร้องกระ-

ต๊าก กระต๊าก ฝ่ายศรีธนญไชยไม่รู้ในกลอุบาย แต่เนื่องจากเป็นคนมีสติปัญญาและปฏิภาณไหวพริบเฉียบไว ก็รีบวิ่งขึ้นมาร้องกระโต๊ก กระโต๊ก บอกว่าตนเป็นไก่ตัวผู้ ออกไข่ไม่ได้ จึงไม่มีไข่ ว่าแล้วก็ไล่กอดปล้ำคนอื่น ๆ ที่เป็นไก่ตัวเมีย พวกที่ถูกไล่ก็พากันวิ่งหนีวุ่นวาย พระเจ้าทวาละและบรรดาคนสนิทเห็นศรีธนญไชยสามารถใช้ปฏิภาณไหวพริบเอาตัวรอดได้เช่นนั้น ก็พากันสรรเสริญว่าสติปัญญาของศรีธนญไชยนั้นช่างประเสริฐเป็นเลิศกว่าใครในแผ่นดิน และต่างก็รู้สึกขบขันท่าทางของศรีธนญ-ไชยที่ไล่กอดไก่ตัวเมียยิ่งนัก จึงพากันหัวเราะเฮฮาสนุกสนานไปด้วย แล้วพระเจ้าทวาละก็ทรงพาคนสนิทเสด็จกลับพระราชวัง

  มานีกับชูใจพากันหัวเราะชอบใจ ต่างพากันขอบคุณพ่อที่เล่าเรื่องสนุกๆให้ฟัง พ่อเห็นมานีหายเศร้าโศกแล้วก็ขึ้นไปบนบ้าน ปล่อยให้มานีกับชูใจนั่งคุยกันต่อไป "ปิติได้สัตว์เลี้ยงตัวใหม่แล้ว วีระหากระแตมาให้เขาเลี้ยงแทนเจ้าแก่ เวลาปิติไปไหน เขาก็เอากระแตเกาะไหล่ไปด้วย" ชูใจพูด

  มานีพูดว่า "ปิติเคยบอกว่าเขาอยากเลี้ยงอูฐ" ชูใจหัวเราะ "โธ่เอ๋ย ปิติยังไม่เคยเห็นอูฐตัวจริงเลย เคยเห็นแต่ในรูป คิดอยากจะเลี้ยงอูฐเสียแล้ว" "ฉันเคยเห็นในสวนสัตว์ที่กรุงเทพฯแล้วล่ะ ลุงบอกว่ามันเป็นสัตว์พาหนะสำหรับเดินทางในทะเลทราย ปิติคงคิดว่าเลี้ยงง่าย จึงชะล่าใจว่าจะเลี้ยงมันได้" ชูใจคุยกับมานีอยู่ครู่หนึ่งก็พาสีเทากลับบ้าน

บทที่ ๓
ทรัพยากรของประเทศไทย

ประเทศไทยเป็นประเทศที่อุดมสมบูรณ์ มีทรัพยากรธรรมชาติมากมายหลายอย่าง ทรัพยากรที่สำคัญของไทยมี

๑. ข้าว ข้าวเป็นอาหารสำคัญที่สุดของคนไทย คนไทยบริโภคข้าวเป็นอาหารหลักกันทั่วทั้งประเทศ

ข้าวมี ๒ ชนิด คือข้าวเจ้ากับข้าวเหนียว ประเทศไทยปลูกข้าวได้ทั่วทุกภาค ภาคกลางปลูกข้าวได้ผลดีที่สุด จังหวัดพระนครศรีอยุธยา สิงห์บุรี อ่างทอง ลพบุรี สระบุรี ชัยนาท และนครสวรรค์เป็นจังหวัดที่ปลูกข้าวมาก นอกจากบริโภคภายในประเทศแล้ว ประเทศไทยมีข้าวเหลือส่งไปขายยังต่างประเทศได้ปีละหลายล้านตัน ข้าวเป็นสินค้าที่ทำรายได้ให้แก่ประเทศไทยมากที่สุดอย่างหนึ่ง

๒. ดีบุก ดีบุกเป็นแร่ที่มีมากในภาคใต้ จังหวัดภูเก็ต ระนอง ยะลาเป็นจังหวัดที่ขุดดีบุกได้มาก ดีบุกเป็นสินค้าราคาแพง ประเทศไทยส่งดีบุกที่ขุดได้ส่วนใหญ่ไปขายต่างประเทศ ประเทศไทยมีรายได้จากดีบุกปีละไม่น้อย

๓. ยางพารา ยางพาราปลูกกันมากในจังหวัดภาคใต้แทบทุกจังหวัด ตามจังหวัดชายทะเลฝั่งตะวันออกเช่นจันทบุรี ตราด และระยองก็มีปลูกเหมือนกัน แต่ไม่มากนัก

ยางพาราสามารถผลิตเป็นสินค้าได้หลายอย่าง และเป็นสินค้าออกที่สำคัญอีกอย่างหนึ่งของไทย ประเทศไทยส่งยางพาราไปขายต่างประเทศจำนวนปีละมาก ๆ

๔. ไม้ ประเทศไทยมีป่าไม้มาก มีทั่วทุกภาค ภาคเหนือมีมากที่สุด ไม้มีประโยชน์ต่อชีวิตของมนุษย์มาก นอกจากใช้ภายในประเทศเช่นสร้างบ้านเรือนและเครื่องใช้ต่าง ๆ แล้ว ประเทศไทยยังส่งไม้ดี ๆ เช่นไม้สักออกไปขายต่างประเทศจำนวนปีละมาก ๆ ด้วย

๕. พืชไร่ พืชไร่ที่สำคัญได้แก่ข้าวโพด ยาสูบ มันสำปะหลังและปอ ข้าว-

โพดปลูกมากในภาคกลาง ยาสูบปลูกมากในภาคเหนือ มันสำปะหลังปลูกมากในภาคตะวันออก ปอปลูกมากในภาคอีสาน พืชเหล่านี้ก็เช่นเดียวกับทรัพยากรอื่นๆ ดังได้กล่าวมาแล้ว คือนอกจากบริโภคในประเทศแล้ว ยังส่งขายยังต่างประเทศปีละไม่น้อย พืชไร่ทำรายได้ให้แก่ประเทศไทยปีละมากๆ รัฐบาลไทยจึงสนับสนุนให้ประชาชนปลูกพืชไร่เพิ่มขึ้นเรื่อยๆ

รูปประโยคและการใช้คำ

๑. .....เป็น....ที่.... 是……的……。这种结构常出现在判断性的句子里。

ตัวอย่าง
เขาเป็นสหายที่ดีคนหนึ่ง
ประเทศจีนเป็นประเทศที่ยิ่งใหญ่

แบบฝึกหัด จงเลือกคำที่ให้ไว้มาต่อเติมประโยคข้างล่างเพื่อให้ประโยคเหล่านี้ได้ความสมบูรณ์

(มีเกียรติ ยิ่งใหญ่ ใช้กว้างที่สุด มนุษย์ขาดเสียมิได้ เรียนได้ดีที่สุด สวยงามและอุดมสมบูรณ์ เรียนยาก รักสันติภาพและอิสรภาพ ไม่อาจเอาชนะได้ ไพเราะ)

๑) ภาษาจีนเป็นภาษา...............
๒) ภาษาไทยเป็นภาษา...............
๓) ภาษาอังกฤษเป็นภาษา...............
๔) ประเทศไทยเป็นประเทศ...............
๕) เขาเป็นนักศึกษา...............
๖) พรรคคอมมิวนิสต์จีนเป็นพรรค...............
๗) ประชาชนจีนกับประชาชนไทยเป็นประชาชน...............
๘) กำลังของประชาชนเป็นกำลัง...............

๙) กิจการงานสร้างสรรค์สังคมนิยมเป็นกิจการงาน...............
๑๐) น้ำ อากาศ และแสงอาทิตย์เป็นสิ่ง...............

สนทนา

- ประเทศจีนและประเทศไทยเป็นประเทศที่สวยงาม และอุดมสมบูรณ์
- ใช่ และประชาชนจีนกับประชาชนไทยก็เป็นประชาชนที่รักสันติภาพและอิสรภาพ
- ประเทศของเราทั้งสองเป็นมิตรที่ดี

๒. ส่ง......ไปขาย...... 这个句型与第二册第三课中曾经学过的“**ส่ง....มา(ไป)ให้....**”类似。这两个句型中的“**ส่ง**”以及“**ขาย**”和“**ให้**”都可以用别的动词替代。

ตัวอย่าง

ฉันเอานาฬิกาไปซ่อม
เขาติดหนังสือไปอ่าน
ฉันรับงานนี้มาทำ
ฉันยืมหนังสือเขามาอ่าน
เด็กซื้อขนมมากิน
เขาหยิบหนังสือภาพขึ้นมาดู
เราควรจะเอาเงินไปใช้ในที่ที่จำเป็น
เรานำปัญหาเหล่านี้มาพิจารณา

แบบฝึกหัด จงแปลประโยคตัวอย่างให้เป็นภาษาจีน แล้วแปลกลับไปเป็นภาษาไทยอีกที

๓. ....หลาย.... 几……，好几……。往往用在说话人认为比较多的情况时。要注意与 “**ไม่กี่....**” 的区别。

ตัวอย่าง

ฉันมีหนังสือไทยหลายเล่ม
เขามีพจนานุกรมหลายเล่ม
ภาคภาษาญี่ปุ่นมีนักศึกษาหลายสิบคน

แบบฝึกหัด จงเปรียบเทียบประโยคต่อไปนี้ แล้วแปลเป็นภาษาจีน

๑) จากปักกิ่งไปกรุงเทพฯเครื่องบินต้องบินกี่ชั่วโมง
- บินไม่กี่ชั่วโมงก็ถึง
- ต้องบินหลายชั่วโมง

๒) เธอเคยไปกำแพงเมืองจีนกี่หนแล้ว
- ไม่กี่หน
- หลายหนแล้ว

๓) เทอมนี้พวกเธอเรียนกันกี่บทแล้ว
- ไม่กี่บท
- หลายบทแล้ว

๔) พ่อของเธอจะอยู่ปักกิ่งสักกี่วัน
- อยู่ไม่กี่วันหรอก
- จะอยู่หลายวัน

๕) เราเรียนมากี่ร้อยคำแล้ว
- ไม่กี่ร้อยมั้ง
- หลายร้อยคำแล้ว

๖) โรงเรียนมัธยมของเธอมีนักเรียนเท่าไหร่
- มีไม่กี่พัน
- หลายพันทีเดียว

๗) ประเทศไทยมีประชากรเท่าไหร่
- มีไม่กี่สิบล้าน
- มีตั้งหลายสิบล้านแน่ะ

๘) หนังสือพิมพ์ไทยรัฐมีกี่หน้า
- มีไม่กี่หน้า
- มีหลายสิบหน้า

บทที่ ๓ ทรัพยากรของประเทศไทย

สนทนา
- ในห้องสมุดของภาควิชาภาษาตะวันออกมีหนังสือไทยมากไหม
- มีมากพอสมควร
- มีประมาณเท่าไหร่
- ดูเหมือนมีหลายพันเล่ม
- มีหนังสือพิมพ์ไทยมากไหม
- หนังสือพิมพ์มีไม่กี่ฉบับ

๔. มีประโยชน์ต่อ.... 对……有利。

ตัวอย่าง
เขาว่ากินผักมาก ๆ มีประโยชน์ต่อร่างกาย
ฝนตกมากในหน้านี้มีประโยชน์ต่อการเกษตร

แบบฝึกหัด จงใช้คำที่ให้ไว้ในวงเล็บเติมลงในช่องว่างของประโยคต่อไปนี้ให้ได้ความถูกต้อง

(การออกเสียง ร่างกาย ผิวหนัง การจำ การเรียน สุขภาพ)
๑) ฟังมาก ๆ มีประโยชน์ต่อ...............
๒) อ่านซ้ำ ๆ มีประโยชน์ต่อ...............
๓) พูดบ่อย ๆ มีประโยชน์ต่อ...............
๔) กินผลไม้มากมีประโยชน์ต่อ...............
๕) เขาว่าอาบน้ำเย็นบ่อย ๆ มีประโยชน์ต่อ...............
๖) สูบบุหรี่ไม่มีประโยชน์ต่อ...............
๗) กินหมูมากไม่มีประโยชน์ต่อ...............
๘) ออกกำลังกายบ่อย ๆ มีประโยชน์ต่อ...............

สนทนา
- ประเทศไทยมีป่าไม้มากมิใช่หรือ
- ใช่ แต่หลายปีมานี้ป่าไม้น้อยลงทุกที
- น่าเสียดายมากนะ

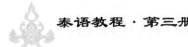

- ใช่ ไม้มีประโยชน์มากต่อชีวิตมนุษย์เรา รัฐบาลไทยจึงสนใจแก้ปัญหานี้มาก

ข้อสังเกต

๑. คนไทยบริโภคข้าวเป็น<u>อาหารหลัก</u>กัน<u>ทั่วทั้ง</u>ประเทศ

๑) อาหารหลัก 指主要的食物，基本的食物。

๒) ทั่ว 和 ทั้ง 都可译为"全"。ทั่ว 侧重指范围，即各个地方，如：เขาอยากไปเที่ยวทั่วประเทศจีน。ทั้ง 侧重指数量，如：**ประชาชนทั้งประเทศสนับสนุนนโยบายของรัฐบาล**。有时为了强调并包含以上两层意思，可将 ทั่ว 和 ทั้ง 连用，课文中的这个句子就是这样。

๒. ประเทศไทยมีข้าวเหลือส่งไปขาย<u>ยัง</u>ต่างประเทศได้ปีละหลาย<u>ล้าน</u>ตัน เป็นสินค้าที่<u>ทำ</u>รายได้ให้แก่ประเทศไทยมากที่สุดอย่างหนึ่ง

๑) 此处的 ยัง 是介词，后面接一个表示地点的名词以说明动作的去向。如：
เครื่องบินลำนี้กำลังบินไปยังกรุงเทพฯ
เขากำลังเดินไปยังเวที

๒) ล้าน（百万）是泰语中最大的一个数词。ล้าน 之下还有 แสน（十万）หมื่น（万） พัน（千）ร้อย（百）สิบ（十）。由于汉语没有 ล้าน 和 แสน，而泰语没有"亿"(ร้อยล้าน)，因此较大的数目互译时就要特别注意。如：

หนึ่งพันสามร้อยล้าน （十三亿）
ห้าสิบล้าน （五千万）
สองแสนเจ็ดหมื่น ฯลฯ （二十七万）

๓) ทำ 是个广义的动词，此句中可以译为"创造收入"或"带来收入"。

๓. พืชไร่ที่สำคัญ<u>ได้แก่</u>ข้าวโพด ยาสูบ มันสำปะหลังและปอ พืชเหล่านี้ก็เช่นเดียวกับทรัพยากรอื่นๆ ดังได้กล่าวมาแล้ว <u>คือ</u>นอกจาก........

บทที่ ๓   ทรัพยากรของประเทศไทย

๑) ได้แก่ "即"、"指的是" 的意思，后面接一个或列出数个名词，用来具体地说明前面名词所指的事物。一般用于书面语。如：

ภาควิชาภาษาตะวันออกมี ๖ ภาษาด้วยกัน ได้แก่ ภาษาไทย ภาษาพม่า ภาษาอินโดนีเซีย ฯลฯ

สัตว์ปีกได้แก่นก เป็ด ไก่ ฯลฯ แต่ไม่รวมถึงแมลงต่าง ๆ

๒) คือ此处是"即"、"也就是说"的意思，用来进一步说明或解释前面名词或句子的含义。本课课文中的ข้าวมี ๒ ชนิด คือข้าวเจ้ากับข้าวเหนียว也是这个意思。本课课文中还出现很多用เป็น的句子，同学们可结合第二册第10课的句型讲解对 เป็น 和 คือ 的用法进行复习。

แบบฝึกหัด

๑. จงหัดอ่านตัวบทให้ถูกต้องคล่องแคล่ว

๒. จงตอบคำถามต่อไปนี้

๑) ประเทศไทยเป็นประเทศที่อุดมสมบูรณ์ เพราะอะไร

๒) ทรัพยากรที่สำคัญของไทยมีอะไรบ้าง

๓) ข้าวปลูกกันมากที่สุดในภาคไหน

๔) ประเทศไทยส่งข้าวไปขายยังต่างประเทศมากไหม

๕) ภาคไหนมีแร่ดีบุกมาก

๖) ดีบุกของไทยส่วนใหญ่ใช้ในประเทศหรือส่งขายต่างประเทศ

๗) ยางพาราปลูกกันมากแถวไหนบ้าง

๘) ยางพาราผลิตสินค้าอะไรได้บ้าง

๙) ภาคไหนมีไม้มากที่สุด

๑๐) เธอรู้จักไม้สักไหม ไม้สักใช้ทำอะไรได้บ้าง

๑๑) พืชไร่ที่สำคัญของเมืองไทยมีอะไรบ้าง

๑๒) สินค้าสำคัญของประเทศไทยที่ส่งไปขายยังต่างประเทศมีอะไรบ้าง

๓. จงอ่านและจดจำวลีต่อไปนี้

ภายในประเทศ	ปีละไม่น้อย
ปีละมาก ๆ	มากที่สุด
สำคัญที่สุด	ดังได้กล่าวมาแล้ว
เพิ่มขึ้นเรื่อย ๆ	

๔. จงแปลประโยคต่อไปนี้ให้เป็นภาษาไทย

1. 中国是一个富饶的国家，中国人民是勤劳的人民。
2. 中国有丰富的煤炭(ถ่านหิน) 资源，煤是中国的一个重要出口物资。
3. 中国的南方以出产大米为主，北方以出产小麦(ข้าวสาลี)和玉米为主。
4. 旧中国石油(น้ำมันปิโตรเลียม) 全要靠进口，现在已经是石油生产大国了。
5. 中国的丝绸(ไหม)和茶叶出口到世界(โลก)许多国家，为国家创造了许多收入。
6. 上海市是中国最大的城市，有一千多万人口。
7. 中国有十三亿人口，农民约有九亿。
8. 中国的南方像云南、海南、广东和广西等地种植橡胶较多，而北方气候寒冷，不能种植。

ศัพท์และวลี

ทรัพยากร(ซับ-พะ-)	资源	มากมาย	许多
หลัก	主要的	บริโภค(บอ-ริ-)	食；消费
ข้าวเหนียว	糯米	เหนียว	黏的
ภาคกลาง	中部	ภาค	部域
สิงห์บุรี	信武里（府）	พระนครศรีอยุธยา (-อะ-ยุ-ทะ-ยา)	阿瑜陀耶（城）
อ่างทอง	红统（府）	ลพบุรี	华富里（府）
สระบุรี(สะ-หระ-)	北标（府）	ชัยนาท	猜纳（府）

บทที่ ๓ ทรัพยากรของประเทศไทย

นครสวรรค์	北榄坡（府）	ยัง....	向......
ล้าน	百万	ตัน	吨
รายได้	收入	ดีบุก	锡
แร่	矿石	ภาคใต้	南方，南部
ภูเก็ต	普吉（府）	ระนอง	拉农（府）
ยะลา	惹拉（府）	ขุด	挖，掘
ยางพารา	橡胶	ชายทะเล	海边
จันทบุรี	尖竹汶（府）	ตราด	哒叻（府）
ระยอง	罗勇（府）	ป่าไม้	森林
ภาคเหนือ	北方，北部	เรือน	高脚屋，竹
บ้านเรือน	房舍		楼；房子
ไม้สัก	柚木	พืช	植物
ไร่	旱田	ยาสูบ	烟草
มัน	薯类	มันสำปะหลัง	木薯
ปอ	麻	ภาคอีสาน	东北部
ดัง	如	ดังได้กล่าวมาแล้ว	如上所述
สนับสนุน	支持	สหาย	同志，同甘共
มีเกียรติ(-เกียด)	光荣		苦者，志同道
ยิ่งใหญ่	伟大		合者
ไพเราะ	悦耳，动听	สันติภาพ	和平
อิสรภาพ(อิด-สะ-		พรรค	党
หระ-)	自由	พรรคคอมมิวนิสต์	共产党
กิจการ(กิด-จะ-)	事业，事务	งาน	事业
สังคมนิยม	社会主义	อาทิตย์	太阳
มิตร(มิด)	朋友	ภาพ	图画
หนังสือภาพ	画册	พัน	千
ประชากร	人口	ไทยรัฐ	泰叻（报）
เกษตร(กะ-เสด)	农（业）	การเกษตร	农业

หนัง	皮	ผิวหนัง	皮肤
เวที	讲台，舞台	แสน	十万
หมื่น	万	ปีก	翅膀
สัตว์ปีก	禽类	เป็ด	鸭
รวมถึง	包括	แมลง	昆虫
ถ่านหิน	煤炭	ข้าวสาลี	麦子
น้ำมันปิโตรเลียม	石油	ไหม	丝
โลก	世界		

บทอ่านประกอบ

(๑)

วันหนึ่ง พอวีระเลิกเรียนกลับมาถึงบ้าน เขาไหว้ลุงแล้วควักกระดาษแผ่นหนึ่งจากกระเป๋าเสื้อส่งให้ลุง พลางบอกว่า ครูใหญ่ส่งจดหมายมาเชิญชวนผู้ปกครองนักเรียนและชาวบ้านร่วมทำบุญทอดกฐินที่วัดตามศรัทธา ลุงอ่านแล้วก็หยิบธนบัตรฉบับละสิบบาทส่งให้วีระไปร่วมทำบุญ เพชรนั่งอยู่ที่นั่นด้วย ท่าทางเขาสนใจมาก ลุงจึงส่งจดหมายของครูใหญ่ให้เพชรอ่าน เพชรก้มลงอ่านแล้วถามวีระว่า

"ร.ร.และพ.ศ.นี่คืออะไรวีระ"

วีระตอบว่า "ร.ร.เป็นตัวย่อของคำว่าโรงเรียน พ.ศ.ก็คือตัวย่อของพุทธศักราช เขาไม่อยากพูดหรือเขียนยาว ๆ เขาจึงใช้ตัวย่อ

เพชรอ่านจดหมายเข้าใจแล้ว ก็ส่งคืนให้ลุงแล้วนั่งคัดเมล็ดฝ้ายเพื่อทำพันธุ์ต่อไปเงียบ ๆ ลุงก็นั่งจักตอกต่อไปเช่นกัน ส่วนวีระเอาย่ามใส่เครื่องเรียนไปเก็บและเปลี่ยนเสื้อผ้าบนบ้าน

เพชรอยากจะร่วมทำบุญทอดกฐินด้วย แต่เขาไม่มีเงิน ระยะนี้พ่อกับแม่ต้องใช้เงินมาก เพราะน้องคนเล็กเป็นไข้เลือดออก ต้องไปให้แพทย์รักษา และเสียค่ายาไปมาก เพชรจึงไม่อยากรบกวนพ่อแม่ เขาจึงคิดวิธีที่จะหาเงิน ในที่สุด ก็นึกออกว่า เขา

บทที่ ๓ ทรัพยากรของประเทศไทย

จะไปรับจ้างล้างถ้วยชามที่ร้านขายก๋วยเตี๋ยวสักสองสามวัน คงจะได้เงินบ้าง กลางวันช่วยลุงและพ่อทำงาน ตอนหัวค่ำจึงไปรับจ้างล้างชาม

เมื่อเขาคัดเมล็ดพันธุ์ฝ้ายเสร็จ และเก็บใส่กระป๋องปิดฝาไว้เรียบร้อยก็กลับบ้าน อาบน้ำกินข้าวแล้วคว้าสมุดหนังสือทำทีว่าจะไปเรียนกับวีระเช่นเคย พอลับตาคนเพชรก็เอาเครื่องเรียนซ่อนไว้ที่พุ่มไม้ แล้ววิ่งอย่างเร็วเข้าไปในตลาด

ร้านอาหารแห่งหนึ่งมีลูกค้ามาอุดหนุนมาก เขาต้องการคนล้างถ้วยชามหลายคน จึงรับเพชรไว้ทำงาน เพชรเริ่มทำงานตั้งแต่หนึ่งทุ่มจนถึงสามทุ่ม เจ้าของร้านคิดเหมาค่าจ้างให้แปดบาท แล้วชมว่าเพชรล้างชามสะอาดดี วันหลังให้มาล้างอีก เพชรได้เงินแล้วรีบกลับบ้าน ขากลับเขารู้สึกกลัวมาก แต่สู้ข่มใจ รีบวิ่งอย่างไม่คิดชีวิตจนถึงบ้าน พ่อกับแม่คิดว่าเพชรไปเรียนหนังสือกับวีระอย่างเคย ก็มิได้ซักถาม เพราะเขากลับมาเวลาไล่เลี่ยกันทุกคืน รุ่งขึ้นเพชรรีบกระวีกระวาดนำเงินแปดบาทฝากวีระไปสมทบทำบุญทอดกฐิน เขาถือเงินพนมมือขึ้นเหนือศีรษะ ในใจก็คิดอธิษฐานถึงแต่สิ่งที่ดีงาม วีระนึกว่าพ่อแม่ของเพชรให้เขานำเงินมาร่วมทำบุญ วีระกล่าวคำสาธุอนุ-โมทนาด้วย แล้วรีบไปโรงเรียน

เพชรรู้สึกอิ่มเอิบใจ เขาทำงานอย่างมีความสุข และนึกในใจว่าจะช่วยพ่อกับแม่หาเงินสักห้าหกคืน ตกเย็นเพชรก็ไปรับจ้างที่ร้านอาหารอีก เพชรแอบมารับจ้างอยู่สามคืน วีระก็สงสัยเพราะไม่เห็นเพชรมาเรียนหนังสือหลายวัน จึงไปตามหาเพชรที่บ้าน พอพ่อกับแม่ของเพชรรู้ว่าเพชรหายไป ไม่ได้ไปเรียนหนังสือก็ตกใจ วีระรีบวิ่งกลับไปบอกลุง ทุกคนพากันตกใจ แต่ไม่รู้ว่าจะไปตามหาเพชรที่ไหน จึงได้แต่นั่งปรึกษากัน ลุงว่ารอไปอีกหน่อย ถ้าเพชรไม่กลับมาก็จะไปแจ้งความที่สถานีตำรวจ พอสามทุ่มเศษเพชรก็กระหืดกระหอบมาถึงบ้าน เขาถือถุงกระดาษมาด้วยถุงหนึ่ง พอเห็นพ่อแม่ ลุงและวีระนั่งอยู่ก็ตกใจ จึงเข้ามาสารภาพผิดและเล่าให้ฟังว่า เขาไปรับจ้างล้างชาม เพื่อหาเงินมาทำบุญ และให้แม่ซื้อยารักษาน้อง ทุกคนพากันตื้นตันใจ แม่กอดเพชรไว้แล้วพูดว่า

"เจ้าหวังดีต่อพ่อแม่และน้อง แต่ทำอย่างนี้ไม่ได้ ทีหลังจะทำอะไรต้องบอกพ่อแม่ หรือลุง หรือวีระเสียก่อน นี่เจ้ากลับมาบ้านกลางค่ำกลางคืนอย่างนี้ เผื่อเป็นอะไรไป พ่อแม่จะเสียใจมาก เจ้าอย่าชะล่าใจว่าไม่มีอันตราย"

"เจ้าขัดสนเรื่องเงินทำไมไม่บอกลุง ลุงเคยใจไม้ไส้ระกำกับพวกเจ้าหรือก็เปล่า

ทีหลังอย่าปิดบังลุง ใครเจ็บไข้ได้ป่วย ขอให้บอกให้ลุงรู้ด้วย" ลุงพูด

เพชรกราบขอโทษลุงกับพ่อแม่ของเขา และขอโทษวีระ เขาสัญญาว่า ต่อไปถ้าจะทำอะไร จะบอกให้ทุกคนทราบ ลุงพูดว่า

"ไม่มีใครเอาโทษทัณฑ์อะไรกับเจ้าดอก แต่ทุกคนเป็นห่วงเจ้า กลัวจะเป็นอันตรายไป"

เพชรยิ้มแล้วเล่าว่า คนมากินอาหารจำนวนไม่เท่ากัน บางวันมากบางวันน้อย เจ้าของร้านก็ให้ค่าแรงแก่เขาตามสัดส่วน วันนี้เจ้าของร้านแบ่งอาหารให้เขาถุงหนึ่ง เพชรชูถุงอาหารให้ลุงดูและบอกว่า ปลาทอดกรอบราดพริก

เพชรหยิบธนบัตรและเศษสตางค์ทั้งหมดที่หาได้จะให้แม่ เขาคลี่ธนบัตรใบละสิบบาทออกดูแล้วพูดว่า

"ผมเพิ่งได้จับธนบัตรใบละสิบบาทคราวนี้เอง" เขาชี้ที่ธนบัตรแล้วถามวีระว่า

"รูปในธนบัตรนี้ เป็นรูปในหลวงใช่ไหม" วีระตอบว่า "ใช่"

เพชรถามต่อไปว่า "แล้วนกที่กางปีกบินอยู่ที่มุมบนข้างซ้ายนี่นกอะไร"

วีระก็ไม่รู้จัก ลุงจึงบอกว่า นกชนิดนี้เรียกว่าครุฑ แล้วถามเพชรว่า เพชรรู้จักสัตว์ที่นั่งอ้าปากเห็นฟันเป็นแถว ๆ หรือไม่ เพชรหัวเราะตอบว่า

"รู้จักครับ เขาเรียกว่าสิงห์ ผมเคยเห็นรูปปั้นตามบันไดโบสถ์"

ทุกคนรู้สึกสบายใจ ลุงสนทนากับพ่อและแม่ของเพชรอยู่ครู่หนึ่ง จึงพาวีระกลับบ้าน ก่อนกลับ ลุงกำชับเพชรให้ไปเรียนหนังสืออย่างเคย เพราะถ้าไม่เรียนนาน ๆ จะลืมหนังสือ เพชรก็รับคำ

(๒)

เจ้าของร้านอาหารพอใจการทำงานของเพชร จึงมาตามให้ไปทำงานอีก และจะเพิ่มค่าจ้างให้เป็นครั้งละสิบบาท ลุงรู้จักมักคุ้นกับเจ้าของร้านดี และเห็นว่าเพชรอ่านหนังสือได้บ้างแล้ว สมควรจะไปทำงานหาเงินช่วยพ่อแม่บ้าง จึงอนุญาตให้ไปทำงานเฉพาะคืนวันจันทร์ วันพุธ และวันศุกร์ ตั้งแต่เวลา ๑๘.๐๐ น. ถึง ๒๑.๐๐ น.

เพชรดีใจที่จะได้ไปหาเงินช่วยพ่อแม่อีกแรงหนึ่ง และเห็นว่าเวลาสามทุ่มยังไม่ดึกนัก คงจะมีคนเดินผ่านไปมาพอจะเป็นเพื่อนร่วมเดินทางกลับบ้านได้ เพชรคิดว่า

บทที่ ๓ ทรัพยากรของประเทศไทย

คงจะช่วยพ่อแม่หาเงินได้เฉลี่ยสัปดาห์ละสามสิบบาท ถ้าเขาเรียนหนังสือได้มากแล้ว จะขออนุญาตลุงไปทั้งห้าคืนตั้งแต่วันจันทร์ถึงวันศุกร์ และจะเรียนหนังสือเฉพาะวันเสาร์และวันอาทิตย์ก็พอ

คืนหนึ่ง มีแขกมาอุดหนุนที่ร้านมากกว่าปกติ เจ้าของร้านจึงขอให้เพชรทำงานต่ออีกสักหนึ่งชั่วโมง จะให้ค่าแรงเพิ่มอีกห้าบาท เพชรดีใจมากที่จะได้เงินถึงสิบห้าบาท เขาทำงานต่อจนเวลาประมาณ ๒๒ น.เศษจึงกลับบ้าน พอเดินพ้นตลาดเห็นบ้านเรือนส่วนใหญ่ปิดไฟนอนกันเงียบ เพชรจึงเดินตัดไปทางด้านหลังที่ทำการไปรษณีย์ พอจะข้ามสะพาน เขามองเห็นชายสองคนยืนซุ่มอยู่ใต้ซุ้มไม้ริมถนน ไฟฟ้าตามถนนมีแสงสลัว ๆ ทำให้มองเห็นหน้าชายสองคนนั้นไม่ถนัด เพชรใจหายคิดว่าขโมยมาดักปล้นเงิน จึงแอบดูอยู่ที่พุ่มไม้ข้างรั้ว ชายสองคนยืนซุบซิบกันอยู่อย่างมีพิรุธ เพชรปักใจว่าทั้งสองคนต้องเป็นคนร้ายแน่ เขายืนนิ่งไม่กล้ากระดุกกระดิก เพชรรีบกลัดกระดุมกระเป๋าเสื้อที่ใส่เงินและกุมไว้แน่น ใจนึกภาวนาขอให้มีตำรวจหรือผู้คนเดินผ่านมา แต่ไม่มีใครเดินผ่านมาสักคนเดียว ทันใดนั้นเสียงระฆังที่สถานีตำรวจบอกเวลา ๒๓.๐๐ น. ชายสองคนลอดรั้วเข้าไปในที่ทำการไปรษณีย์ คนหนึ่งหิ้วปี๊บเข้าไปด้วย เพชรมองเห็นคล้าย ๆ ปี๊บน้ำมันก๊าด สักครู่หนึ่งเขาได้ยินเสียงคนร้องอย่างเจ็บปวด เพชรไม่รอช้า รีบวิ่งไปที่สถานีตำรวจโดยเร็ว แล้วเล่าเหตุการณ์ที่เขาได้พบให้ตำรวจฟัง ตำรวจสามนายจึงรีบรุดไปยังที่เกิดเหตุพร้อมกับเพชร

ตำรวจและเพชรเสียเวลาหลายนาทีกว่าจะไปถึงที่ทำการไปรษณีย์ เขาเข้าไปอย่างเงียบๆ พบคนงานที่เฝ้ายามถูกทำร้ายและถูกมัด มีสภาพน่าเวทนามาก และเห็นชายสองคนกำลังช่วยกันเทน้ำมันก๊าดตามพื้นกระดาน ตำรวจทั้งสามนายเข้าจับกุมได้ทันที ชายสองคนไม่มีโอกาสใช้อาวุธต่อสู้หรือขัดขืน เพราะประมาทและชะล่าใจว่าไม่มีใครเห็น

เพชรช่วยตำรวจแก้มัดคนงานซึ่งบาดเจ็บมากจนสลบและนอนนิ่งราวกับศพ ตำรวจนายหนึ่งรีบนำคนเจ็บไปส่งโรงพยาบาลสมเด็จพระยุพราชอย่างรีบด่วน ส่วนตำรวจอีกสองนายนำคนร้ายไปสอบสวนที่สถานีตำรวจ เขาให้เพชรไปด้วยเพื่อบันทึกคำให้การ และจดชื่อตำบลที่อยู่ไว้

คนร้ายทั้งสองคนตกเป็นผู้ต้องหาในข้อหาวางเพลิงสถานที่ราชการ ถือว่ามีความผิดขั้นร้ายแรง ทั้งสองคนพยายามแก้ตัว แต่ไม่รอดพ้นข้อหา เพราะมีพยาน-

หลักฐานชัดแจ้ง ตำรวจสงสัยว่าเขาอาจจะมีแผนการทำลายความมั่นคงของชาติในโอกาสต่อไปก็ได้ ก่อนที่คนร้ายทั้งสองจะเข้าห้องขัง เขามองเพชรอย่างพยาบาทและสาปแช่งเพชรต่าง ๆ นานาตามนิสัยพาล แต่เพชรไม่รู้สึกวิตก เขากลับภูมิใจที่มีโอกาสขัดขวางการกระทำของคนร้ายใจบาป ตำรวจยกย่องชมเชยเขามาก เพราะการกระทำของเขาเป็นการช่วยป้องกันอันตรายที่จะเกิดแก่บ้านเมือง แล้วตำรวจนายหนึ่งก็พาเขาไปส่งถึงบ้าน

พ่อแม่ของเพชรพร้อมด้วยลุงและวีระยังนั่งคอยเพชรอยู่อย่างเป็นห่วง ต่างภาวนาให้เพชรกลับถึงบ้านอย่างปลอดภัย พอตำรวจและเพชรไปถึง ทุกคนตกใจคิดว่ามีเรื่องร้ายเกิดขึ้นแก่เพชร ตำรวจเล่าเหตุการณ์ที่เกิดขึ้นให้ฟังและชมเชยเพชรว่าเป็นคนกล้าหาญ ทำประโยชน์ให้แก่ทางราชการโดยเป็นหูเป็นตาให้เจ้าหน้าที่ ทุกคนดีใจและภูมิใจในตัวเพชรมาก

รุ่งขึ้น นายอำเภอและสารวัตรใหญ่หัวหน้าสถานีตำรวจพร้อมกับนักข่าวหนังสือพิมพ์มาหาเพชร เพื่อมอบเงินรางวัลจำนวนสองพันบาทพร้อมทั้งให้โอวาทว่าให้รักษาความดีไว้ตลอดไป และทางอำเภอจะรายงานให้ทางราชการประกาศคุณงามความดีของเพชรต่อไปด้วย นักข่าวหนังสือพิมพ์ถือกล้องเข้ามาถ่ายภาพเพชรและครอบครัวของเขา เพื่อลงข่าวในหนังสือพิมพ์ให้รู้ทั่วกัน

นายอำเภอทราบว่า ลุงเป็นผู้อุปการะครอบครัวของเพชรก็บอกให้พ่อแม่ตั้งใจทำงานอยู่กับลุงและเลี้ยงลูกทุกคนให้เป็นคนดีอย่างเพชร เมื่อทราบว่าเพชรและน้อง ๆ ไม่ได้เรียนหนังสือ จึงแนะนำให้ไปเข้าโรงเรียนโดยเร็ว เพชรและน้อง ๆ จะได้เรียนหนังสือมีวิชาความรู้ เพื่อไปประกอบอาชีพต่อไปในอนาคต หากขาดเหลือสิ่งใดก็จะหาทางช่วยเหลือ ทั้งสองผัวเมียก้มลงกราบ ดีใจจนน้ำตาไหล ทุกคนพลอยดีใจและปลื้มใจไปกับเพชรด้วย

บทที่ ๔ กระต่ายตื่นตูม

ครั้งหนึ่งนานมาแล้ว มีกระต่ายตัวหนึ่งนอนหลับอยู่ใต้ต้นตาล ขณะเมื่อกระต่ายหลับอยู่นั้น เกิดพายุใหญ่พัดแรงกล้า ลูกตาลบนต้นหล่นตูมลงมายังพื้นดิน เกือบถูกกระต่าย กระต่ายตกใจตื่นขึ้น สำคัญว่าฟ้าถล่ม ไม่ทันตริตรอง ลุกขึ้นได้ก็วิ่งไปอย่างสุดกำลัง เพราะกลัวความตาย

ฝ่ายเสือ ช้าง กวาง แรด และสัตว์อื่นอีกหลายจำพวก เห็นกระต่ายวิ่งมาอย่างเต็มกำลังเช่นนั้น จึงถามว่า "ท่านวิ่งหนีอะไรมา" กระต่ายวิ่งพลางบอกว่า "ฟ้าถล่ม ฟ้าถล่ม" สัตว์เหล่านั้นได้ยินกระต่ายบอก ไม่ทันตริตรอง สำคัญว่าฟ้าถล่มจริง ก็พากันวิ่งตามกระต่ายไป หกล้มขาแข้งหัก ชนต้นไม้และตกเหวตายก็มี ส่วนที่เหลือก็พากันวิ่งหนีต่อไป

พญาราชสีห์ตัวหนึ่ง เป็นสัตว์มีปัญญา เห็นสัตว์ทั้งหลาย มีเสือ ช้าง กวาง แรดเป็นต้น พากันวิ่งมาไม่หยุดหย่อน จึงร้องถามว่า "เอ๊ะ เหตุไรท่านทั้งหลายจึงพากันวิ่งอย่างไม่คิดชีวิตอย่างนี้ หยุดบอกให้เราทราบประเดี๋ยวก่อน" สัตว์เหล่านั้นกลัวอำนาจราชสีห์ จึงต้องหยุดและเล่าความที่กระต่ายแจ้งแก่ตนให้ราชสีห์ฟัง ราชสีห์ก็เข้าใจทันทีว่า สัตว์เหล่านี้คงจะตื่นอะไรมาสักอย่างเป็นแน่ จึงถามต่อไปว่า "ฟ้าถล่มที่ตรงไหน พาเราไปดูสักหน่อยเถอะ" สัตว์เหล่านั้นกลัวตายจนตัวสั่น แต่ขัดอำนาจราชสีห์ไม่ได้ จึงต้องพาราชสีห์ไป พอถึงใต้ต้นตาลที่กระต่ายเคยนอน ราชสีห์พิเคราะห์ดู เห็นลูกตาลตกอยู่ที่โคนต้น ก็เข้าใจว่าผลตาลนั้นหล่นลงมา กระต่ายสำคัญว่าฟ้าถล่มก็ตกใจจึงวิ่งหนี สัตว์ทั้งหลายที่ไม่ได้ตริตรองก็พากันหลงเชื่อกระต่ายวิ่งเตลิดไปจนชนกันขาหักคอหัก ตกเหวตาย สัตว์ทั้งหลายที่พากันได้รับทุกขเวทนาครั้งนี้ก็เพราะความโง่เขลาเบาปัญญา ไม่ได้พิจารณาให้รอบคอบ

รูปประโยคและการใช้คำ

๑. สำคัญว่า.... 以为，认为。表示做出了错误的判断，但口语中更多的是用“**นึกว่า....**”。

ตัวอย่าง เขาสำคัญว่า(นึกว่า)เขาเก่งแล้ว จึงไม่พยายามต่อไป
อย่าสำคัญว่า(นึกว่า)ตัวเองถูกเสมอ

แบบฝึกหัด จงทำประโยคต่อไปนี้เป็นประโยคที่ใช้“สำคัญว่า...... ......”(หรือ“นึกว่า.... ”)ตามตัวอย่าง

๑) เขาเข้าใจว่าเขาแน่ เลยประมาท
๒) เขาคิดว่างานนี้ง่าย แต่พอทำเข้าจริง ๆ กลับทำไม่ได้
๓) เขาคิดว่าไม่เป็นปัญหาแน่ แต่แล้วก็เป็นปัญหา
๔) ชาวบ้านเข้าใจว่าหมาป่ามาจริง ๆ จึงรีบไปช่วยเด็กเลี้ยงแกะ
๕) ฉันคิดว่าเธอคงไม่มาเสียแล้ว เลยไม่ได้ไปรับที่สถานี
๖) เขาได้ยินเสียงเหมือนใครทำของตกจึงเข้าไปดู แต่พอเห็นแมวก็คิดว่าแมวทำของตก จึงไม่สงสัยและกลับออกมา
๗) อย่าเข้าใจว่าขาดเธอไปแล้วจะทำอะไรไม่สำเร็จ
๘) สายลับเข้าใจว่าตำรวจที่ปลอมตัวเข้าไปหาเป็นพวกเดียวกัน จึงบอกความลับให้

สนทนา
- ทำไมเขาไม่บอกเราล่ะ
- เขาคงคิดว่าเธอรู้แล้ว
- ก็เขารู้นี่นาว่าเราไม่อยู่ เราจะรู้ได้ยังไง
- อ้อ ถ้างั้นเขาอาจนึกว่าเธอกลับแล้วก็ได้

บทที่ ๔   กระต่ายตื่นตูม

๒. ....ยังไม่ทัน....ก็....   还没……就……，还没来得及……就……。

ตัวอย่าง ๑   ฉันยังไม่ทันพูด เขาก็บอกว่าเข้าใจ
ฟ้ายังไม่ทันสาง ชาวนาก็ไปทำนา

แบบฝึกหัด   จงใช้คำที่ให้ไว้แต่งประโยค"ยังไม่ทัน....ก็...."

๑) อ่าน,   ต้องเอา(หนังสือ)ไปคืน
๒) แปล,   หมดเวลา
๓) ดื่ม,   เย็น
๔) พูด,   มีคนคัดค้าน
๕) พัก,   ให้เล่น(ฟุตบอล)ต่อ
๖) กิน(ข้าว), รีบไปประชุม
๗) นอน,   ได้ยินเสียงนาฬิกาปลุก
๘) เที่ยว,   ฝนตก

ตัวอย่าง ๒   พูดยังไม่ทันจบก็บอกว่าเข้าใจ
เขียนยังไม่ทันเสร็จก็หมดเวลา

แบบฝึกหัด   จงเลือกใช้คำว่า"จบ เสร็จ หลับ หมด ทั่ว อิ่ม หายเหนื่อย"มาทำให้ประโยคในแบบฝึกหัดตัวอย่าง ๑ ที่ทำเรียบร้อยแล้ว เป็นประโยคเหมือนตัวอย่าง ๒ แล้วแปลเป็นภาษาจีนด้วย

สนทนา
- ชาวนาเขาขยันขันแข็งมากนะ ฟ้ายังไม่ทันสางก็ไปทำนากันแล้ว
- เวลาพักก็พักกันน้อย บางคนพักยังไม่ทันหายเหนื่อยก็ไปทำต่อ
- บางคนสูบบุหรี่ยังไม่ทันหมดมวนก็ไปทำต่อแล้ว
- บางคนไปนาทั้ง ๆ ที่ยังไม่ทันหายป่วย

๓. ....อย่าง.... **อย่าง** 是结构助词，常用于连接一个形容词或形容词短语（有时也可以是动词短语）去修饰前面的谓语，以说明状态，类似汉语中的“……地……”。

ตัวอย่าง

เขาพูดอย่างดีอกดีใจ
เขียงกำลังอ่านหนังสืออย่างตั้งอกตั้งใจ
เขาพูดอย่างตรงไปตรงมาว่า ทำอย่างนี้ไม่ถูก

แบบฝึกหัด จงเลือกคำหรือวลีที่ให้ไว้ข้างล่างด้านละคำแต่งประโยคตามประโยคตัวอย่าง

พูด	วิ่ง	สุภาพ	เต็มกำลัง
ถาม	ทำ	เป็นกันเอง	ขยันขันแข็ง
คิด	บอก	กล้าหาญ	เกรงใจ
ดู	เขียน	รอบคอบ	เปิดเผย
ศึกษา	อ่าน	ละเอียด	ช้า ๆ
พิจารณา	ตอบ	เอาจริงเอาจัง	รวดเร็ว
นอน	คุย	สบาย	สนุก

“....อย่าง” 与第二课中学的 “ด้วย....” 不同。“ด้วย....” 引导名词性词语，侧重说明心理状态；“....อย่าง ” 引导动词性词语，侧重描写外在状态。

ตัวอย่าง

เขาเรียนด้วยความขยันหมั่นเพียร
- เขาเรียนอย่างขยันหมั่นเพียร

นักศึกษาฟังด้วยความตั้งใจ
- นักศึกษาฟังอย่างตั้งใจ

เขาเล่าด้วยความเสียใจว่า....
- เขาเล่าอย่างเสียใจว่า

เพื่อน ๆ ช่วยฉันด้วยความจริงใจ
- เพื่อน ๆ ช่วยฉันอย่างจริงใจ

บทที่ ๔ กระต่ายตื่นตูม

> น้องพูดด้วยความดีใจ
> - น้องพูดอย่าง(ดีอก)ดีใจ
>
> เขาถามด้วยความแปลกใจ
> - เขาถามอย่างแปลกใจ
>
> เขาอ่านด้วยความสนใจ
> - เขาอ่านอย่างสนใจ
>
> เขาช่วยเหลือเราด้วยความเต็มใจ
> - เขาช่วยเหลือเราอย่าง(เต็มอก)เต็มใจ

๔. ส่วน.... **ส่วน** 是表示分述的连词，用于第二句的开头，相当汉语中的 "而"、"至于"、等词。

ตัวอย่าง
> พี่ทำงานแล้ว ส่วนน้องยังเล็กอยู่ กำลังเรียนประถม ๕
> คุณไปจัดการเรื่องนี้เถอะ ส่วนเรื่องอื่น ๆ ผมจัดการเอง
> เขาเอาแต่เร็ว ส่วนผิดถูกนั้นเขาไม่สนใจ

แบบฝึกหัด จงใช้คำว่า "ส่วน" เชื่อมประโยคที่ให้ไว้ตามตัวอย่าง

> ๑) แม่เป็นห่วงลูกคนเล็กมาก
>   ลูกคนโตนั้นช่วยตัวเองได้แล้ว ไม่ต้องเป็นห่วง
> ๒) เขายังอ่อนอยู่ ต้องช่วยให้มากหน่อย
>   คนอื่น ๆ คงไปได้ไม่เป็นปัญหา
> ๓) ห้องอื่น ๆ ทำความสะอาดกันหมดแล้ว
>   ห้องนี้ยังไม่ได้ทำ เพราะไม่มีกุญแจ
> ๔) ปัญหานี้ฉันช่วยได้
>   ปัญหาอื่น ๆ ฉันช่วยไม่ได้
> ๕) มานะมานีชอบดูเรือเล็ก
>   ปิติชอบดูเรือยาวที่มีคนพายหลาย ๆ คน

๖) เธอเอาเล่ม ๑ เล่ม ๒ ไปอ่านก่อน
เล่ม ๓ อีกวันสองวันจะเอามาให้

๗) เราเน้นการออกเสียงในปีที่ ๑
ไวยากรณ์นั้นจะสอนในปีที่ ๒

๘) วันหลังอย่าให้เกิดเรื่องอย่างนี้อีก
เรื่องที่แล้วไปแล้วนั้นก็ให้มันแล้วกันไปเถอะ

สนทนา
- เทอมนี้เธอจะลงวิชาอะไรบ้าง
- คิดจะลงวิชาวรรณคดีตะวันออกและภาษาศาสตร์ เธอล่ะ
- ฉันลงภาษาศาสตร์กับภาษาจีนโบราณ ส่วนวรรณคดีตะวัน-ออก ฉันคิดจะไว้เรียนเทอมหน้า

๕. คง....(เป็น)แน่ 表示比较肯定的或有把握的估计，有时在 "แน่" 前加 "เป็น" 以加强语气。

ตัวอย่าง
ดูท่าเขาคงรู้แล้ว(เป็น)แน่
เขาคงไม่ยอม(เป็น)แน่

แบบฝึกหัด จงทำประโยคต่อไปนี้ให้เป็นประโยคที่ใช้คำว่า "คง.... (เป็น)แน่"

๑) ป่านนี้ร้านปิดแล้ว
๒) เขาไม่ยอมไป
๓) เขาป่วย
๔) เขานึกว่าเราไม่ไป
๕) ชายหนุ่มคนนั้นไม่ยอมแลก
๖) คราวนี้สอบตก
๗) เขาสอบได้เป็นที่ ๑
๘) ตอนนี้เขาอยู่บ้าน

๙) มีใครยืมไปเสียแล้ว
๑๐) ท้องฟ้าครึ้ม ฝนจะตก

สนทนา
- ทำไมเขายังไม่มาล่ะ
- คงลืมเสียแล้วมั้ง
- เขาไม่ใช่คนขี้หลงขี้ลืมนี่
- อาจติดธุระอื่นก็ได้
- เขาบอกแล้วว่าวันนี้ว่าง ไม่มีธุระอะไร
- งั้นเขาคงป่วยแน่ เพราะเมื่อคืนเห็นเขาบอกว่าไม่ค่อยสบาย

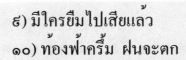

ข้อสังเกต

๑. ขณะเมื่อกระต่ายหลับอยู่นั้น เกิดพายุใหญ่พัดแรงกล้า

๑) ขณะ....นั้น 当……的时候。常用在书面语中。

๒) พัดแรงกล้า กล้า 在此处与 แรง 结合修饰 พัด，是强劲的意思。此外 กล้า 还可用于 แดด 即 แดดกล้า，阳光强烈的意思。

๒. ลูกตาลบนต้นหล่นตูมลงมายังพื้นดินเกือบถูกกระต่าย

๑) หล่น 掉、落的意思。หล่น没有ตก用得广泛，这里是说成熟的果实从树上脱落下来。

๒) ตูม 象声词，常用于重物落水、落地或大炮轰鸣时发出的声音。

๓. ลูกขึ้นได้ก็วิ่งไปอย่างสุดกำลัง

此处的....ได้....ก็.... 表示某个动作刚开始不久就紧接着进行另外一个动作或出现另外的情况。如：

พอนึกขึ้นได้ ก็รีบจดไว้
เพิ่งทำไปได้ไม่กี่ข้อ กระดิ่งก็ดัง
พูดไปได้ไม่นาน ก็รู้สึกคอแห้ง

๔. ชนต้นไม้และ<u>ตก</u>เหวตาย

　　ตก 即物体因失去支撑而下降的现象，如：ฝนตก ของตก เครื่องบินตก，用得比 หล่น 广泛。此外 ตก 还可表示"从……掉落"或"跌落到……"，如：ตกบันได ตกต้นตาล ตกนรก ตกดิน 等。这句话中的 ตกเหวตาย 就是"掉进深谷里死了"的意思。

๕. ส่วน<u>ที่เหลือก็พากันวิ่งหนีต่อไป</u>

๑) ที่เหลือ 是个省略了中心语（此句是省略了 สัตว์）的名词短语，这种省略现象在口语中经常出现。

๒) พากัน 是"相率"、"纷纷"、"一个接一个地"的意思。如：
　　　ผู้แทนพากันเดินเข้าไปในห้องประชุม
　　　พอถึงวันหยุดงาน ผู้คนก็พากันไปเที่ยวตามสวนต่าง ๆ

๖. เหตุไร<u>ท่านทั้งหลาย</u>จึงพากันวิ่งอย่างไม่คิดชีวิตอย่างนี้

　　ท่าน 是第二人称代词（您），也可以是第三人称代词（他或她），表示敬重。ท่านทั้งหลาย 相当于汉语的"诸位"、"各位"。

๗. หยุดบอกให้<u>เรา</u>ทราบประเดี๋ยวก่อน

　　เรา 当第一人称单数的代词用时，除了用于熟识的朋友间外，也用于长辈对晚辈、上级对下级。

๘. เล่า<u>ความ</u>ที่กระต่าย<u>แจ้ง</u>แก่ตนให้ราชสีห์ฟัง

๑) เล่าความ 即 เล่าเรื่อง。

๒) แจ้ง 即告诉、报告、通报的意思，常用在向官员或工作人员报告情况或向上级说明情况时。如：
　　　เมื่อเห็นเหตุการณ์เข้า เขาก็รีบไปแจ้งตำรวจ
　　　ความเห็นของเธอ ฉันจะนำไปแจ้งต่อฝ่ายนำ

บทที่ ๘   กระต่ายตื่นตูม

๙. โง่เขลาเบาปัญญา

โง่เขลาเบาปัญญา = โง่เขลา

这是泰语中的一种组词方式，即将意义相同或近似的两个或数个词按一定的音韵关系组合在一起成为一个新词。这种词富有节奏感，也可使语言更富有色彩。最常见的是四音节的词，其中又以第二及第三音节中的韵母相同为数最多。如：

อาหารการกิน = อาหาร
ดินฟ้าอากาศ = อากาศ
ขยันขันแข็ง = ขยัน
ลำบากยากเข็ญ = ลำบาก
โรคภัยไข้เจ็บ = โรค
เลี้ยวลดคดเคี้ยว(ลดเลี้ยวเคี้ยวคด) = คดเคี้ยว ฯลฯ

๑๐. ตั้งอกตั้งใจ

ตั้งอกตั้งใจ = ตั้งใจ

这是泰语中的另外一种组词方式。这种词多为四音节，其中一、三音节相同；二、四音节或意义相关，或辅音音素相同。这种词同样也很有节奏感，同时在意义上具有强调的色彩。如：

สะอาดสะอ้าน = สะอาด
เอาจริงเอาจัง = เอาจริง
ขี้หลงขี้ลืม = ขี้ลืม
ดีอกดีใจ = ดีใจ
ล้างหน้าล้างตา = ล้างหน้า
ยังหนุ่มยังแน่น = ยังหนุ่ม ฯลฯ

แบบฝึกหัด

๑. จงอ่านตัวบทให้ถูกต้องคล่องแคล่ว

๒. จงตอบคำถามต่อไปนี้
๑) อะไรทำให้กระต่ายที่กำลังนอนหลับอยู่ตกใจตื่นขึ้น
๒) ทำไมกระต่ายจึงวิ่งหนีอย่างสุดกำลัง
๓) เมื่อเห็นกระต่ายวิ่งอย่างเต็มกำลังเช่นนั้น สัตว์อื่น ๆ ถามกระต่ายว่าอย่างไรและกระต่ายตอบว่าอย่างไร
๔) เมื่อได้ฟังกระต่ายบอก สัตว์อื่น ๆ เชื่อหรือเปล่า แล้วสัตว์เหล่านั้นทำอย่างไร
๕) ราชสีห์ในนิทานเรื่องนี้เป็นสัตว์อย่างไร
๖) เมื่อเห็นกระต่ายและสัตว์อื่น ๆ วิ่งมาไม่หยุดหย่อน ราชสีห์ถามว่าอย่างไร
๗) สัตว์อื่น ๆ หยุดบอกหรือเปล่า เพราะอะไร
๘) ราชสีห์ได้ฟังแล้ววิ่งหนีเหมือนสัตว์อื่น ๆ หรือเปล่า มันเข้าใจอย่างไรและทำอย่างไร
๙) สัตว์อื่น ๆ ทำตามที่ราชสีห์สั่งหรือเปล่า
๑๐) เมื่อไปถึงที่เกิดเหตุ ราชสีห์เห็นอะไรและสันนิษฐาน（推断、判断）ว่าอย่างไร
๑๑) สัตว์ทั้งหลายพากันได้รับทุกขเวทนาในครั้งนี้ เพราะอะไร
๑๒) เธอได้ข้อคิดอะไรบ้างจากนิทานเรื่องนี้

๓. จงหัดเล่าเรื่อง "กระต่ายตื่นตูม" ให้ฟัง

๔. จงคัดข้อความในตอนที่ ๑ กับตอนที่ ๒

บทที่ ๔ กระต่ายตื่นตูม

ศัพท์และวลี

กระต่าย	兔子	ตื่น	惊，受惊
ตื่นตูม	大惊小怪，惊慌	นานมาแล้ว	从前，很久以前
ต้นตาล	棕榈树，糖棕	ขณะ....	……时候
เกิด	发生；出生	กล้า	敢；（阳光）强烈；（风）强劲
ลูกตาล	糖棕的果实		
หล่น	掉落		
ตูม	（重物落地声）	สำคัญว่า	以为……
ถล่ม	塌落	ตริตรอง	思索
สุดกำลัง	竭尽全力	เสือ	老虎
กวาง	鹿	แรด	犀牛
เต็มกำลัง	全力	พลาง....	一边……
แข้ง	小腿	ชน	撞
เหว	深谷	พญา	首领，王
ราชสีห์(ราด-ชะ-)	=สิงห์, สิงโต 狮子	ปัญญา	智慧
		ไม่หยุดหย่อน	不停歇
เหตุไร	=เหตุใด 什么原因	ทั้งหลาย	全体，……们
		ท่านทั้งหลาย	诸位，各位
อย่างไม่คิดชีวิต	没命地，拼命地	อำนาจ	威力，权力
		ความ	事情，内容
แจ้ง	报告，通报	ตน	自己
สั่น	发抖	ขัด	违背，违抗
พิเคราะห์	分析，考虑	โคน	树干，树的根部
ผลตาล	=ลูกตาล		
หลงเชื่อ	误信，迷信	วิ่งเตลิด	四散而逃，仓

ทุกขเวทนา(ทุก-ขะ-			皇逃跑
เว-ทะ-นา)	= ทุกข์	โง่	笨，愚蠢
โง่เขลา	= โง่	โง่เขลาเบาปัญญา	= โง่เขลา
แน่	（俚语）行，	ประมาท(ประ-หมาด)	
	棒，了不起		大意，疏忽
หมา	狗	หมาป่า	狼
แกะ	（绵）羊	แมว	猫
สายลับ	特务，密探，	ตำรวจ(ตำ-หรวด)	警察
	间谍	ปลอมตัว	乔装
พวกเดียวกัน	一伙，同伙	สาง	天刚发亮
คัดค้าน	反对	ปลุก	唤醒，叫醒
นาฬิกาปลุก	闹钟	มวน	支（香烟的量
ทั้ง ๆ ที่	尽管		词）
ตั้งอกตั้งใจ	专心致志	ตรงไปตรงมา	直率
สุภาพ	礼貌	เป็นกันเอง	自己人，不要
กล้าหาญ	勇敢		见外
เปิดเผย	公开	เอาจริงเอาจัง	认真
รวดเร็ว	迅速	ประถม	初，初级
โรงเรียนประถม	小学	ประถม ๕	小学五年级
ลูกคนเล็ก	最小的孩子	กุญแจ	钥匙
เน้น	强调	แล้ว	了结，完了
เรื่องที่แล้วไปแล้ว	过去了的事	ให้มันแล้วกันไป	
ลงวิชา....	选……课	เถอะ	让它了结了
เทอมหน้า	下学期		吧，让它过
ขี้ลืม	健忘；忘性		去吧
	大的人	ขี้หลงขี้ลืม	= ขี้ลืม
คอแห้ง	嗓子发干，	บันได	梯子，楼梯，
	口渴		阶梯

บทที่ ๔   กระต่ายตื่นตูม

- นรก   地狱   เหตุการณ์   事件
- ฝ่ายนำ   领导（方面）   ความเห็น   意见，看法
- ลำบากยากเข็ญ   = ลำบาก   เลี้ยวลดคดเคี้ยว = คดเคี้ยว
- สันนิษฐาน   推断，判断

บทอ่านประกอบ

ชื่อเสียงของเพชรเรื่องช่วยทางราชการจับผู้ร้ายได้เลื่องลือไปไกล ใครรู้เรื่องก็ชื่นชมยินดีและอยากรู้จักเพชร จึงมาที่ร้านขายอาหารทุกวันจันทร์ วันพุธและวันศุกร์ ทำให้อาหารขายดียิ่งขึ้น เจ้าของร้านจึงเพิ่มค่าแรงให้เพชรอีกเป็นครั้งละยี่สิบบาท ถึงแม้ว่าใคร ๆ จะพากันนิยมชมชอบเพชร แต่เขาก็ไม่ลืมตัว เคยทำงานขยันขันแข็งอย่างไร ก็ทำอยู่อย่างนั้นตลอดมา

นายอำเภอแจ้งให้ลุงทราบว่า ทางโรงเรียนจะรับเพชรเข้าเรียนปีหน้า แต่จะทดสอบพื้นฐานความรู้ของเพชรดูก่อนว่าควรเรียนอยู่ชั้นใด เพราะได้ทราบว่าเพชรอ่านเขียนและทำเลขได้มากแล้ว เพชรดีใจมาก เขาเร่งวันเร่งคืนให้ถึงปีหน้าเร็ว ๆ

มานะ ปิติ มานี และชูใจ ตลอดจนเพื่อน ๆ ทุกคนดีใจมากที่เพชรได้รับเกียรติจากทางราชการเป็นบำเหน็จความดีของเขา และยิ่งไปกว่านั้น เพชรจะได้เรียนหนังสือที่โรงเรียนเดียวกับพวกเขาด้วย

ตั้งแต่ปิติรู้ข่าวเกี่ยวกับเพชร ทุกเย็นเลิกเรียนแล้ว เขามักจะไปนั่งใต้ต้นพิกุลข้างจอมปลวกในสวนหลังบ้าน ตาเหม่อลอย เฝ้าคิดแต่เรื่องของเพชร เขาลำดับเรื่องราวนับตั้งแต่ลุงของวีระรับเพชรเข้ามาเป็นสมาชิกของครอบครัว วีระช่วยสอนหนังสือให้ เพชรขวนขวายหางานทำจนกระทั่งได้รับการยกย่องว่าเป็นเยาวชนตัวอย่างที่ช่วยเหลือตำรวจจับผู้ร้ายได้ และในที่สุดเขาก็จะได้เข้าโรงเรียน ใคร ๆ พากันนิยมชมชอบเพชร แม้แต่ผู้ใหญ่ก็ชอบอ้างเพชรเป็นตัวอย่างของเยาวชนที่ดี

เรื่องของเพชรมีอิทธิพลเหนือจิตใจของเขามาก ทำให้เขาคิดถึงตัวเองว่าตัวเองก็โตมากแล้ว แต่ยายมักจะตำหนิติเตียนเสมอว่าเป็นคนเกียจคร้าน นอนตื่นสาย การงานถ้าไม่เตือนก็ไม่ทำ ชอบแต่สนุกสนานเฮฮาและตลกคะนองไม่เป็นเรื่อง ไม่

รู้จักช่วยตัวเอง บางครั้งก็เป็นคนพาล ผิดกับคนอื่นที่อยู่ในวัยเดียวกัน พ่อแม่เคยเตือนให้เขาประพฤติตนเป็นคนดี และให้ขยันเอาการเอางาน จะได้เป็นศรีแก่วงศ์วาน

ปีติยิ่งคิดพิจารณาก็ยิ่งเห็นว่า ตนมีข้อบกพร่องอยู่หลายประการ เรียนหนังสือก็ไม่เก่ง และขี้เกียจทำการบ้าน จึงมักถูกครูดุและถูกทำโทษเสมอ ยังไม่มีใครชมเชยว่าเขาทำอะไรดีเลยสักครั้งเดียว เขาตัดสินใจแน่วแน่ว่า จะปรับปรุงตัวเองให้เป็นคนดีตั้งแต่บัดนี้เป็นต้นไป เมื่อคิดได้เช่นนั้น เขารู้สึกปลอดโปร่งใจจึงกลับบ้าน เมื่อมาถึงบ้าน เห็นยายกำลังกวาดหยากไย่ตามเพดานและข้างฝา ปีติรีบช่วยกวาดพื้นอย่างขะมักเขม้น จนยายรู้สึกประหลาดใจ

ตอนสายวันเสาร์ ขณะที่ปีติกำลังล้างคอกหมูอย่างขมีขมันเพื่อชำระสิ่งโสโครกออกให้สะอาด เขาได้ยินเสียงกระดิ่งรถจักรยานดังกริ๊ง ๆ จึงเงยหน้าดูที่ประตูรั้วหน้าบ้าน เขาแทบจะไม่เชื่อสายตาตัวเองที่เห็นวีระจูงจักรยานสีแดงใหม่เอี่ยมมีป้ายทะเบียนรถเรียบร้อย เพชรเดินตามมาด้วย จึงรีบวิ่งไปดู

"โอ้โฮ วีระไปได้รถจักรยานมาจากไหน สวยจัง" ปีติร้องถาม วีระหัวเราะชอบใจ

"ฉันเก็บเงินค่าขนมและเงินที่ลุงให้ รวบรวมไว้ซื้อรถได้" วีระตอบ ปีติเข้าไปลูบคลำรถจักรยานและดีดกระดิ่งเล่นอย่างพอใจ

"ฉันได้ยินเธอพูดตั้งแต่ปีกลายว่า อยากได้จักรยานสักคัน เธอก็ทำสำเร็จตามที่มุ่งหวังไว้ เธอเป็นคนมีความพยายามและตั้งใจจริง ฉันจะเอาอย่างเธอ" ปีติพูดพอดียายถือกระด้งใส่พริกเดินลงบันไดมา วีระกับเพชรก็ทำความเคารพ พอยายรู้เรื่องว่าวีระเก็บหอมรอมริบจนมีเงินซื้อรถจักรยานได้ก็ชมเชยและบอกให้ปีติเอาอย่าง

"ผมคิดอยู่แล้วว่า จะเลี้ยงปลานิลขาย เอากำไรไปฝากธนาคารเพื่อให้ได้ดอกเบี้ย พอมีเงินมาก ๆ ผมจะซื้อลูกม้าสักตัวหนึ่งเลี้ยงให้มันโตจะได้ขี่ไปช่วยพ่อทำนาแทนเจ้าแก่" ปีติพูด ทุกคนพากันหัวเราะ

ยายหันไปชมเพชรว่า กล้าหาญและฉลาดเหมือนพลายชุมพล พวกเด็กสงสัยว่าพลายชุมพลเป็นใคร ยายบอกว่าให้ยายเลือกพริกเน่า ๆ ทิ้งและตากให้เสร็จเสียก่อนแล้วจะมาเล่าให้ฟัง วีระจึงบอกว่า เขาจะขี่จักรยานไปตามมานะมาฟังด้วย ปีติกำชับ

บทที่ ๘ กระต่ายตื่นตูม

ว่าขี่ไปดีๆ เพราะทางขรุขระต้องระวังตะปูจะตำยางรั่ว ส่วนปีติกับเพชรรีบขมีขมัน อาสาช่วยยายเลือกพริกเน่าออกจากกระด้ง ยายสอนให้หยิบที่ขั้วพริก ไม่ให้เด็ดขั้วออกและอย่าเอามือที่จับพริกไปขยี้ตา เพราะจะทำให้แสบตา ถ้าเสร็จแล้ว ให้ล้างมือฟอกสบู่ให้สะอาดด้วย

ระหว่างที่นั่งเลือกพริก ยายพูดว่า "ยายได้ข่าวว่า คนงานที่เฝ้าเวรยามในคืนที่คนร้ายจะเผาที่ทำการไปรษณีย์ออกมาจากโรงพยาบาลและกลายเป็นคนพิการไปเสียแล้ว"

"ทีแรกผมตกตะลึงคิดว่าเขาตายแล้วเสียอีก เพราะเห็นเลือดอาบไปทั้งตัว ดูน่าหวาดเสียว ตำรวจบอกว่าอาการสาหัสมาก เพราะคนร้ายตั้งใจจะสังหารให้ตาย และหมอก็ไม่รับรองว่าจะมีชีวิตรอดหรือไม่" เพชรพูด

"ตอนนั้นเธอไม่กลัวคนร้ายหรือเพชร" ปีติถาม

"กลัวเหมือนกัน แต่วีระเคยบอกฉันว่า คุณพระคุ้มครองคนทำความดีเสมอ และจะบันดาลให้ทำความดีสำเร็จ ฉันจึงไม่กลัว" เพชรตอบ

ปีติ เพชร และยายเลือกพริกออกตากเสร็จ พอดีวีระ มานะ มานี ชูใจ ดวงแก้ว และสมคิดก็มาถึง ทุกคนทำความเคารพยาย มานีบอกอย่างดีใจว่า นกแก้วกลับมาแล้ว มันพาคู่ของมันมาด้วย ทุกคนต่างดีใจกับมานี

"มากันเยอะแยะดีจริง เดี๋ยวกลางวันยายจะผัดหมี่ให้กิน" ยายพูดแล้วก็พาเด็กๆ ไปนั่งใต้ต้นมะเฟืองที่กำลังออกดอกสะพรั่ง แผ่กิ่งก้านสาขาออกไปให้เงาร่มรื่นเย็นสบาย และเป็นจุดศูนย์กลาง สามารถมองเห็นบริเวณบ้านได้ทั่ว

สมคิดพูดว่า "ฉันเดินออกมาเจอะวีระ เลยโชคดีจะได้ฟังยายเล่าเรื่องพลายชุมพล และจะได้กินหมี่ผัดอร่อยของยายด้วย"

"พวกเธอนั่งซ้อนท้ายจักรยานของวีระมาทั้งหมดนี่หรือ" ปีติสงสัย

"นั่งซ้อนท้ายกันไม่ได้ ผิดกฎจราจร เดี๋ยวตำรวจจับ พวกเราพากันเดินมา" วีระตอบ

"อย่ามัวพูดกันอยู่เลย ฉันอยากฟังเรื่องพลายชุมพล" มานีพูด แล้วเข้าไปประจบยายให้รีบเล่าเรื่องพลายชุมพลให้ฟัง ยายจึงเล่าว่า พลายชุมพลเป็นบุตรขุนแผนกับนางแก้วกิริยา ขุนแผนเป็นทหารของพระเจ้าแผ่นดินสมัยกรุงศรีอยุธยา ขณะที่ขุนแผนกำลังจะยกทัพไปรบข้าศึกนั้น นางแก้วกิริยาก็คลอดพลายชุมพลพอดี

63

นางทองประศรีผู้เป็นย่าขอพลายชุมพลมาเลี้ยงไว้ และอยู่กับพี่ชายของพลายชุมพล ชื่อพระไวย พระไวยมีภรรยาสองคนคือนางศรีมาลาและนางสร้อยฟ้า ทั้งสองทะเลาะวิวาทกันเสมอเพราะอิจฉาริษยากัน นางสร้อยฟ้าให้เถรขวาดทำเวทมนตร์คาถาให้สามีรักตนแต่ผู้เดียว พระไวยและนางทองประศรีหลงใหลนางสร้อยฟ้ามาก พลายชุมพลสงสารนางศรีมาลา จะวิงวอนพี่ชายและย่าอย่างไรก็ไม่สำเร็จ เพราะอำนาจเวทมนตร์คาถา ทำให้พี่ชายและย่าเข้าใจผิด พลายชุมพลเห็นว่าตนยังเล็กอยู่ อายุเพียงเจ็ดปี ไม่สามารถช่วยอะไรได้ พลายชุมพลจึงลอบหนีไปบอกขุนแผนที่กาญจนบุรีให้มาช่วย แม้ว่าพลายชุมพลยังเล็ก ก็กล้าหาญและอดทน เขาเดินทางไปคนเดียวในป่าดงดิบเป็นระยะทางไกลและน่ากลัวมากจนถึงบ้านบิดาและมารดาโดยมีกุมารทองไปเป็นเพื่อน

เมื่อบอกบิดามารดาให้หาทางช่วยนางศรีมาลาแล้ว พลายชุมพลก็เดินทางไปหาตาและยายที่สุโขทัย ตาและยายปรึกษาหารือกันแล้วจึงให้พลายชุมพลเรียนหนังสือและเรียนเวทมนตร์คาถาต่าง ๆ จนเก่งกล้าสามารถ พลายชุมพลจึงกลับไปช่วยบิดาทำลายเวทมนตร์ และพิสูจน์ว่านางสร้อยฟ้าเป็นฝ่ายผิด เถรขวาดโกรธแค้นและพยาบาทพลายชุมพลมาก จึงแปลงตัวเป็นจระเข้มาอาละวาดกัดผู้คนแล้วลอยตามน้ำมาเพื่อแก้แค้น เมื่อพบพลายชุมพลก็จะสังหารเสีย พระเจ้าแผ่นดินจึงตรัสสั่งให้พลายชุมพลไปดูเหตุการณ์

พลายชุมพลกลับไปทูลให้พระเจ้าแผ่นดินทรงทราบว่า คนมีเวทมนตร์แปลงเป็นจระเข้มาลองดี เขาขออาสาจับตัวมาถวาย พระเจ้าแผ่นดินทรงอนุญาต พลายชุมพลจึงลงไปปราบจระเข้

ในที่สุดพลายชุมพลก็ปราบจระเข้แปลง และจับมาถวายพระเจ้าแผ่นดินได้ เขาพิสูจน์ให้เห็นว่า เถรขวาดแปลงตัวมา พลายชุมพลได้รับบำเหน็จรางวัลเป็นอันมาก และมีชื่อเสียงโด่งดังเลื่องลือไปทั่ว พวกศัตรูได้ยินชื่อก็ขยาดเกรงกลัว

"ยายว่าเพชรกล้าหาญและฉลาดเหมือนพลายชุมพล รู้ว่าสิ่งใดเกินความสามารถของตัวเอง ก็รู้จักบอกให้ผู้ใหญ่ช่วย และรู้จักพิจารณาว่าสิ่งใดถูกสิ่งใดควรทำ" ยายพูด "ตอนนี้คุณครูก็ชมปิติบ่อย ๆ ว่า เป็นคนกล้าหาญและฉลาด รู้จักคิด" มานีบอก ชูใจพูดเสริมว่า "ปิติเรียนหนังสือดีขึ้นด้วยค่ะ เขาได้คะแนนดีขึ้นกว่าเดิมตั้งเยอะ" ยายหันไปยิ้มกับปิติ แล้วว่า "เขาช่วยยายทำงานโดยไม่ต้องเตือนด้วย ถ้า

เขาดีขึ้นเช่นนี้ ยายก็ดีใจ ยายภูมิใจในตัวเขาที่รู้จักปรับปรุงตนเอง ช่วยตัวเองและช่วยผู้อื่นได้ ยายคิดว่าปีติคงดีขึ้นเรื่อย ๆ ใช่ไหมปีติ"

"ครับยาย" ปีติตอบ "ผมจะเป็นคนดี ปีหน้าผมก็จะขึ้นชั้นป.สี่แล้ว" ทุกคนพากันยิ้มอย่างมีความสุข"

บทที่ ๕
นิทานของนัสรูดิน อาวันธี

๑. ช่วยเขียนให้

มีคนมาหาอาวันธีและขอร้องว่า "เรามีพี่ชายคนหนึ่งอยู่ในกรุง วานช่วยเขียนจดหมายให้สักฉบับเถอะ"

"เราไม่มีเวลาเข้ากรุง" อาวันธีตัดบท

"เราไม่ได้ขอให้เข้ากรุง เพียงแต่ขอให้ช่วยเขียนจดหมายสักฉบับ เพื่อส่งไปให้พี่ชายของเราที่อยู่ในกรุงเท่านั้น"

"เข้าใจ" อาวันธีอธิบาย "แต่ลายมือของเรานอกจากตัวเราแล้ว ไม่มีใครอ่านออก ถ้าเราไม่ไปอ่านให้เขาฟัง ก็ป่วยการเขียน นี่แหละที่เราว่าเราไม่มีเวลาเข้ากรุง"

๒. มีทางแก้ทางเดียว

อาวันธีมีเพื่อนบ้านขี้เล่นอยู่คนหนึ่ง เพื่อนบ้านคนนี้อยากจะล้ออาวันธีเล่น จึงพูดว่า "เมื่อคืนเรากำลังนอนหลับอยู่ มีหนูตัวหนึ่งมุดเข้าไปในท้อง จะทำยังไงดีล่ะ"

"รีบไปจับแมวเป็นๆ กลืนลงไปสักตัว นอกจากนี้ไม่มีทาง" อาวันธีตอบ

๓. ทางบนยอดไม้

วันหนึ่งเด็กซนกลุ่มหนึ่งอยากจะล้ออาวันธีเล่น จึงพูดว่า "อาวันธี บนต้นไม้มีไข่นก วานช่วยขึ้นไปเอาให้หน่อยเถอะ พวกเราขึ้นไม่ได้"

อาวันธีไม่อยากจะขัดใจเด็ก จัดแจงจะขึ้นต้นไม้ แต่เขารู้ดีว่า ถ้าทิ้งรองเท้าไว้กับพื้น เด็กซนพวกนั้นก็จะเอารองเท้าของเขาไปเสีย เขาจึงเอารองเท้าผูกไว้กับสายรัดเอว แล้วก็ขึ้นต้นไม้

เด็กพูดว่า "อาวันธี เราจะช่วยดูรองเท้าให้"

อาวันธีตอบว่า "ไม่ต้องหรอก เรามีธุระ เราจะโยนไข่นกลงมาให้ แล้วเดิน

กลับบ้านทางยอดไม้”

๔. กระเป๋าหิวน้ำ

วันหนึ่ง อาวันธีไปร่วมงานมงคล แขกคนหนึ่งกินอะไรต่ออะไรเข้าไปตั้งเยอะแล้วยังไม่พอ แถมเอายัดใส่กระเป๋าจนเต็มเอี้ยด อาวันธีเห็นเข้าจึงหยิบกาน้ำชาค่อย ๆ ย่องเข้าไปข้างหลัง รินน้ำชาจ้อก ๆ ลงไปในกระเป๋าแขกคนนั้น เมื่อแขกคนนั้นรู้ตัวก็ไม่ยักละอายใจ กลับเอะอะขึ้นว่า

“กระเป๋ากูหนักกระบาลมึงหรือยังไงวะ ถึงมาเสือกกรอกน้ำชาลง”

“เปล่า” อาวันธีพูดหน้าตาเฉย “เราเห็นกระเป๋าของท่านกินขนมเข้าไปตั้งเยอะแยะ กลัวว่ามันจะหิวน้ำ”

รูปประโยคและการใช้คำ

๑. วาน.... 这个句型用在拜托或请求别人代办某事时，往往用于同辈朋友间或者用于长辈对晚辈。**วาน** 本身可充任谓语，也可置于谓语之前。

ตัวอย่าง

งานนี้ต้องทำเอง วานใครไม่ได้
วานช่วยเอานี่ไปให้อาจารย์ด้วยนะ

แบบฝึกหัด จงหัดพูดประโยคต่อไปนี้แล้วแปลเป็นภาษาจีนด้วย

๑) วานช่วยบอกเล็กทราบด้วยนะ
๒) วานใครทำดีล่ะ
๓) วาน(ให้)เขาทำก็แล้วกัน
๔) วาน(ให้)ใครเขาช่วยทำให้ก็ได้นี่
๕) วานช่วยซื้อหนังสือสักเล่ม ๒ เล่มได้ไหม
๖) วานช่วยซื้อยาชนิดนี้มาให้หน่อยด้วยนะ

๗) วานช่วยส่งหนังสือเหล่านี้ไปให้อี้ด้วยนะ

๘) วานช่วยตีตั๋วให้ฉัน ๒ ใบด้วยนะ

สนทนา

- จะไปไหนล่ะ
- ว่าจะเข้าเมืองสักหน่อย
- วานช่วยซื้อเทปให้ฉัน ๒ ตลับด้วยนะ
- ถ้าเธอว่าง เราไปด้วยกันไม่ดีรึ
- ฉันตั้งใจจะไปคืนหนังสือห้องสมุด
- วานใครไปคืนก็แล้วกันนา
- เอา ตกลง

๒. ขอ.... "**ขอ**"是个多义词。

๑) 索取、索要、乞讨的意思。汉语往往用"要"、"求"等来表达。

ตัวอย่าง

(๑) ขอน้ำกินหน่อยได้ไหม

(๒) ขอตั๋วสัก ๒ ใบนะ

(๓) ฉันมักขอความช่วยเหลือจากเขา

(๔) เขาเขียนจดหมายไปขอเงินพ่อ

(๕) ขอสูจิบัตรเขามาดูหน่อยซิ

(๖) ขออะไรหน่อยได้ไหม

๒) 放在动词前表示客气地提出一种要求，以征得对方允许。有"请允许我……"、"让我……"意思，有些情况下汉语无需译出。

ตัวอย่าง

(๑) ขอไปด้วยคนได้ไหม

(๒) ซื้ออะไรมา ขอดูหน่อยได้ไหม

(๓) ขอถามปัญหาอีกข้อนะ

(๔) ขอเสนอความคิดเห็นนิดหน่อยนะ

บทที่ ๕ นิทานของนัสรูดิน อาวันธี

(๕) ขอเพิ่มเติมอะไรสักนิดนะ
(๖) ขอพูดเพียงแค่นี้ก่อน

๓) 放在动词前表示客气地请求对方做某事，可以与 "ให้" 连用成为 "ขอให้...."。在这个意义下，汉语常用 "请"。

ตัวอย่าง

(๑) ขอ(ให้)พูดเสียงดังหน่อย
(๒) ขอ(ให้)อาจารย์อธิบายอีกครั้งหนึ่งครับ
(๓) ขอ(ให้)พูดช้า ๆ หน่อยนะคะ
(๔) ขอ(ให้)ดูทางนี้นะคะ
(๕) ขอ(ให้)ช่วยจัดการเรื่องนี้หน่อยนะครับ
(๖) ขอ(ให้)ช่วยฝากนี่ไปให้อาจารย์ด้วยนะ

๔) 用于表示祝贺之类的话语中，表示郑重。如果是说话者向对方表示某种祝词或敬语（谓语的使动者是说话者自己），汉语可用 "谨"、"谨表"、"向你表示……" 等来表达；如果是表示说话者祝愿对方怎样，一般要与 ให้ 连用（ให้ 后面的句子中，谓语的使动者是对方），成为 "ขอให้...."，汉语可用 "祝你……"、"谨祝……" 等来表示。

ตัวอย่าง

(๑) ขอแสดงความยินดีด้วยนะ
(๒) ขอแสดงความเคารพอย่างสูง
(๓) ขอแสดงความอวยพรด้วย
(๔) ขออวยพรในผลสำเร็จครั้งนี้
(๕) ขอให้คุณเดินทางโดยสวัสดิภาพ
(๖) ขอให้คุณจงประสบแต่ความสุขและความสำเร็จ
(๗) ขออวยพรให้คุณประสบความสำเร็จ
(๘) ขอให้ทุกคนมีความสุขกายสบายใจ

แบบฝึกหัด   จงหัดพูดประโยคตัวอย่างจนคล่องและแปลประโยคตัวอย่างเป็นภาษา
จีน

๓. ....สัก....   在第一册第19课 "อยาก....สัก...." 和 "ว่าจะ....สัก...." 的句型中已经
出现过 **สัก** 的用法，**สัก** 后可接一个数量词组，表示是一个约数，而且多数情况下
是一个较小的约数。表示约数的 **สัก** 短语通常都出现在未来式的句子里。

ตัวอย่าง   ว่าจะไปซื้อเสื้อแบบนี้สักตัว
          จะเอา(เก้าอี้)สักเท่าไหร่ สัก ๑๐ ตัวพอไหม

แบบฝึกหัด ๑   จงใช้คำที่ให้ไว้แต่งประโยคตามตัวอย่าง

๑) สักวันสองวัน   ๒) สักคน
๓) สักหน่อย   ๔) สักประเดี๋ยว
๕) สักนิด   ๖) สักปีสองปี
๗) สักอย่าง   ๘) สัก ๕ นาที
๙) สักเล่ม   ๑๐) สักครั้ง

แบบฝึกหัด ๒   จงช่วยกันรวบรวมประโยค"....สัก...."จากบทเรียนที่เคยเรียนแล้วมา
ให้ดูสัก ๕ ถึง ๑๐ ประโยค

๔. เพียง....เท่านั้น, เพียงแต่....เท่านั้น   "**เพียง**" "仅仅" 的意思。置于谓语之后，
后面再接一个数量短语，表示数量少或时间短。与第二册第11课中学的 "**....ตั้ง....**"
意义正相反。"**เพียง**" 常与 "**เท่านั้น**" 搭配成为 "**เพียง........เท่านั้น**"，也可单独
使用 "**เพียง**" 或 "**เท่านั้น**"。这个句型一般不出现否定句（"**ไม่กี่....**" 除外，"**ไม่
กี่....**" 并没使全句构成否定句）。

ตัวอย่าง ๑   บทเรียนบทนี้มีรูปประโยคใหม่เพียง ๒ รูปเท่านั้น
            (หรือ: ....มีรูปประโยคใหม่เพียง ๒ รูป, ...มีรูป

บทที่ ๕ นิทานของนัสรูดิน อาวันธี

> ประโยคใหม่ ๒ รูปเท่านั้น)
> ยังเหลือเวลาเพียง ๕ นาทีเท่านั้น
> 　(หรือ: ยังเหลือเวลาเพียง ๕ นาที, ยังเหลือเวลา ๕ นาที
> 　เท่านั้น)
> เรา ๔ คนนั่งแท็กซี่คันเดียวกันไป เฉลี่ยแล้วแต่ละคนเสียตังค์
> เพียงไม่กี่ตังค์เท่านั้น คุ้ม
> 　(หรือ: ....เฉลี่ยแล้วแต่ละคนเสียตังค์เพียงไม่กี่ตังค์
> 　คุ้ม, ...เฉลี่ยแล้วแต่ละคนเสียตังค์ไม่กี่ตังค์
> 　เท่านั้น คุ้ม)

แบบฝึกหัด จงเปลี่ยนประโยคต่อไปนี้เป็นประโยคที่ใช้คำว่า "เพียง....เท่านั้น" หรือ "เพียง....", "....เท่านั้น" ตามประโยคตัวอย่าง

> ๑) ฉันยังมีแผ่นซีดีว่างเปล่าอยู่ ๒ แผ่น
> ๒) เขาเรียนภาษาไทยมาปีเดียว แต่ก็พูดได้คล่องพอสมควร
> ๓) พ่ออยู่ปักกิ่งวันเดียว เลยไม่ได้ไปเที่ยวกำแพงเมืองจีน
> ๔) แผนกวิชาของเรามีอาจารย์ ๔ คน
> ๕) เหลือเวลาอีกไม่กี่นาที จะทันหรือ
> ๖) ด.ช.ทองอินทร์อายุ ๑๐ ขวบ แต่พูดอังกฤษคล่องมาก
> ๗) เขาหัดขับรถ ๓-๔ ชั่วโมง ก็พอขับได้
> ๘) รอแป๊บเดียว เขาก็ถึง

若要限制主语或谓语，就要用"เพียงแต่........เท่านั้น"句型，而且其中的"เพียง"要置于被限制的名词或动词之前。 "แต่"在口语中有时可以省略。用于限制主语或谓语可以有否定式，即："ไม่เพียงแต่....เท่านั้น"。"ไม่เพียงแต่....เท่านั้น"后还可以跟随"(หาก ยัง)....ด้วย"，构成另外一个句型"ไม่เพียงแต่....เท่านั้น (หากยัง)....ด้วย"，即："不仅……，而且……"。

ตัวอย่าง ๒
ไม่เพียง(แต่)ฉันเท่านั้น คนอื่นก็รู้ด้วย
บทนี้เพียง(แต่)ให้อ่านเท่านั้น ไม่ต้องแปล
นักศึกษาคนนี้ไม่เพียงแต่เรียนดีเท่านั้น ประพฤติก็ดีด้วย
ไม่เพียงแต่คุณภาพไม่ดีเท่านั้น ราคาก็แพงด้วย

แบบฝึกหัด จงอ่านและแปลประโยคต่อไปนี้เป็นภาษาจีน

๑) เพียงแต่กำลังของฉันคนเดียว งานคงไม่สำเร็จหรอก
๒) เพียงแต่งานชิ้นนี้ฉันก็ชักจะทำไม่ไหวแล้ว อย่าว่าแต่งานอื่นเลย
๓) เพียงแต่หัดในชั้นยังไม่พอ ต้องหัดนอกชั้นด้วย
๔) เพียงแต่เสนอความเห็นนิดหน่อยเท่านั้น เขาก็โกรธ
๕) เพียงดูแวบเดียวเท่านั้น ก็รู้ว่าถูกหรือผิด
๖) ฉันเพียงแต่พลิก ๆ ดูหน่อยเท่านั้น ยังไม่ได้อ่านละเอียด
๗) ไม่เพียงแต่ต้องการความขยันหมั่นเพียรเท่านั้น หากยังต้องการวิธีที่ถูกต้องด้วย
๘) บ้านเกิดของฉันไม่เพียงแต่ผลิตสินค้าย่อย ๆ เท่านั้น (หากยัง)ผลิตผลิตภัณฑ์ชิ้นใหญ่เช่นรถยนต์ด้วย

๕. ไม่ยัก.... （竟）不……。用于表示应该怎样但实际上并没有那样时，带有失望或出乎意料的语气。

ตัวอย่าง
เขาเอาหนังสือฉันไปก็ไม่ยักบอก
ใคร ๆ ก็จด แต่เขาไม่ยักจด
เขาควรจะพยายามให้มากกว่านี้ แต่เขาไม่ยักพยายาม
นึกว่าเขาจะมาบ่ายวันนี้ แต่ก็ไม่ยักมา

บทที่ ๕ นิทานของนัสรูดิน อาวันธี

แบบฝึกหัด จงเปลี่ยนคำว่า "ไม่" ในประโยคข้างล่างให้เป็น "ไม่ยัก...." เพื่อแสดงความผิดหวังหรือไม่ได้ทำในสิ่งที่ควรทำตามตัวอย่าง

๑) อาจารย์สั่งให้เตรียม แต่เขาไม่เตรียม
๒) เราเตือนให้เขาไปหาหมอ แต่เขาไม่ไป
๓) เขาผิดหลายครั้งแล้ว แต่ไม่จำ เลยผิดอีก
๔) เขาน่าจะส่งข่าวมาให้ทราบบ้าง แต่ก็ไม่ส่ง
๕) เราเขียนจดหมายไป ๓ ฉบับแล้ว แต่เขาไม่ตอบ
๖) ไม่รู้ว่าเขาเป็นพี่เธอ
๗) เขาไม่เข้าใจ แต่เขาไม่ถาม
๘) ฉันนึกว่าเขาคงจะพูดเรื่องนี้ แต่เขาไม่พูด
๙) ฉันนึกว่า เขาคงจะโกรธ แต่เขาก็ไม่โกรธ
๑๐) เรื่องสำคัญอย่างนี้ ไม่เห็นเขาบอก
๑๑) ที่นี่น่าจะมีขาย แต่ไม่มี
๑๒) ไม่รู้เลยว่า เขาอายุมากกว่าฉันตั้ง ๓ ปี

สนทนา
- เมื่อคืนชางรออยู่นาน เขี่ยงไม่ยักกลับ
- เมื่อคืนเขี่ยงไปบ้านพี่
- เอ๊ะ ไม่ยักรู้ว่าพี่ของเขี่ยงอยู่ปักกิ่ง
- ก็เพิ่งย้ายมาเมื่อเร็วๆ นี้เอง

ข้อสังเกต

๑. นี่แหละ<u>ที่</u>เราว่าเราไม่มีเวลาเข้ากรุง

这句话中的 "ที่...." 结构是用来说明原因的, 很像汉语中的 "之所以......"。

如:

ที่ฉันไม่ได้มา เพราะมีงานเต็มมือ ไม่ใช่ไม่สนับสนุน

ที่คนอื่นเขาไม่เห็นด้วยนั้น อาจเป็นเพราะเรายังชี้แจงเหตุผลไม่เพียงพอ

๒. เพื่อนบ้านคนนั้นอยากจะ<u>ล้อ</u>อาวันธี<u>เล่น</u>

"ล้อ....เล่น" 是一种连动结构，第二个动词说明第一个动词的目的。这种句子在泰语中是很多的。如：

  เรา<u>ซื้อ</u>น้ำหวาน<u>กิน</u>
  ยาย<u>ทำ</u>ขนม<u>ขาย</u>
  เมขลา<u>โยน</u>แก้วมณี<u>เล่น</u>ตามกลีบเมฆ

๓. นอกจากนี้ไม่มี<u>ทาง</u>

ทาง 原义是道路，此处转义为"办法"或"可能"。如：

  เธอทำอย่างนี้ไม่มีทางจะสำเร็จหรอก
  พอมีทางจะแก้ไขได้บ้างไหม
  จะให้กูยอมแพ้หรือ ไม่มีทางหรอก

๔. พวกเรา<u>ขึ้นไม่ได้</u>

"ขึ้นไม่ได้" 可以有两个意思，一个是"不能上去"，一个是"上不去"，要看语言环境来决定。此处应是"上不去"的意思。

๕. แขกคนหนึ่งกิน<u>อะไรต่ออะไร</u>เข้าไปตั้งเยอะแล้วยังไม่พอ <u>แถม</u>เอายัดใส่กระเป๋าจนเต็มเอี้ยด

๑) "อะไรต่ออะไร"(有时也用อะไรต่อมิอะไร) 是代词，表示众多的事物，但不确指某个事物，后面还可以接一个表示"多"的笼统的数量短语(如หลาย.... มากมาย)。如果用于人，则要用"ใครต่อใคร"。例如：

  แต่ละวันเขาต้องทำอะไรต่ออะไรหลายอย่าง
  เขาเขียนอะไรต่ออะไรมากมายหลายเรื่อง
  เขาเตรียมอะไรต่ออะไรครบทุกอย่าง
  ก่อนจะลงมือทำ เราควรคิดอะไรต่ออะไรให้รอบคอบ

บทที่ ๕ นิทานของนัสรูดิน อาวันธี

ถามใครต่อใครหลายคนแล้ว ไม่ยักมีใครรู้เลยสักคน
เล่าให้ใครต่อใครฟัง

๒) "แถม" 原义是 "加"、"饶" 的意思，常在做买卖时用。如："มีอะไรแถม
ไหม" "ร้านนี้มีของแถมด้วย"。但此句中的 "แถม" 是表示递进的连词，相当于
汉语中的 "而且还……" "外加上……"。 如：

ทางไกลก็ไกล แถม(ทาง)ไม่ดีเสียด้วย จึงไปมาลำบาก
เขาไม่เคยมาเมืองจีน แถมพูดจีนก็ไม่ได้ เลยทำอะไรต่ออะไรไม่สะดวก

๖. อาวันธีเห็นเข้า จึงหยิบกาน้ำชาค่อย ๆ ย่อง<u>เข้าไป</u>ข้างหลัง

这句话中的 "เข้าไป" 表示靠近的趋势。

๗. กระเป๋า<u>กู</u>หนัก<u>กระบาลมึง</u>หรือยังไง<u>วะ</u> ถึงมา<u>เสือก</u>กรอกน้ำชาลงไป

๑) "กู" 和 "มึง" 是一对人称代词。กู 是第一人称，มึง 是第二人称，但是只在很熟悉
的朋友间或者说话人很傲慢时才能用，一般被认为是不礼貌的用语。

๒) "กระบาล" 头，头颅。"หนักกระบาล" 是俚语，意思是 "招惹"。这是个粗鲁用
语，往往在生气时或不满意时用。

๓) "วะ" 是粗鲁的语尾助词。

๔) "เสือก" 乱插手、瞎管闲事、管别人不希望管的事的意思。可以单作谓语用，也
可以在 เสือก 后跟一个具体的动作、行为。如：

ไม่ใช่ธุระของแก แกอย่ามาเสือก
แกเสือกถามอะไรวะ หมั่นไส้

แบบฝึกหัด

๑. จงอ่านตัวบทให้ถูกต้องคล่องแคล่ว

๒. จงแปลตัวบทให้เป็นภาษาจีนโดยพยายามให้บทแปลมีอรรถรสเหมือนต้นฉบับ

๓. จงหัดเล่าเรื่องอาวันธีทั้ง ๔ เรื่อง

ศัพท์และวลี

กรุง	京城	วาน	拜托，求
ตัดบท	打断……话	ขอ	要，讨，要求
ป่วยการ	徒然，白白地	ทาง	办法，方法
เพื่อนบ้าน	邻居	ขี้เล่น	爱开玩笑；爱开玩笑的人
ลอ	戏谑，耍笑，逗弄	หนู	老鼠
มุด	钻	เป็น	活的
กลืน	吞	ขัดใจ	违背……意愿
จัดแจง....	准备……	ผูก	系，捆
สาย	带子	รัด	束，勒紧
เอว	腰	สายรัดเอว	腰带
หิวน้ำ	渴	มงคล	吉祥
งานมงคล	喜事	แขก	客人
แถม	而且还；外加上	ยัด	塞
		ใส่	装，装入
เต็มเอี๊ยด	满满的，鼓鼓的	กา	壶
ย่อง	蹑手蹑脚地走	ค่อย ๆ....	慢慢的……，徐徐的……
ริน	斟	จ๊อก ๆ	流水声
รู้ตัว	察觉	ไม่ยัก....	=ไม่....
ละอายใจ	羞愧	เอะอะ	吵吵嚷嚷
กู	我（俗称）	กระบาล	头，头颅
มึง	你（俗称）	เสือก	乱插手，瞎管闲事
เฉย	冷冷的，无动于衷的	สูจิบัตร	节目单

บทที่ ๕ นิทานของนัสรูดิน อาวันธิ

สวัสดิภาพ	平安	เดินทางโดย-	
จง....	（表示祝愿或	สวัสดิภาพ	一路平安
	命令等句子里	ประสบ	获得（成功）；
	用的副词）		遭遇（困难、
ความสำเร็จ	成功		灾难）
อวยพร	祝贺，祝福	สุขกายสบายใจ	身心愉快
ตังค์	钱（口语）	คุ้ม	划算
แผ่น	片形物	ว่างเปล่า	空空的，空白
พอสมควร	相当		的
ประพฤติ(-พรึด)	行为，品行；	คุณภาพ(คุน-นะ-)	
	举止		质量
อย่าว่าแต่....	别说……	เสนอ	提出
แวบ	一瞥	พลิก	翻
ย่อย ๆ	小小的	ผลิตภัณฑ์(ผะ-	
(งาน)เต็มมือ	（工作）忙	ลิด-ตะ-)	产品
เพียงพอ	够，足够	หมั่นไส้	恶心，可恶，
			讨厌

บทอ่านประกอบ

นิทานอีสปห้าเรื่องเอก

หมาจิ้งจอกกับกา

กาตัวหนึ่ง ขโมยเนื้อชิ้นหนึ่งไปจากบ้านหลังหนึ่งได้แล้ว ก็บินขึ้นไปเกาะบนกิ่งไม้สูงในป่า

หมาจิ้งจอกเจ้าเล่ห์แลเห็นกาคาบเนื้อมาก็อยากได้ จึงออกอุบายพูดกับกาว่า "เพื่อนเอ๋ย วันนี้ดูเพื่อนช่างสะสวยจริง เสียงของเพื่อนคงจะเพราะมาก ทำอย่าง-

ไรฉันจึงจะได้ยินบ้างนะ”

การู้สึกพอใจในคำยกยอนั้นเป็นอันมาก จึงยืดตัวให้สูงขึ้นเพื่อให้แลดูสง่างาม แล้วอ้าปากส่งเสียงร้องดังลั่นว่า “กา กา กา” ทันทีที่กาอ้าปากร้อง เนื้อที่คาบไว้ก็หลุดออกจากปากหล่นลงไปเบื้องล่าง

หมาจิ้งจอกคอยทีอยู่แล้ว จึงกระโดดเข้างับไว้ได้ทันที และวิ่งหนีเข้าป่าไป อุบายที่หมาจิ้งจอกใช้ได้ผลสำเร็จอย่างงดงาม

....

การหลงเชื่อคำยกยอหลอกลวงของผู้อื่นง่าย ๆ โดยไม่คิดให้ดีเสียก่อนนั้น ย่อมทำให้เสียประโยชน์ที่ตนเองควรจะได้

หมาจิ้งจอกกับนกกระสา

วันหนึ่ง หมาจิ้งจอกเชิญนกกระสาไปกินอาหารเย็นที่บ้าน อาหารที่หมาจิ้งจอกจัดมาเลี้ยงล้วนแต่อร่อย แต่ใส่มาในจานตื้น ๆ ทำให้นกกระสา ซึ่งมีจะงอยปากยาวกินอาหารไม่ได้เลย ตรงกันข้าม หมาจิ้งจอกเจ้าของบ้านกินอาหารของตนเกลี้ยงจาน

เมื่อหมาจิ้งจอกกินอิ่มแล้ว นกกระสาก็ลากลับ แม้จะรู้สึกหิวเพราะไม่ได้กินอาหารเลยจนคำเดียว แต่นกกระสาก็คงรักษาท่าทางให้สุภาพเรียบร้อยไว้ มิได้พูดให้หมาจิ้งจอกขุ่นเคืองแต่ประการใด ก่อนจะออกจากบ้านของหมาจิ้งจอก นกกระสาได้เชิญหมาจิ้งจอกไปกินอาหารเย็นที่บ้านของตนเองบ้าง เพื่อเป็นการตอบแทน หมาจิ้งจอกจะกละ ตอบรับคำเชิญนั้นทันที พอถึงวันรุ่งขึ้น หมาจิ้งจอกก็ไปถึงบ้านของนกกระสาตามนัด การเลี้ยงคราวนี้ นกกระสาจัดอาหารใส่มาในขวดที่มีคอยาว นกกระสาจุ่มปากอันยาวลงไปในขวด และกินอาหารจนหมดอย่างเอร็ดอร่อย ส่วนหมาจิ้งจอกมีปากสั้น จะกินอาหารในขวดบ้างก็กินไม่ถึง หมาจิ้งจอกจึงไม่ได้กินสิ่งใดเลยในตอนเย็นวันนั้น

แม้ว่าหมาจิ้งจอกจะโกรธมาก แต่ก็ไม่กล้าทำอะไรแก่นกกระสา เพราะหมาจิ้งจอกยังจำได้ว่า เมื่อครั้งที่เขาเชิญนกกระสาไปกินอาหารที่บ้าน นกกระสาก็กินอะไรไม่ได้ แต่ก็คงสุภาพ มิได้ต่อว่าเขาเลยแม้แต่คำเดียว

....

บทที่ ๕ นิทานของนัสรูดิน อาวันธี

การคิดอุบายเพื่อกลั่นแกล้งผู้อื่นนั้น อย่าคิดว่าผู้อื่นเขาจะไม่รู้ สักวันหนึ่งอาจจะถูกวางอุบายเอาบ้างก็เป็นได้

หนูกับแมว

หนูฝูงหนึ่งถูกแมวรบกวนอยู่เสมอจนเกือบไม่กล้าออกมาหากิน ดังนั้นในวันหนึ่ง หนูฝูงนั้นจึงได้จัดให้มีการประชุมกันเพื่อหาวิธีป้องกันมิให้แมวเข้ามาใกล้ก่อนที่จะรู้ตัวได้

ในระหว่างการประชุม ได้มีหนูออกความเห็นกันไปต่าง ๆ นานา แต่ก็ตกลงกันไม่ได้ว่าจะใช้วิธีใด หนูฝูงนั้นประชุมกันอยู่นานหลายชั่วโมง จนหนูเล็ก ๆ สองตัวทนหิวไม่ไหว แอบหนีไปจากที่ประชุมเพื่อหาอาหารกินให้คลายหิว ทั้งสองวิ่งเข้าไปในครัว ไต่ขาโต๊ะขึ้นไปเพื่อจะกินขนมปังที่วางอยู่บนโต๊ะ

ทั้งสองก้มหน้าก้มตากินจนไม่ทันสังเกตเห็นแมวที่ย่องเข้ามาใกล้อย่างเงียบ ๆ พอได้ทีแมวก็กระโจนขึ้นไปบนโต๊ะ ทำให้หนูทั้งสองต้องเผ่นหนีกันอย่างไม่คิดชีวิต หนูทั้งสองทั้งโกรธทั้งตกใจและผิดหวัง เมื่อกลับไปถึงที่ประชุม หนูตัวหนึ่งจึงได้ออกความเห็นต่อที่ประชุมขึ้นว่า "ถ้าเราเอาลูกพรวนไปผูกคอแมวเสียได้ ก็คงจะช่วยให้พวกเรารู้ตัวก่อนที่แมวจะเข้ามาใกล้จนเกือบถึงตัวอย่างนี้" หนูทั้งหลายได้ยินความคิดนั้นต่างก็พากันเห็นชอบด้วย

ถึงเวลากลางคืน พอแมวนอนหลับสนิท พวกหนูเห็นได้ที ก็พากันออกมาหมายจะเอาลูกพรวนไปผูกคอแมว แต่แล้วหนูแก่ตัวหนึ่งก็พูดขึ้นว่า "เอาละ คราวนี้เราจะได้ใครอาสาเอาลูกพรวนไปผูกคอแมวกันเล่า"

หนูทั้งหมดพากันนิ่งเงียบ ต่างมองไปที่แมวซึ่งกำลังนอนหลับอยู่ แต่ก็ไม่มีใครเอ่ยปากอาสาเอาลูกพรวนไปผูกคอแมวแม้แต่สักตัวเดียว

....
ความคิดที่ดีวิเศษแต่ทำไม่ได้ ย่อมไร้ประโยชน์โดยสิ้นเชิง

มดง่ามกับนกพิราบ

มดง่ามตัวหนึ่งเห็นนายพรานยกปืนขึ้นส่องจ้องจะยิงนกพิราบ มดง่ามไม่อยากให้นกพิราบต้องถูกลูกปืนของนายพราน จึงไต่ขึ้นไปตามขาของนายพราน แล้วคอย

ที่อยู่

พอนายพรานจะเหนี่ยวไกปืน มดง่ามก็กัดเข้าที่หัวเข่าของนายพรานอย่างแรง นายพรานสะดุ้งทิ้งปืนลงทันที ทำให้ลูกปืนพลาดไปไม่ถูกนกพิราบ และนกพิราบก็เลยบินหนีไป นายพรานโกรธมากที่เขาต้องกลับบ้านมือเปล่าในวันนั้น หลังจากนั้นอีกไม่นาน ในตอนกลางวันวันหนึ่ง อากาศร้อนจัด มดง่ามรู้สึกกระหายน้ำ จึงเดินไปที่บ่อน้ำ ก้มลงจะดื่มน้ำให้หายอยาก บังเอิญพลัดตกลงไปในบ่อ

มดง่ามตะเกียกตะกายพยุงตัวไว้เพื่อไม่ให้จมน้ำตาย พยายามตะโกนขอความช่วยเหลือ "ช่วยด้วย ช่วยด้วย"

นกพิราบซึ่งเกาะอยู่บนกิ่งไม้ได้ยินเสียงเข้าก็จำได้ จึงบินโฉบลงมาจากกิ่งไม้ปากคาบเอาใบไม้มาด้วย พอถึงบ่อน้ำก็ทิ้งใบไม้ให้ตกลงใกล้ตัวของมดง่ามทันที มดง่ามรีบปีนขึ้นมาบนใบไม้รอดตาย

นกพิราบรู้สึกดีใจมาก ที่ได้มีโอกาสตอบแทนบุญคุณของมดง่าม ซึ่งครั้งหนึ่งเคยช่วยรอดชีวิต

....

การรู้จักตอบแทนคุณต่อผู้ที่เคยมีบุญคุณแก่ตนเป็นสิ่งที่ทุกคนควรกระทำ

คนเดินทางกับหมีใหญ่

ชายสองคนเดินทางไปในป่าใหญ่ด้วยกัน พบหมีเข้าตัวหนึ่ง ทั้งสองตกใจกลัวเต็มที ต่างรีบวิ่งหนีเอาตัวรอด คนหนึ่งปีนขึ้นต้นไม้สูงเกาะกิ่งไม้ไว้แน่น ส่วนอีกคนหนึ่งวิ่งตามไป อารามรีบร้อนจึงลื่นไถลล้มลงนอนอยู่กับพื้น

หมีใหญ่เดินเข้ามาใกล้จนถึงตัวชายซึ่งนอนเหยียดยาวอยู่ ชายนั้นเห็นจวนตัวจะหนีก็หนีไม่พ้น จึงแกล้งนอนนิ่ง ทำท่าเหมือนตายแล้วด้วยคิดว่าเป็นทางเดียวที่จะรอด เพราะเขาเคยได้ยินมาว่า หมีจะไม่แตะต้องสิ่งที่ตายแล้วเลย

หมีใหญ่ก้มลงดมที่ใบหน้าของชายผู้ซึ่งนอนอยู่บนพื้นดิน ดมๆ อยู่ครู่ใหญ่ก็เดินจากไป

ชายผู้ที่อยู่บนต้นไม้มองเห็นการกระทำนี้โดยตลอด เมื่อหมีใหญ่เดินลับไปแล้ว เขาจึงได้ลงมาจากต้นไม้ แล้วเอ่ยปากถามเพื่อนว่า "เมื่อสักครู่นี้หมีพูดอะไรให้

บทที่ ๕ นิทานของนัสรูดิน อาวันธี

ฟังบ้าง"

ชายที่นอนอยู่บนดินตอบทันที "หมีบอกกับฉันว่า ถ้ามีเพื่อนที่หนีเอาตัวรอดไปแต่ลำพังเมื่อเกิดอันตรายเช่นนี้ละก็ ต่อไปให้เลือกคบคนอื่นจะดีกว่า"

ชายผู้ที่หนีขึ้นต้นไม้นิ่งเงียบ เพราะรู้สึกตัวว่าทำผิด จากนั้นทั้งสองก็ออกเดินทางต่อ ต่างเพิ่มความระมัดระวังให้มากยิ่งขึ้นกว่าเดิม จนพากันออกนอกเขตป่าไป

....

ผู้ที่ทิ้งเพื่อนหนีเอาตัวรอดไปแต่เพียงคนเดียวเมื่อมีภัย ย่อมถูกติเตียนในภายหลัง

บทที่ ๖ ลิงเก็บหัวใจไว้บนต้นไม้

นานมาแล้ว มีลิงตัวหนึ่งอาศัยอยู่บนต้นไม้ริมฝั่งทะเลลึก ปลาฉลามตัวหนึ่งอาศัยอยู่ใต้ก้นทะเลนั้น สัตว์ทั้งสองคบกันเป็นเพื่อน ปลาฉลามจะมาลอยคออยู่ใต้ต้นไม้ซึ่งลิงอาศัยอยู่ทุกวัน และลิงก็จะเด็ดผลไม้โยนลงมาให้กิน

อยู่มาวันหนึ่ง ปลาฉลามพูดกับลิงว่า "เพื่อนเอ๋ย แกดีต่อกันเหลือเกิน เชิญไปเที่ยวบ้านกันเถอะ จะได้ตอบแทนบุญคุณแกบ้าง"

ลิงตอบว่า "ขอบใจเพื่อน กันไปไม่ได้หรอก กันว่ายน้ำไม่เป็น"

"ไม่เป็นไรหรอก นั่งไปบนหลังกันก็แล้วกัน กันจะไม่ให้แกเปียกน้ำเลยแม้แต่นิดเดียว" ปลาฉลามคะยั้นคะยอ

ขณะเมื่อปลาฉลามพาลิงไปถึงกลางทะเล มันพูดขึ้นว่า "เพื่อนเอ๋ย กันจะบอกความจริงให้ฟัง"

ลิงถามด้วยความฉงนใจว่า "ความจริงอะไรล่ะ"

"เรื่องมันเป็นอย่างงี้" ปลาฉลามเล่าให้ลิงฟัง "หัวหน้าของเราป่วยเป็นอัมพาต หมอบอกว่าต้องรักษาด้วยหัวใจลิงจึงจะหาย กันจึงต้องลวงแกมา"

"เสียใจเหลือเกิน ทำไมแกไม่บอกเสียแต่แรกล่ะ" ลิงพูดเสียงละห้อย

"ทำไมล่ะ" ปลาฉลามถามด้วยความแปลกใจ

"ก็กันไม่ได้เอาหัวใจมานี่นา" ลิงตอบ

ปลาฉลามพูดอย่างผิดหวังว่า "แล้วกัน ไม่ยักรู้ว่าหัวใจแกไม่อยู่กะตัว"

ลิงชี้แจงให้ฟังว่า "ตามปกติ พวกเราออกจากบ้าน ไม่ชอบเอาหัวใจติดไปหรอก เพราะรำคาญ"

ปลาฉลามจึงพูดว่า "งั้นเรากลับกันเถอะ ไปเอาหัวใจของแกก่อน แล้วค่อยมาใหม่"

ลิงแสร้งทำเป็นไม่เห็นด้วย อ้างว่า ไหน ๆ ก็มาตั้งครึ่งทางแล้ว ไปให้ถึงบ้านปลาฉลามเสียก่อนเถอะ แต่ปลาฉลามไม่ยอม พยายามอ้อนวอนอยู่นาน ในที่สุด ลิง

จึงแสร้งทำเป็นเห็นด้วยอย่างเสียไม่ได้

ปลาฉลามพาลิงกลับมายังริมฝั่ง พอขึ้นฝั่งได้ ลิงก็ปีนขึ้นไปบนต้นไม้นั่งเด็ดผลไม้กินอย่างเอร็ดอร่อย ไม่นำพาต่อปลาฉลาม ซึ่งชะเง้อคอรออยู่เบื้องล่าง ปลาฉลามอดอยู่ไม่ได้ จึงร้องเตือนว่า "ทำไมมัวโอ้เอ้อยู่อย่างนี้ล่ะ รีบไปกันเถอะน่า"

ลิงจึงตะเพิดเอาว่า "แกไปให้พ้น แกมันไอ้สัตว์ใจคด แกลวงข้าได้ครั้งเดียวเท่านั้นแหละ ลวงข้าไม่ได้อีกแล้ว แกกะข้าหมดกันแค่นี้"

รูปประโยคและการใช้คำ

๑. ....เป็น.... **"เป็น"** 可以与前面其他动词搭配使用，相当于汉语中的"成"、"成为"。

ตัวอย่าง ๑

เราเลือกเขาเป็นหัวหน้าชั้น
น้ำจับตัวเป็นน้ำแข็ง
น้องฉันสมัครเข้าเป็นทหารเมื่อปีกลาย
ใช้ต้นกล้วยทำเป็นแพ
ใช้ใบตองเย็บเป็นกระทง

แบบฝึกหัด จงใช้คำที่ให้ไว้แต่งประโยคตามตัวอย่าง

๑) เราเลือกเขา, ผู้แทน
๒) เราถือเขา, ตัวอย่าง
๓) เขาไป, แขก
๔) ฉันจะไป, เพื่อน
๕) เราถือเขา, พี่
๖) เราใช้โต๊ะเขียนหนังสือ, โต๊ะเล่นปิงปอง
๗) เขาใช้ห้องอาหาร, ห้องประชุม

๘) ฉันแปลภาษจีน, ภาษาไทย
๙) อาจารย์ให้แปลภาษาไทย, ภาษาจีน
๑๐) เธอเล่านิทานเรื่องนี้, ภาษาไทยได้ไหม

ตัวอย่าง ๒

คนมากไป ต้องเข้าไปเป็นกรุ๊ป กรุ๊ปละ ๕ คน ๖ คน
กรุณาช่วยเอาหนังสือเหล่านี้ไปแบ่งเป็นส่วน ๆ

แบบฝึกหัด จงใช้คำที่ให้ไว้แต่งประโยคตามตัวอย่าง

๑) ตัดเป็นชิ้น ๆ
๒) แบ่งเป็นกลุ่ม ๆ
๓) อ่านเป็นคำ ๆ
๔) กินเป็นคำ ๆ
๕) เจ็บเป็นพัก ๆ
๖) เจาะเป็นรู ๆ
๗) ตัดเป็นท่อน ๆ
๘) นั่งเป็นแถว ๆ

สนทนา

- เราจะอภิปรายด้วยกันทั้งห้องหรือจะแบ่งเป็นกลุ่ม
- แบ่งเป็นกลุ่มดีกว่า จะได้อภิปรายให้ละเอียดหน่อย
- ก็ดีเหมือนกัน

๒. ....ก็แล้วกัน **ก็แล้วกัน** 置于句尾是语气词，表示归结或决定。也可只用**แล้วกัน**。

ตัวอย่าง

บ่ายนี้ว่าง เราซ้อมบ่ายนี้ก็แล้วกัน
ฉันเลือดกรุ๊ปโอ ถ่ายเลือดของฉันก็แล้วกัน
ถ้าเธอรู้สึกว่าทำยังงั้นไม่เหมาะ เอายังงี้แล้วกัน ....

แบบฝึกหัด จงหัดพูดประโยคต่อไปนี้ และแปลเป็นภาษาจีนด้วย

๑) เอาอย่างนี้ก็แล้วกัน จิ๋งนั่งรถไปก่อน เราขี่จักรยานตามไปทีหลัง

๒) ดึกแล้ว พรุ่งนี้ค่อยทำต่อก็แล้วกัน

๓) (มีตั๋วใบเดียวเท่านั้น) เขี่ยงไปคนเดียวก็แล้วกัน

๔) ไม่ต้องหา(เสื้อ)ละ ใส่เสื้อฉันไปก็แล้วกัน

๕) เราแสดงอะไรดีล่ะ - ร้องเพลงไทยก็แล้วกัน

๖) ไปเที่ยวที่ไหนดีล่ะ - ไปเล่นเรือที่สวนอี๋เหอหยวนก็แล้วกัน

๗) ถ้าเล็กชอบ เล็กเอาไปใช้ก็แล้วกัน ลี่ยังมี

๘) ฉันจำทางได้ ให้ฉันไปก็แล้วกัน

สนทนา (ที่สถานีรถไฟ)

- คุณแม่ของเล็กมารถขบวนนี้ใช่ไหม
- ใช่ แต่แม่ไม่ได้บอกเบอร์ตู้รถ จะทำไงดีล่ะ
- เล็กไปคอยดูแถวท้ายขบวน จิ๋งไปคอยดูแถวหัวขบวน เป็นไง
- ถ้าบังเอิญแม่อยู่กลางขบวนล่ะ
- เออจริง เอ๊ะ ท่านมาตู้นอนไม่ใช่หรือ
- อืม
- งั้นเราไปรอแถว ๆ ตู้นอนก็แล้วกัน คงไม่พลาดแน่.

๓. ไหน ๆ ก็.... **ไหน ๆ ก็....** 是连词，连接两个句子，第一句是提出已成为现实的、不可改变的情况，第二句是指明应该如何做或者因而要如何做。汉语可以译为“既然……就……”或“反正……就……”。

ตัวอย่าง ไหน ๆ ก็เรียนแล้ว ควรเรียนให้จบ (ไหน ๆ เรียนแล้ว ก็ควรเรียนให้จบ)

ไหน ๆ หมาป่าตัวนั้นก็กินองุ่นนั้นไม่ได้แล้ว เลยด่าว่าองุ่นนั้นเปรี้ยว
(ไหน ๆ หมาป่าตัวนั้นกินองุ่นไม่ได้แล้ว ก็เลยด่าว่าองุ่นนั้นเปรี้ยว)

แบบฝึกหัด จงทำประโยคต่อไปนี้ให้เป็นประโยคที่มีคำเชื่อม"ไหน ๆ ก็.... "หรือ "ไหน ๆ.... ก็...."ตามตัวอย่าง

๑) มาได้ครึ่งทางแล้ว, ควรไปให้ถึง(ที่หมาย)
๒) ช่วยแล้ว, ควรช่วยให้ถึงที่สุด
๓) รอมาเกือบครึ่งชั่วโมงแล้ว, รอต่อไปอีกหน่อยเถอะ
๔) ทำมาจนเกือบจะเสร็จอยู่แล้ว, ทำเสียให้เสร็จเถอะ
๕) ซื้อมาแล้ว, ควรใช้ให้เป็นประโยชน์
๖) รับหน้าที่ไว้แล้ว, ควรปฏิบัติ(หน้าที่)ให้ดี
๗) เลยเวลาแล้ว, นั่งต่อไปอีกประเดี๋ยวน่า
๘) พูดแล้ว, อยากจะพูดให้ชัดแจ้ง
๙) กินแล้ว, เลยกินให้อิ่มเสียเลย
๑๐) เล่าแล้ว, จะเล่าให้ละเอียดถี่ถ้วน

สนทนา

- อี๊ลงวิชาอะไร
- วิชาเศรษฐศาสตร์
- วิชานี้คงสนุกนะ
- สนุกน่ะสนุกหรอก แต่ต้องใช้เวลามาก เลยอยากเปลี่ยนเป็นวิชาอื่น
- อย่าเลย ไหน ๆ ก็ลงแล้ว เป็นวิชาที่จำเป็นต้องเรียนเสียด้วย ควรเรียนให้ถึงที่สุด

ข้อสังเกต

๑. ลิงตัวหนึ่งอาศัยอยู่บนต้นไม้ริมฝั่งทะเลลึก ปลาฉลามตัวหนึ่งอาศัย อยู่ใต้ก้นทะเลนั้น

๑) "อาศัย" 与 "อยู่" 同义，但"อาศัย"侧重说明"以……为住处"、"依靠……生活"。如：

มนุษย์สมัยดึกดำบรรพ์ส่วนใหญ่อาศัยอยู่ในถ้ำ
พี่น้องกำพร้าคู่นี้อาศัยอยู่กับคุณน้ามาตั้งแต่เล็ก

๒) "ก้น" 原义是臀部，引伸义可以指池、潭、海等的底部，如：ก้นสระ ก้นบ่อ ก้นทะเล；或者指器皿的底部，如：ก้นกระทะ ก้นหม้อ ก้นกระป๋อง；也可指某些物品的剩余部分，如：ก้นบุหรี่ ก้นเทียน 等。

๒. เพื่อนเอ๋ย แกดีต่อกันเหลือเกิน

๑) "เอ๋ย" 叹词，用在名词或代名词之后表示亲昵或宠爱。常用在平辈之间或者长辈对晚辈。如：

พยายามเรียนให้ดีนะหลานเอ๋ย โตขึ้นจะได้ใช้ความรู้ให้
เป็นประโยชน์แก่ชาติบ้านเมือง
อย่าเศร้าโศกไปเลย เพื่อนเอ๋ย

๒) "กัน" 是第一人称代词，用于很熟悉的朋友之间或用于长辈对晚辈。

๓. แล้วกัน ไม่ยักรู้ว่าหัวใจแกไม่อยู่กะตัว

๑) 此处的"แล้วกัน"不同于句型中学的"แล้วกัน"（"ก็แล้วกัน"）。单独使用的"แล้วกัน"是叹词，表示遗憾、不满或无可奈何等的感情色彩，很像汉语中的"得"、"完了"等。如：

แล้วกัน ถ้วยชามแตกไปหมด
แล้วกัน เครื่องใช้ไม้สอยเขาเอาไปหมด ทีนี้จะทำไงดี

๒) "กะ" 即กับ。

๔. ทำไมแกไม่บอก<u>เสีย</u>แต่แรกล่ะ
　　ไปให้ถึงบ้านปลาฉลาม<u>เสีย</u>ก่อนเถอะ

　　　这两句中的"เสีย"都是趋向动词，含有使某个动作实现、使某个动作完成的意思。

๕. ลิง<u>แสร้ง ทำเป็น</u>ไม่เห็นด้วย

　　　"แสร้ง"故意，"ทำเป็น"装成、装作。这两个词常连在一起用，即"แสร้งทำเป็น...."。

๖. .....ไม่นำพาต่อปลาฉลามซึ่งชะเง้อคอรออยู่<u>เบื้อง</u>ล่าง

　　　"เบื้อง"与"ข้าง, ด้าน"同义，常跟"บน、ล่าง、ซ้าย、ขวา、หน้า、หลัง、ต้น、ปลาย"等组成方位词。但"เบื้อง"不能跟"ใน、นอก"搭配，且常用于书面语。

๗. ทำไม<u>มัว</u>โอ้เอ้อยู่อย่างนั้น

　　มัว 副词，常用在动词之前，表示专心致志地做某事，没有顾及其他。如：
　　　　เขามัวแต่พูดของเขา ไม่ได้สนใจว่าผู้ฟังรู้สึกอย่างไร
　　　　เขามัวแต่ทำแบบฝึกหัด จนคนอื่นเขาทำอะไรเขาไม่รู้ทั้งนั้น

๘. ทำไมมัวโอ้เอ้อยู่อย่างนี้ล่ะ รีบไปกันเถอะ<u>น่า</u>

　　　"น่า"是语气助词นะ的变音。น่า在这句话里是表示请求的语气。其他例子如：

　　　　เดินเร็วหน่อยเถอะน่า เดียวไม่ทันอีก
　　　　อย่าพูดอย่างนี้สิน่า เดี๋ยวเขาจะเสียใจ

๙. แกกะข้า<u>หมดกันแค่นี้</u>

　　　"หมด"结束、完结。
　　　"แค่นี้" 此处是"就此"、"仅此"的意思，其他例子如：

วันนี้เรียนแค่นี้
ฉันมีหนังสือแค่นี้

"หมดกันแค่นี้" 指（两者的友谊）就此完结。

แบบฝึกหัด

๑. จงอ่านตัวบทให้ถูกต้องคล่องแคล่ว

๒. จงตอบคำถามต่อไปนี้

๑) ปลาฉลามอาศัยอยู่ที่ไหน

๒) ลิงอาศัยอยู่ที่ไหน

๓) ลิงกับปลาฉลามเป็นอะไรกัน

๔) ปลาฉลามชวนลิงไปไหน มันพูดกับลิงว่าอย่างไร

๕) ลิงไปหรือเปล่า และไปอย่างไร

๖) ปลาฉลามชวนลิงไปบ้านปลาฉลามเพื่ออะไร มันบอกความจริงเมื่อไหร่ และบอกว่าอย่างไร

๗) เมื่อลิงได้ฟังดังนั้นแล้ว ลิงตกใจกลัวและขอชีวิตต่อปลาฉลามหรือเปล่า

๘) ลิงพูดกับปลาฉลามว่าอย่างไร

๙) เมื่อปลาฉลามชวนลิงกลับไปเอาหัวใจ ลิงว่าอย่างไร เพราะเหตุใดจึงพูดอย่างนั้น

๑๐) เมื่อลิงขึ้นฝั่งแล้ว ลิงทำอย่างไรบ้าง

๑๑) เมื่อปลาฉลามเตือนลิงให้รีบไปกัน ลิงพูดกับปลาฉลามว่ายังไง

๑๒) เธอรู้สึกว่านิทานเรื่องนี้มีคติสอนใจอย่างไรบ้าง

๓. จงเล่าเรื่อง"ลิงเก็บหัวใจไว้บนต้นไม้"ให้เพื่อนฟัง

๔. จงเปรียบเทียบประโยคต่อไปนี้ดูว่า ความหมายแตกต่างกันอย่างไร แล้วหัดพูดให้ถูกต้องตามอรรถรส

๑) - ทำอย่างนี้เถอะ　　　　๒) - ให้เขาไปเถอะ

	- ทำอย่างนี้สิ		- ให้เขาไปสิ
	- ทำอย่างนี้นะ		- ให้เขาไปนะ
	- ทำอย่างนี้น่า		- ให้เขาไปน่า
	- ทำอย่างนี้ก็แล้วกัน		- ให้เขาไปก็แล้วกัน
๓)	- ร้องเพลงนี้เถอะ	๔)	- สวมเสื้อฉันไปเถอะ
	- ร้องเพลงนี้สิ		- สวมเสื้อฉันไปสิ
	- ร้องเพลงนี้นะ		- สวมเสื้อฉันไปนะ
	- ร้องเพลงนี้น่า		- สวมเสื้อฉันไปน่า
	- ร้องเพลงนี้ก็แล้วกัน		- สวมเสื้อฉันไปก็แล้วกัน

๕. จงจดจำวลีที่ใช้บ่อยต่อไปนี้ให้ได้

นานมาแล้ว	อยู่มาวันหนึ่ง
คบเป็นเพื่อน	ถามด้วยความฉงนใจ
บอกเสียแต่แรก	พูดอย่างผิดหวัง
ถามด้วยความแปลกใจ	แสร้งทำเป็น....
....อยู่เป็นนาน	อย่างเสียไม่ได้
อย่างเอร็ดอร่อย	อดอยู่ไม่ได้

๖. จงสนใจต่อการใช้บุรุษสรรพนามในบทนี้ให้ดี

๗. จงคัดตั้งแต่ "ลิงแสร้งทำเป็นไม่เห็นด้วย...." จนจบ

ศัพท์และวลี

ลิง	猴子	หัวใจ	心脏
อาศัย	居住	ลึก	深
ปลาฉลาม	鲨鱼	ก้น	底

คบ	结交	เด็ด	摘，采摘
เอ๋ย	语气词，用在	กัน	我（在熟识的
	呼语之后，表		朋友前自称）
	示亲密、爱怜	ตอบแทน	报答
บุญคุณ	恩德，恩惠	หลัง	后背
แม้แต่....	甚至连……	นิดเดียว	一点儿
คะยั้นคะยอ	央求	ฉงนใจ	疑惑
อัมพาต(อำ-มะ-)	瘫痪	ลวง	骗
ละห้อย	悲切的	ผิดหวัง	失望
แล้วกัน	得（表示遗	กะ	=กับ
	憾或无可奈	รำคาญ	讨厌，厌烦
	何）	แสร้ง	故意
ทำเป็น	装作	อ้าง	借口，找托词
ไหน ๆ ก็....	既然，反正	อ้อนวอน	恳求
อย่างเสียไม่ได้	无可奈何地，	ยัง	=ถึง
	迫不得已地	ปีน	爬，攀登
เอร็ดอร่อย	津津有味	นำพา	理会，理睬
ชะเง้อ	伸着（脖子）	เบื้อง	（上、下、左、
เบื้องล่าง	下面		右）面
อด	忍	มัว....	埋头，沉湎
โอ้เอ้	磨蹭		于……
ตะเพิด	大声驱赶	ไปให้พ้น	滚开
คด	弯曲；奸诈	ใจคด	心肠坏，心术
ข้า	我（长辈对晚		不正
	辈用）	ถือ....เป็น....	以……为……，
ไปเป็นเพื่อน	作伴		把……看作……
กรุ๊ป	组	ตัด	切
ชิ้น	块，片	แบ่ง	分

กลุ่ม	组，群	คำ	个；句；口
พัก	一阵（动量词）		（量词）
เจาะ	钻	รู	小洞，眼儿
ท่อน	段，截儿	เลือด	血
ถ่ายเลือด	输血	จำทางได้	认得路
คอย	等待，等候	ท้าย	后面的，末尾
องุ่น	葡萄		的
ด่า	骂	หน้าที่	任务，职责
ชัดแจ้ง	清楚	ถี่ถ้วน	周密
ดึกดำบรรพ์	远古，原始	ถ้ำ	山洞
กำพร้า	失去父母的	บ่อ	井
หม้อ	锅	บ้านเมือง	国家
เศร้าโศก	悲伤	ถ้วยชาม	碗、碟、杯子
เครื่องใช้ไม้สอย	各种用具		等器皿

บทอ่านประกอบ

๑. เจ้าหญิงนิทรา

นานมาแล้ว ยังมีพระราชาและพระราชินีครองเมืองอยู่เมืองหนึ่ง ทั้งสองพระองค์ทรงอยากมีรัชทายาทมาก ต่อมาวันหนึ่งพระราชินีก็ประสูติเจ้าหญิงน้อย ๆ พระราชาดีพระทัยมาก พระองค์ได้จัดงานฉลองใหญ่โต มีประชาชนตลอดจนนางฟ้าทุกองค์ในอาณาจักรของพระองค์มาในงานนี้ เมื่องานสิ้นสุดลง นางฟ้าทุกองค์ต่างก็ได้ให้พรแก่เจ้าหญิงองค์น้อย "ขอให้เจ้าหญิงน้อยเป็นเจ้าหญิงที่งามที่สุด" "เจ้าหญิงน้อยจงเป็นเจ้าหญิงแห่งความดีและความบริสุทธิ์ทั้งปวง" "ขอให้เจ้าหญิงน้อยร่ำรวยที่สุดในแผ่นดิน" เจ้าหญิงน้อย ๆ ทรงได้รับพรอันประเสริฐสุดจากนางฟ้า และจะเติบโตขึ้นเป็นเจ้าหญิงที่เพียบพร้อมทั้งความงามและความดีทั้งปวง

ไม่มีใครนึกถึงนางฟ้าที่โหดร้ายอีกองค์หนึ่งเลย นางไม่ได้รับเชิญมาในงาน

เลี้ยงอันมีเกียรตินี้ นางจึงเข้ามาสาปแช่งเจ้าหญิงน้อยด้วยความโกรธแค้น "ฮิ....ฮิ.... จำไว้นะ เจ้าหญิงน้อย เมื่อเจ้าอายุได้ ๑๕ ปี เจ้าจะต้องถูกเข็มปั่นด้ายตำนิ้วมือ แล้วเจ้าจะต้องตายทันที ฮิ....ฮิ.... ข้าไปละ" ท่ามกลางความตกตะลึงของทุกคนนั่นเอง ยังมีนางฟ้าอีกองค์หนึ่ง ซึ่งยังไม่ได้อวยพรให้เจ้าหญิง เธอได้เข้ามาให้พรแก้คำสาปของนางฟ้าโหดร้ายองค์นั้น "เจ้าหญิงน้อยจะไม่ตาย เพียงแต่เธอจะนอนหลับไปเป็นเวลา ๑๐๐ ปี แล้วเธอก็จะตื่นขึ้น"

"นางฟ้าผู้มีเมตตา ขอท่านได้โปรดช่วยคุ้มครองดูแลลูกหญิงของเราให้พ้นจากคำสาปอันน่ากลัวของนางฟ้าใจร้ายด้วยเถิด" พระราชินีขอร้องต่อนางฟ้าด้วยความหวัง "หม่อมฉันมิอาจลบล้างคำสาปนั้นได้ เพียงแต่ลดความร้ายกาจลงได้เท่านั้นเพคะ" นางฟ้าองค์สุดท้ายกล่าวตอบ

ตั้งแต่วันนั้นเป็นต้นมา พระราชาได้มีคำสั่งให้เผาและทำลายเครื่องปั่นด้ายทั้งหมดในเมือง เพื่อเป็นการป้องกันเจ้าหญิงน้อยให้พ้นจากคำสาปแช่งของนางฟ้าที่โหดร้ายนั้น แต่คำสาปก็คือคำสาปที่หลีกเลี่ยงไม่พ้นอยู่นั่นเอง วันหนึ่ง เมื่อเจ้าหญิงน้อยมีอายุได้ ๑๕ ปี เหตุการณ์ที่โหดร้ายก็เกิดขึ้น พระราชาและพระราชินีได้เสด็จไปธุระนอกวัง เจ้าหญิงน้อยแสนสวยที่น่าสงสารได้เดินเที่ยวเล่นไปเรื่อย ๆ และเดินขึ้นบันไดวนที่คดเคี้ยวขึ้นไปจนถึงยอดหอคอยที่เก่าแก่ในพระราชวัง

เจ้าหญิงยิ่งเดินสูงขึ้น ๆ ไป ก็ยิ่งทรงมีความสงสัยว่าจะได้พบอะไรแปลก ๆ บนหอคอยนั้น ทรงรำพึงว่า "ฉันอยากมาที่นี่นานแล้ว เพิ่งจะมีโอกาสวันนี้เอง" แล้วทรงรีบก้าวขึ้นบันไดไปอย่างรวดเร็ว

เจ้าหญิงพบประตูเล็ก ๆ อยู่บนยอดหอคอย พอเปิดประตูเข้าไปก็เห็นหญิงชราคนหนึ่งกำลังนั่งปั่นด้ายอยู่ เจ้าหญิงตรัสว่า "ให้ฉันลองทำบ้างได้ไหมจ๊ะ" เมื่อเจ้าหญิงน้อยลงมือปั่นด้ายนั้น เข็มปั่นด้ายก็ตำที่นิ้วมือของเธอ ทันใดนั้น เจ้าหญิงน้อยก็ล้มลงและหลับสนิทกลายเป็นเจ้าหญิงนิทราไปทันที

เมื่อหญิงชราเห็นดังนั้นก็พูดขึ้นว่า "ถึงเวลาแล้ว เวลาที่เราได้กำหนดไว้ในคำสาป ไม่มีใครที่จะรอดพ้นคำสาปของเราไปได้ เจ้าหญิงทรงสิ้นชีวิตสมใจของเราแล้ว....ฮิ....ฮิ"

ต่อจากนั้นหญิงชราก็หายตัวไป

หลังจากที่เจ้าหญิงได้หลับไปแล้ว น่าแปลกที่ทุกสิ่งทุกอย่างในเมืองก็หลับลง

อย่างเงียบเหงาไปหมด คนครัวซึ่งกำลังจะไล่ตีเด็กรับใช้ที่เหลวไหลก็หลับ แม่บ้านซึ่งกำลังจะปรุงอาหารก็หลับ ประชาชนในเมืองต่างพากันหลับไหลกันทุกคน สัตว์ทุกตัวในเมืองก็หลับอย่างสงบ แม้แต่เปลวไฟในเตาก็ดับวูบลง ลมหยุดพัด ทุกสิ่งทุกอย่างในเมืองหลับสนิท คงเหลืออยู่แต่ความเงียบที่น่าสะพรึงกลัว

แม้ว่านางฟ้าองค์สุดท้ายจะรู้เรื่องที่เกิดขึ้น แต่ก็ไม่สามารถจะช่วยเจ้าหญิงได้ จึงได้แต่ปลอบใจตนเองว่า "เจ้าหญิงผู้น่าสงสาร พระองค์มิได้ทรงกระทำความผิดใดๆ เลย แต่ต้องมีอันเป็นไปตามคำสาปอันชั่วร้ายนั้น โชคยังดีอยู่ที่พระองค์จะไม่ทรงจากไป เพียงแต่บรรทมหลับเป็นเวลานานเท่านั้น อีก ๑๐๐ ปีทุกอย่างจะเป็นไปด้วยดี หม่อมฉันจะดูแลพระองค์ตลอดเวลาในระหว่างที่พระองค์ต้องคำสาปนี้" เมื่อทุกสิ่งทุกอย่างในเมืองหลับสนิทแล้ว ต้นไม้เลื้อยต่าง ๆ ที่มีหนามแหลมคมก็เริ่มขึ้นรอบ ๆ พระราชวังอย่างหนาแน่น จนในที่สุดมันก็ไต่ขึ้นครอบคลุมปิดบังพระราชวังไว้ทั้งหมด

หลายปีผ่านไป มีเจ้าชายต่างแดนองค์หนึ่งได้เดินทางมาถึงพระราชวังนี้ เจ้าชายได้ฟังเรื่องราวที่น่าประหลาดของเมืองนี้จากชายชราคนหนึ่ง เจ้าชายได้รับรู้ว่าในพระราชวังนี้มีเจ้าหญิงแสนสวยองค์หนึ่งนอนหลับรอคอยการช่วยเหลือจากเจ้าชายผู้กล้าหาญอยู่นานแล้ว

เมื่อเจ้าชายเข้าไปใกล้พระราชวังนั้น ต้นไม้เลื้อยที่มีหนามแหลมคมที่ปกคลุมอยู่ทั่วไปก็กลับกลายเป็นดอกกุหลาบที่หอมหวนและสวยงามไปในทันที เจ้าชายจึงสามารถผ่านเข้าไปในพระราชวังได้อย่างปลอดภัย ในวังนั้น เจ้าชายเห็นนกเล็ก ๆ เกาะหลับอยู่ตามกิ่งไม้ ม้าหลับอยู่ในโรงหญ้า ทุกสิ่งทุกอย่างหลับสนิท พระราชาและพระราชินีบรรทมหลับอยู่ในห้องโถงพร้อมด้วยข้าราชบริพารทั้งหลาย ทุกสิ่งทุกอย่างเงียบสงบ ช่างเป็นพระชารวังที่เงียบวังเวงเสียจริง ๆ

เจ้าชายเดินไปจนถึงหอคอยเก่าแก่ เมื่อเปิดประตูหอคอยออก เจ้าชายก็ได้พบเจ้าหญิงที่สวยงามที่สุดที่พระองค์เคยพบกำลังบรรทมหลับสนิทอยู่บนเตียงที่ปูด้วยกลีบกุหลาบกลิ่นหอมตลบอบอวล เจ้าชายหลงรักเจ้าหญิงทันทีที่ได้เห็น พระองค์ได้ก้มลงจูบเจ้าหญิงอย่างอ่อนโยน ทันใดนั้นคำสาปแช่งทั้งปวงก็ถูกทำลายลง เจ้าหญิงทรงตื่นจากบรรทม และทอดพระเนตรเจ้าชายอย่างรักใคร่

"โอ....นั่นเจ้าชายของหม่อมฉันจริง ๆ หรือเพคะ....หม่อมฉันรอคอยเจ้าชายมา

นานเหลือเกิน" เจ้าหญิงแสนสวยตรัสขึ้นอย่างยินดีเมื่อคำสาปถูกทำลายลงและเจ้าหญิงตื่นบรรทมแล้ว ทุกสิ่งทุกอย่างในพระราชวังก็ฟื้นขึ้นสู่สภาพปกติ ลมเริ่มพัดพากลิ่นดอกกุหลายหอมอบอวลไปทั่วพระราชวัง นกน้อย ๆ เริ่มร้องเพลง คนครัวตื่นแล้ว แม่บ้านก็ตื่นขึ้นปรุงอาหารต่อไป ไฟในเตาก็ลุกขึ้นตามเดิม ทุกสิ่งทุกอย่างดูสดใสและมีชีวิตชีวา หลังจากนั้น ก็ได้มีการจัดพระราชพิธีอภิเษกสมรสขึ้น และเจ้าชายกับเจ้าหญิงก็อยู่ร่วมกันอย่างมีความสุขตลอดมา

เหล่านางฟ้าผู้อารีต่างพากันมาอวยพรคู่อภิเษกสมรส เป็นบทเพลงดังนี้

"ขอพระองค์ทรงพระเกษมสำราญ
ทรงเบิกบานเป็นนิจเป็นมิ่งขวัญ
ประทับเป็นขวัญประชาชั่วนิรันดร์
เทพทุกชั้นขอน้อมฤทัยถวายพระพร"

๒. ซินเดอเรลลา

ครั้งหนึ่ง ในดินแดนที่ไกลแสนไกล มีบ้านใหญ่หลังหนึ่ง ผู้ที่อยู่ในบ้านนั้นเป็นเด็กที่น่าสงสาร มีชื่อว่าซินเดอเรลลา ซินเดอเรลลากำพร้าทั้งพ่อและแม่ ต้องอยู่กับพี่สาวซึ่งเป็นลูกของแม่เลี้ยงอย่างไม่มีความสุข พี่สาวทั้งสองเป็นคนใจร้ายและมีหน้าตาน่าเกลียด บังคับให้ซินเดอเรลลาทำงานหนักตลอดทั้งวัน

ซินเดอเรลลาต้องอยู่แต่ในครัว สวมเสื้อผ้าเก่า ขาด และมีรอยปะ ต้องเก็บฟืน ถูพื้น และทำงานบ้านทุกอย่าง ในขณะที่พี่สาวสองคนไม่ต้องทำงานอะไรเลย ถึงจะได้รับความลำบากและต้องทำงานหนัก แต่ซินเดอเรลลาก็ยังมีความสุขอยู่บ้าง เพราะในบ้านหลังใหญ่นั้น ซินเดอเรลลาเลี้ยงสัตว์ไว้หลายชนิดเพื่อเป็นเพื่อนเล่น นกน้อยสีต่าง ๆ ชอบบินเข้ามารุมล้อมรอบตัวเธอเพื่อขออาหาร เป็ด ไก่และห่านในบ้านรู้จักซินเดอเรลลาดี หนูขาวตัวเล็ก ๆ ชอบเข้ามาขออาหารจากซินเดอเรลลา สัตว์เหล่านั้นล้วนแต่รักใคร่ซินเดอเรลลาด้วยกันทั้งนั้น เพราะซินเดอเรลลาเป็นผู้มีใจดี รักและสงสารสัตว์

วันหนึ่ง ระหว่างที่ซินเดอเรลลากำลังทำความสะอาดบ้านอยู่นั้น ก็ได้ยินเสียงพี่สาวทั้งสองปรึกษากันถึงเรื่องได้รับเชิญไปงานเต้นรำในพระราชวัง

คนหนึ่งพูดว่า "ฉันจะแต่งตัวให้สวยที่สุดในงานวันนั้น"

อีกคนหนึ่งพูดว่า "งานนี้เป็นงานใหญ่ พระราชามีรับสั่งให้เชิญหญิงสาวทุกคนไปในงานเพื่อให้เจ้าชายทรงเลือกหญิงที่สวยที่สุดไว้เป็นคู่อภิเษกสมรส"

เมื่อซินเดอเรลลาได้ยินดังนั้น ก็รู้สึกเสียใจนัก เธอรู้ดีว่า ตัวเองคงจะไม่มีโอกาสได้ไปในงานวันนั้นด้วยเป็นแน่

ซินเดอเรลลาคิดในใจว่า "นี่ถ้าฉันได้ไปในงานวันนั้นด้วย ก็คงจะมีความสุขมิใช่น้อย"

ถึงวันงาน เมื่อพี่สาวทั้งสองแต่งตัวออกจากบ้านไปแล้ว ในบ้านคงเหลือแต่ซินเดอเรลลานั่งอยู่แต่ลำพังคนเดียวข้างเตาไฟในครัว เธอรู้สึกเสียใจและว้าเหว่ ไม่มีใครในบ้านที่จะช่วยให้หายโศกเศร้าได้เลย แม้แต่นกและหนูซึ่งเข้ามารุมล้อมซินเดอเรลลาอยู่ใกล้ ๆ ก็ไม่ช่วยให้ซินเดอเรลลาหายหงอยเหงาได้

ทันใดนั้นเอง มีแสงสว่างปรากฏขึ้นเบื้องหน้า เมื่อซินเดอเรลลาเงยหน้าขึ้นมอง ก็ได้เห็นหญิงแก่ท่าทางใจดีคนหนึ่งยืนอยู่ใกล้ ๆ

หญิงนั้นเป็นนางฟ้าผู้มีใจกรุณา นางฟ้าพูดกับซินเดอเรลลาด้วยน้ำเสียงที่ไพเราะว่า "อย่าเสียใจไปเลย ฉันจะช่วยให้เธอได้ไปงานเต้นรำ"

นางฟ้าผู้นั้นเรียกไม้กายสิทธิ์สีทองให้ลอยมาจากอากาศ แล้วยกขึ้นโบกทำให้เกิดสิ่งต่าง ๆ ได้อย่างแปลกประหลาดที่สุด

ฟักทองลูกใหญ่กลายเป็นรถนั่งเทียมม้าสีทองแสนสวย หนูขาวหกตัวกลายเป็นม้าเทียมรถและคนขับ เสื้อผ้าที่ซินเดอเรลลาสวมใส่อยู่เปลี่ยนแปลงไป กลายเป็นเสื้อผ้าที่งดงามสำหรับใส่ไปงานและเกือกแก้วที่ซินเดอเรลลาสวมก็ส่งแสงแวววาวงามจับตา

ซินเดอเรลลาซึ่งบัดนี้สวยงามราวกับเจ้าหญิงหมุนตัวไปรอบ ๆ ด้วยความดีใจก้าวขึ้นนั่งบนรถอย่างมีความสุข แต่ก่อนที่รถจะเคลื่อนที่ไปยังพระราชวังนั้น นางฟ้าผู้ใจดีได้สั่งซินเดอเรลลาว่า "จะต้องรีบกลับให้ถึงบ้านก่อนเที่ยงคืน มิฉะนั้นทุกอย่างจะกลับคืนเป็นอย่างเดิมหมด"

คืนวันนั้นในห้องโถงใหญ่ภายในพระราชวังมีการตกแต่งประดับประดาอย่างงดงามยิ่ง แสงไฟสว่างไปทั่วทั้งห้อง ผู้ที่มาในงานแต่งตัวด้วยเสื้อผ้าสวยงามสีต่างๆ สวมเครื่องประดับแพรวพราว พระราชากับพระราชินีประทับนั่งเป็นองค์ประธานอยู่บนพระเก้าอี้ที่เฉลียงชั้นบน

แต่เมื่อซินเดอเรลลาไปถึง ทุกคนที่อยู่ภายในห้องก็รู้สึกว่า ผู้ที่สวยที่สุดในงานได้มาถึงแล้ว มีใครคนหนึ่งพูดขึ้นว่า "นี่คือเจ้าหญิงที่สวยที่สุด"

ซินเดอเรลลากลายเป็นเจ้าหญิงที่สวยที่สุดในงาน แม้แต่พี่สาวสองคนซึ่งอยู่ในห้องนั้นด้วย ก็จำซินเดอเรลลาไม่ได้ ไม่มีผู้ใดรู้ว่าเธอเป็นใคร มาจากไหน ทุกคนรู้กันแต่เพียงว่า ซินเดอเรลลาเป็นเจ้าหญิงที่สวยที่สุดในงาน และเจ้าชายทรงเต้นรำกับซินเดอเรลลาแต่เพียงคนเดียวเท่านั้น

ซินเดอเรลลาเพลิดเพลินอยู่ในงาน ลืมคำเตือนของนางฟ้าเสียสนิท จนเมื่อได้ยินเสียงนาฬิกาเริ่มตีบอกเวลาเที่ยงคืน จึงนึกถึงคำเตือนของนางฟ้าขึ้นได้

เธอร้องอุทานด้วยความตกใจ "โอ จะเที่ยงคืนแล้วหรือนี่" แล้วซินเดอเรลลาก็รีบออกจากห้องเต้นรำโดยเร็ว วิ่งลงบันไดไปเบื้องล่าง ในขณะนั้น เสียงนาฬิกายังคงดังกังวานอยู่ตลอดเวลา ซินเดอเรลลารีบวิ่งให้เร็วขึ้น หวังจะไปให้ถึงรถที่จอดรออยู่ และกลับบ้านให้ทันก่อนเที่ยงคืน ขณะที่วิ่งมาเกือบถึงเชิงบันได เกือกแก้วข้างหนึ่งหลุดกระเด็นจากเท้า แต่ซินเดอเรลลาก็ไม่มีเวลาที่จะหวนกลับไปเก็บ คงปล่อยให้เกือกแก้วข้างนั้นหลุดทิ้งอยู่บนขั้นบันไดเช่นนั้นเอง

เมื่อถึงรถ ซินเดอเรลลารีบขึ้นนั่ง สั่งให้รถออก แต่....ทุกอย่างก็สายเกินไปเสียแล้ว เสียงนาฬิกาตีบอกเวลาเที่ยงคืนครั้งสุดท้ายดังขึ้น รถเทียมม้าสีทองอันงดงามเปลี่ยนรูปไปในทันที กลายเป็นฟักทองสีเหลืองกลิ้งอยู่กับพื้น ม้าขาวเทียมรถทั้งสี่ตัวกับคนขับกลายเป็นหนูวิ่งหนีไป เครื่องแต่งตัวอันงดงามที่ซินเดอเรลลาสวมใส่อยู่ก็เปลี่ยนแปลงไปกลายเป็นเครื่องแต่งตัวชุดเดิมที่เก่าและขาดวิ่น ซินเดอเรลลาต้องออกเดินกลับบ้านไปในคืนนั้น

เจ้าชายออกค้นหาเจ้าหญิงผู้ไม่มีใครรู้จักจนทั่วพระราชวังก็ไม่พบ เก็บได้แต่เพียงเกือกแก้วข้างเดียวที่ตกอยู่ที่บันได

ในวันรุ่งขึ้น เจ้าชายจึงมีรับสั่งกับมหาดเล็กว่า "นำเกือกแก้วนี้ไปยังบ้านทุกหลังในเมือง ให้ผู้หญิงทุกคนลองสวมดู ถ้าใครสวมได้ฉันจะแต่งงานด้วย"

มหาดเล็กนำเกือกแก้วมาถึงบ้านของซินเดอเรลลา พี่สาวทั้งสองพยายามจะสวมเกือกแก้วนั้นให้ได้ แต่สวมไม่เข้า

"ขอให้ฉันลองสวมบ้างจะได้หรือไม่" ซินเดอเรลลาร้องขอลองสวมดู พี่สาวทั้งสองพยายามพูดคัดค้าน แต่มหาดเล็กของเจ้าชายยินยอม

แต่แล้ว ทุกคนก็ต้องประหลาดใจเป็นที่สุด เมื่อปรากฏว่าซินเดอเรลลาสวมเกือกแก้วข้างนั้นได้พอเหมาะ

　　　　เมื่อเจ้าชายทรงทราบเรื่องเข้า ก็ได้ส่งรถเทียมม้าคันงามมารับซินเดอเรลลาไปยังพระราชวัง ในทันทีที่ได้พบ เจ้าชายรับสั่งว่า "เธอนี่เองคือเจ้าหญิงที่มาในงานในคืนวันนั้น" พระองค์ทรงยินดีมากที่ได้พบซินเดอเรลลาอีกครั้งหนึ่ง

　　　　พระราชาและพระราชินีก็ทรงยินดีไปกับเจ้าชายด้วย ทั้งสองพระองค์ทรงจัดพิธีอภิเษกสมรสให้แก่เจ้าชายและซินเดอเรลลาอย่างใหญ่โต นับตั้งแต่นั้นซินเดอเรลลาก็ได้กลายเป็นเจ้าหญิงอยู่คู่กับเจ้าชายตลอดมาอย่างมีความสุข

บทที่ ๗   ออมไว้ – ไม่ขัดสน

      พ่อของประหยัดและพ่อของประยูรเป็นน้องชายของนายมั่นทั้งคู่ แต่นิสัยและความเป็นอยู่แตกต่างกันไกล พ่อของประยูรชอบความโก้เก๋ หรูหรา เป็นคนสุรุ่ย-สุร่าย มิได้คำนึงถึงความหมดเปลือง และไม่เสียดายข้าวของเงินทองที่สูญเสียหมดไป ดังนั้น ประยูรจึงได้รับการอบรมทางบ้านตามแบบอย่างพ่อของเขา คือเห็นว่าความฟุ่มเฟือยเป็นเครื่องแสดงความรุ่งเรืองของผู้ดี

      ส่วนประหยัดได้รับการอบรมแตกต่างกับประยูร พ่อของเขาเป็นชาวสวน มีความรอบคอบ และคำนึงถึงกาลภายหน้าเสมอ พ่อของประหยัดได้สอนให้ลูกของตนรู้จักกระเหม็ดกระแหม่ เขาพูดกับลูกบ่อย ๆ ว่า "ถ้าเจ้าเป็นคนรู้จักกระเหม็ดกระแหม่ มีความละเอียดถี่ถ้วน และเห็นค่าของเวลาแล้ว ต่อไปภายหน้าเจ้าก็จะได้เป็นที่พึ่งของตนเอง"

      วันหนึ่ง ประหยัดและประยูรมาบ้านนายมั่น นายมั่นผู้เป็นลุงก็พาหลานทั้งสองไปดูสวนครัวและไก่ที่เลี้ยงไว้ เมื่อเดินดูบริเวณบ้านจนทั่วแล้ว ก็กลับขึ้นเรือนทางบันไดหลัง

      ขณะที่นั่งพักอยู่ที่ระเบียงเรือนหน้าบ้าน นายมั่นพูดว่า "ประหยัดไปเอากล่องบุหรี่มาให้ลุงทีซิ อยู่บนโต๊ะในห้องรับแขกนั่นแน่ะ" ประหยัดเดินไปเอามาแล้วรู้สึกสนใจในกล่องบุหรี่ ซึ่งทำด้วยเงินใบนั้นยิ่งนัก เพราะบนกล่องมีอักษรตัวโตจารึกไว้อย่างงดงามว่า "ออมไว้ – ไม่ขัดสน"

      "คุณลุงครับ นี่หมายความว่ายังไงครับ" ประหยัดถาม พลางชี้ที่ตัวอักษรบนฝากล่องนั้น เมื่อนายมั่นหยิบบุหรี่ออกมาจุดสูบแล้ว

      "อ๋อ นั่นเป็นคติที่ลุงถือมั่นมานานแล้ว" นายมั่นตอบ "ถ้าจะพูดกันสั้น ๆ ก็หมายความว่า สิ่งไรก็ตาม ถ้ายังใช้ได้หรือยังเป็นประโยชน์อยู่ก็ควรเก็บไว้ก่อน ไม่ควรทิ้งขว้างให้เสียเปล่า"

      "คำสั้น ๆ เพียงสี่คำเท่านั้น แต่สอนใจดีเหลือเกิน" ประหยัดพูด พร้อมกับ

อ่านทวนเบา ๆ ว่า "ออมไว้ – ไม่ขัดสน"

"ออมไว้ – ไม่ขัดสน" ประยูรชะโงกหน้าเข้ามาดูบ้าง แล้วอ่านด้วยสำเนียงล้อเลียน พลางเงยหน้าขึ้นยิ้มเยาะประหยัดและว่า "ฉันคิดว่าการทำเช่นนั้นเป็นการขี้เหนียวชัด ๆ"

รูปประโยคและการใช้คำ

๑. ....ทีซิ, ...ทีเถอะ ที 即 "次"。....ทีซิ, ...ทีเถอะ 即 "……一下啊"、"……一下吧" 的意思。ทีซิ 含有命令的语气，ทีเถอะ 含有请求的语气，这两个说法口语中都常用。有时还可加上 "เสีย" 成为 "....เสียทีซิ" "....เสียทีเถอะ"，更带有催促的语气。

ตัวอย่าง
>เธอช่วยไปบอกเขาทีซิ
>เธอช่วยไปบอกเขาทีเถอะ
>หนังสือพิมพ์วันนี้มาหรือยัง ไปดูทีซิ
>หนังสือพิมพ์วันนี้มาหรือยัง ไปดูทีเถอะ

แบบฝึกหัด จงทำประโยคต่อไปนี้ให้เป็นประโยคที่ใช้คำว่า "ทีซิ" และ "ทีเถอะ" ตามตัวอย่าง

>๑) ช่วยส่งหนังสือเล่มนั้นให้ฉัน
>๒) ช่วยเลื่อนโต๊ะตัวนี้
>๓) ช่วยเปิดไฟ
>๔) ฉันอ่านไม่ออก ช่วยอ่านให้ฉันฟัง
>๕) ข้อความตอนนี้หมายความว่ายังไง ช่วยดูให้
>๖) เขียนอย่างนี้ใช้ได้ไหม ช่วยดู
>๗) ทำไมไข(กุญแจ)ไม่ออก ช่วยไข

๘) วัน "พรึ-หัด" สะกดยังไง สะกดให้ดู
๙) ทีมเขาจะแข็งสักขนาดไหน ลองเล่นกับเขาดู
๑๐) เสียงใครทำอะไร โครมคราม โครมคราม ไปดู
๑๑) เขาทำเสร็จหรือยัง ไปดู
๑๒) ฉันพูดยังไงเขาก็ไม่ยอม เธอลองไปพูดกับเขาดู

สนทนา

- ทำไมเครื่องไม่เดิน
- ปลั๊กเสียบดีแล้วหรือยัง
- เสียบดีแล้วนี่
- ลองกดดูอีกทีซิ
- (กดปุ่มเพลย์)
- เออ ไม่เดินจริง ๆ ไปตามช่างมาแก้ทีเถอะ
- โอเค

๒. ....ใน.... **"ใน"** 作介词用时，除可引导一个名词短语说明时间、地点和范围外，还可以引导一个名词短语跟在一个有关心理活动的或比较抽象的动词或动词短语之后，以说明那个动词或动词短语的对象。

ตัวอย่าง

ขอขอบคุณในความช่วยเหลือของคุณ
ฉันรู้สึกแปลกใจในคำพูดของเขามาก

แบบฝึกหัด จงแปลประโยคต่อไปนี้ให้เป็นภาษาจีน และหัดพูดประโยคเหล่านี้จนคล่อง

๑) เรารู้สึกซาบซึ้งในคำพูดของเขา
๒) เราตระหนักในหน้าที่ของตน
๓) เราตระหนักในความจำเป็นข้อนี้
๔) เขาสำนึกในความผิดของตน

๕) เขาสำนึกในความบกพร่องของตน
๖) เราต้องมีความเชื่อมั่นในตนเอง
๗) เราต้องมีความเชื่อมั่นในความสามารถของเรา
๘) เขาภูมิใจในผลงานของเขา
๙) เขายังไม่พอใจในผลสำเร็จรายนี้
๑๐) ควรยืนหยัดในหลักการ
๑๑) อย่าไปถือสาในเรื่องเล็ก ๆ เช่นนี้เลย
๑๒) เรารู้สึกภูมิใจในเกียรติของชาติเรา

สนทนา

- น้องปุ๊ยบอกว่าขอบคุณในความช่วยเหลือของเธอมาก
- ขอบคุณอะไรกันล่ะ เราเป็นเพื่อนกันนี่
- ตอนนี้ดูเขาขยันเรียนขึ้นเยอะ
- ใช่ ตอนนี้เขาตระหนักในหน้าที่ของตนดีขึ้น
- ดูเขามีความมั่นใจในตนเองมากขึ้นด้วย
- เขาเป็นคนฉลาด มีหวังจะไปดี

๓. ....พลาง.... 同时。与 "**พร้อม(กับ)....**" 意义相近。一般多用于书面语。

ตัวอย่าง

"จริงหรือ" เขาพูด พลางเงยหน้าขึ้นมองดูฉัน
เขาพยักหน้า พลางพูดว่า "ถูกต้อง"

แบบฝึกหัด จงใช้คำว่า"พลาง...."แทนคำว่า"พร้อมกับ"ในประโยคต่อไปนี้

๑) อาจารย์ชี้หนังสือพร้อมกับถามว่า "นี่หนังสือใคร"
๒) เล็กยืนขึ้นพร้อมกับตอบว่า "ของฉันค่ะ"
๓) เขี่ยงชี้ตัวหนังสือพร้อมกับถามว่า "คำนี้อ่านว่ายังไง"
๔) อี้ยกมือขึ้นพร้อมกับบอกว่า "อาจารย์ครับ ผมยังไม่เข้าใจครับ"

๕) ชางยืนขึ้น พร้อมกับพูดว่า "อาจารย์ครับ กรุณาพูดอีกครั้งครับ"

๖) อาจารย์ยิ้ม ๆ พร้อมกับชมว่า "เก่ง"

๗) ลี่ดูนาฬิกาพร้อมกับพูดว่า "เลยเที่ยงแล้ว"

๘) เขาจับมือกับเรา พร้อมกับพูดว่า "ขอแสดงความยินดีด้วย"

๔. ....มานานแล้ว 早就……了，已经……很久了。

ตัวอย่าง

เรารู้จักกันมานานแล้ว

คอมพิวเตอร์ชุดนี้ซื้อมานานแล้ว

แบบฝึกหัด จงใช้คำที่ให้ไว้แต่งประโยคตามตัวอย่าง

๑) เรื่องนี้, รู้

๒) ตึกแถวนี้, สร้าง

๓) มหาวิทยาลัยปักกิ่ง, ตั้งขึ้น

๔) เขาสองคน, เป็นเพื่อนกัน

๕) อาจารย์คนนี้, สอน

๖) เขา, อยู่ปักกิ่ง

๗) เขา, เป็นอาจารย์

๘) เสื้อโอเวอร์โคตตัวนี้, ใช้

๙) นักร้องคนนี้, มีชื่อเสียง

๑๐) ประชาชนไทย, มีประเพณีลอยกระทง

สนทนา

- สาขาวิชาภาษาไทยมีมาตั้งแต่เมื่อไหร่ครับ
- มีมานานแล้วค่ะ ราว ๖๐ กว่าปี
- อาจารย์ในสาขาวิชาภาษาไทยคงสอนกันมานานแล้วซีครับ
- บางคนสอนมานานแล้ว แต่บางคนเป็นอาจารย์ใหม่ค่ะ

๕. ....ก็ตาม   常用在疑问代词后，说明任何人或任何事情况都与后面谓语所表述的一样；也可用在表示条件的分句 (**ไม่ว่า....**)、让步的分句 (**แม้จะ...., ถึง....,**) 或选择的分句 (**....หรือ....**) 后，表示在任何条件下结果或结论都一样。但条件分句、让步分句在口语中往往只用前面的 **ถึงจะ....**、**ไม่ว่าจะ....,** 或者只用后面的 **ก็ตาม** 即可。

ตัวอย่าง

๑) ใครก็ตาม ต้องปฏิบัติตามกฎหมาย ไม่มีข้อยกเว้น
๒) จะทำอะไรก็ตาม ต้องคิดให้รอบคอบเสียก่อน
๓) อย่างไรก็ตาม เธอต้องไปให้ได้ก็แล้วกัน
๔) ข้อบกพร่องจะมากหรือน้อยก็ตาม เมื่อมีก็ต้องแก้ทันที
๕) ถึงจะยากก็ตาม ฉันก็ไม่กลัว
   (หรือ ถึงจะยาก ฉันก็ไม่กลัว, จะยากสักแค่ไหนก็ตาม ฉันก็ไม่กลัว)
๖) ไม่ว่าทางจะไกลอย่างไรก็ตาม ฉันต้องไปให้ถึง
   (หรือ ไม่ว่าทางจะไกลอย่างไร ฉันต้องไปให้ถึง, ทางจะไกลอย่างไรก็ตาม ฉันต้องไปให้ถึง)
๗) แม้ว่าหิมะจะตกหนัก ลมจะพัดแรงก็ตาม เขาก็ไปเรียนตามเวลา
   (หรือ แม้ว่าหิมะจะตกหนัก ลมจะพัดแรง เขาก็ไปเรียนตามเวลา, หิมะจะตกหนัก ลมจะพัดแรงอย่างไรก็ตาม เขาก็ไปเรียนตามเวลา)
๘) ไม่ว่าจะยากสักแค่ไหนก็ตาม ฉันก็ไม่ท้อถอย
   (หรือ ไม่ว่าจะยากสักแค่ไหน ฉันก็ไม่ท้อถอย, จะยากสักแค่ไหนก็ตาม ฉันก็ไม่ท้อถอย)

แบบฝึกหัด   จงแปลประโยคตัวอย่างให้เป็นภาษาจีน

สนทนา
- จ้าวเหลียงเป็นคนอย่างไร
- เป็นคนตรงไปตรงมาและกล้าพูดกล้าทำ ใครก็ตาม ถ้าทำดีเขาก็จะชม ถ้าทำผิดเขาก็จะว่าเอา

บทที่ ๗   ออมไว้ – ไม่ขัดสน

- นิสัยอย่างนี้ดีนะ
- อืม ฉันก็ชอบ ไม่เหมือนบางคน จะถามอะไรก็ตาม มักโอ้เอ้ไม่ยอมแสดงความคิดเห็น
- เราควรเอาอย่างจ้าวเหลียงเขานะ
- ใช่

ข้อสังเกต

๑. .....เป็นน้องชายของนายมั่น<u>ทั้งคู่</u>

"ทั้ง" 是副词，可用于数量之前，表示所有这些数量。如：

เราต้องอาศัยมือทั้งสอง(มือ)ของเรา

ฉันชอบอ่านทั้งสองเรื่อง

"ทั้ง" 也可以用在集体名词前，表示这个集体名词所包含的所有成员。如：

เขารู้จักนักศึกษาทั้งคณะ

เราต้องไปกันทั้งห้องไหม

"ทั้ง" 还可以用在某些名词或量词前，表示从头至尾或全部。如：

เขาอ่านหนังสือในห้องสมุดทั้งวัน

เปียกไปหมดทั้งตัว

ฉันอ่านแล้วทั้งเล่ม

เขาว่าที่กรุงเทพฯร้อนทั้งปี

此外，"ทั้ง" 还可以跟其他一些词构成合成词，如：ทั้งหลาย ทั้งหมด ทั้งปวง ทั้งสิ้น 等等。

๒. พ่อของเขาเป็น<u>ชาวสวน</u>

"ชาว" 除了用于表示某国人或某个民族的人，如：**ชาวจีน ชาวไทย** 或用于表示某个地方的人，如：**ชาวปักกิ่ง ชาวเซี่ยงไฮ้** 等外，还可以用于从事某种职业的人，如：**ชาวไร่ ชาวนา ชาวประมง** 等。此处的 "ชาวสวน" 是指园农，即从事蔬菜、瓜果、花卉或其他经济作物生产的农民。

๓. นายมั่นผู้เป็นลุงก็พาหลานทั้งสองไปดูสวนครัวและไก่ที่เลี้ยงไว้

"สวนครัว" 指供自家食用的菜园子。

๔. เมื่อเดินดูบริเวณบ้านจนทั่วแล้ว ก็กลับขึ้นเรือนทางบันไดหลัง

๑) "เรือน" 是干栏式房屋，也称高脚屋。这种 "เรือน" 分两层，一般用木料或竹料作桩柱、楼板和上层的墙壁，下层无遮拦，顶盖用草、木片或树叶（现代也有用瓦片的）。"เรือน" 的上层住人，下层圈养牲畜和放置农具等物。上层屋前有一个向外突出的廊子，是供活动的地方。屋后有梯子供上下用。泰国农村中的房子一般都是这种 "เรือน"。句中的 ขึ้นเรือน 是指进屋，因为进屋必须上梯子，所以用 "ขึ้น"。

๒) 此句中的 "ทาง" 是指行进的路线，并不是具体的道路。其他例子如：

ฉันลืมกุญแจไว้ในห้อง จึงต้องเข้าทางหน้าต่าง

สมัยก่อน จากประเทศจีนไปประเทศไทย ทางน้ำจะสะดวกกว่าทางบกมาก

๕. อยู่บนโต๊ะในห้องรับแขกนั่นแน่ะ

"แน่ะ" 是表示提醒或指点的语气词。如：

คุณสมัครบอกว่าจะมาหาเธอแน่ะ

ไม้ขีดอยู่บนโต๊ะนั่นแน่ะ

๖. (ประหยัด)รู้สึกสนใจในกล่องบุหรี่ซึ่งทำด้วยเงินใบนั้นยิ่งนัก

要注意这个句子的语法关系：

(ประหยัด)รู้สึกสนใจในกล่องบุหรี่ซึ่งทำด้วยเงินใบนั้นยิ่งนัก

动宾结构	รู้สึกสนใจในกล่องบุหรี่ซึ่งทำด้วยเงินใบนั้นยิ่งนัก
中状结构	สนใจในกล่องบุหรี่ซึ่งทำด้วยเงินใบนั้นยิ่งนัก
中状结构	สนใจในกล่องบุหรี่ซึ่งทำด้วยเงินใบนั้น
中定结构	กล่องบุหรี่ซึ่งทำด้วยเงินใบนั้น
中定结构	กล่องบุหรี่ซึ่งทำด้วยเงิน
中状结构	ทำด้วยเงิน

บทที่ ๗ ออมไว้ – ไม่ขัดสน

แบบฝึกหัด

๑. จงอ่านตัวบทให้ถูกต้องคล่องแคล่ว

๒. จงดูภาพเรือนของชาวนาไทยและอธิบายว่ามีรูปร่างเป็นอย่างไร

๓. จงตอบคำถามต่อไปนี้
   ๑) พ่อของประหยัดและพ่อของประยูรเป็นพี่น้องกันใช่ไหม แล้วนายมั่นมีความสัมพันธ์ทางเครือญาติอย่างไรกับประหยัดและประยูร และประหยัดกับประยูรมีความสัมพันธ์ทางเครือญาติอย่างไรกัน
   ๒) เด็ก ๒ คนนี้มีนิสัยและความเป็นอยู่เหมือนหรือต่างกัน
   ๓) ประหยัดมีนิสัยเป็นอย่างไร พ่อของประหยัดมักสอนประหยัดอย่างไรบ้าง
   ๔) ประยูรมีนิสัยเป็นอย่างไร เขาได้นิสัยอย่างนี้มาแต่ไหน
   ๕) เพราะเหตุใดประหยัดจึงได้เกิดสนใจคำว่า "ออมไว้-ไม่ขัดสน"
   ๖) นายมั่นอธิบายความหมายของคำว่า "ออมไว้-ไม่ขัดสน" ว่าอย่างไร
   ๗) เมื่อได้ฟังคำอธิบายของนายมั่นแล้ว ประหยัดและประยูรต่างรู้สึกอย่างไร และใครพูดว่าอย่างไร
   ๘) จีนมีคติที่มีความหมายคล้ายกับ "ออมไว้-ไม่ขัดสน" ไหม เธอทำตามคติแบบนี้หรือเปล่า

๔. จงหัดเล่าเรื่อง "ออมไว้-ไม่ขัดสน"

๕. จงคัดตอนที่ ๑ และตอนที่ ๒

ศัพท์และวลี

ออม	积攒	ขัดสน	拮据
แตกต่าง	区别	โก้เก๋	漂亮，华丽
หรูหรา	豪华	สุรุ่ยสุร่าย	浪费
หมดเปลือง	花光	เงินทอง	金钱，财富
สูญเสีย	失掉	อบรม	培养
ฟุ่มเฟือย	奢侈	รุ่งเรือง	繁荣，昌盛
ผู้ดี	贵族，绅士，	ชาวสวน	园农
	君子	คำนึง	考虑
กาล	= เวลา	ภายหน้า	前面的；往后
กระเหม็ดกระ-			的
แหม่	俭省	พึ่ง	依靠
ที่พึ่ง	靠山	สวนครัว	（供自家食用
ระเบียง	廊子；阳台		的）菜园子
กล่อง	盒子	ห้องรับแขก	客厅
อักษร	字，字母	จารึก	铭刻
ฝา	盖儿	คติ	格言
ถือ	信奉	ถือมั่น	坚定地信奉
เสียเปล่า	白白地失掉	สอนใจ	教诲
	（花掉）	ทวน	重复
ชะโงก	探（头）	สำเนียง	腔调，语调
ล้อเลียน	模仿以取笑	เงยหน้า	抬头，仰脸
เยาะ	讥讽	ขี้เหนียว	吝啬
ไข	开（锁）	ขนาด	规格，型号；
โครมคราม	哐啷（象声词）		程度
ปลั๊ก	（电源）插头	เสียบ	插

ปุ่มเพลย์	放音键	ซาบซึ้ง	受感动，感受
ตระหนัก	意识到，注意		深刻
	到；（心里）	สำนึก	觉悟，意识；
	清楚，明白		悔悟
บกพร่อง	缺陷	เชื่อมั่น	坚信
ภูมิใจ(พูม-ใจ)	自豪	ผลงาน	工作成绩
ยืนหยัด	坚持	หลักการ	原则
ถือสา	计较	มั่นใจ	有把握，有信
พยักหน้า	点头		心，坚信
ชี้	指	ยก	抬（起）；举
ยกมือ	举手		（起）
จับมือ	握手	(ก่อ)ตั้ง	成立，建立
นักร้อง	歌唱家	ชื่อเสียง	声望，名气
ประเพณี	风俗	ยกเว้น	除外，不在……
ข้อยกเว้น	例外		之列
ท้อถอย	气馁，退缩	ว่า	指责，责备
ชาวไร่	农民	ชาวประมง	渔民

บทอ่านประกอบ

เรื่องขำขัน (๑)

(คัดมาจากเรื่อง“101 อารมณ์ขัน”ของโมด บางปะกง)

(๑)

ลูกชายคนหนึ่งของอภิมหาเศรษฐีเป็นโรคจิตหลอน คิดอยู่ตลอดเวลาว่าตัวเองเป็นเม็ดถั่วเขียว มีความหวาดกลัวนกเป็นที่สุด เพราะรู้ว่านกชอบกินเม็ดถั่วเขียวเป็นอาหาร ที่กลัวมากที่สุดนั้นเห็นจะเป็นนกกระจอก เพราะนกกระจอกอาศัยอยู่ทั่วไป

ตามชายคาและซอกมุมของคฤหาสน์ที่ตนอยู่ เด็กหนุ่มไม่กล้าออกนอกบ้าน กลัวนกกระจอกจะมาจิกกินเป็นอาหาร ขนาดได้ยินเสียงนกกระจอกจ้อกแจ้กอยู่ข้างนอกบ้านก็ลนลานหวาดผวา แอบเข้าไปซุกใต้โต๊ะใต้เก้าอี้ ดูเป็นที่น่าเวทนายิ่งนัก

ท่านอภิมหาเศรษฐีไม่สบายใจอย่างยิ่ง จะพาไปหาจิตแพทย์ที่มีชื่อเสียงของประเทศไทยก็กลัวข่าวจะแพร่งพรายเป็นเรื่องซุบซิบกันในวงสังคม ด้วยเงินทองที่มีอยู่อย่างมหาศาล ท่านจึงได้ส่งลูกชายไปรักษาเป็นพิเศษกับจิตแพทย์ชาวอังกฤษ ณ กรุงลอนดอน

จิตแพทย์ได้ทำการบำบัดรักษาลูกชายอภิมหาเศรษฐีอย่างสุดความสามารถ ได้อุทิศเวลาและความรู้ที่มีให้กับคนไข้รายนี้ จิตแพทย์ได้ใช้วิธีการรักษาที่เรียกว่า "ไซโคเทเรปี" เข้าบำบัดอาการจิตหลอนของคนไข้

จิตแพทย์ค่อย ๆ อธิบายให้คนไข้ตระหนักถึงความเป็นคน ให้รู้ว่าการเป็นมนุษย์กับการเป็นเม็ดถั่วเขียวนั้นแตกต่างกันมาก เริ่มตั้งแต่กำเนิดของคนกับเม็ดถั่วเขียว ซึ่งไม่มีอะไรเหมือนกัน ลักษณะการเจริญเติบโต ชีวิต วิญญาณและสภาพต่าง ๆ ของคนกับถั่วเขียวนั้น แตกต่างกันอย่างสิ้นเชิง

"คุณเป็นคน.... เห็นไหม นี่เป็นถั่วเขียว มันไม่เหมือนกัน คุณพูดได้....เห็นไหม นี่ถั่วเขียวพูดไม่ได้.... คุณมีหน้า มีหัว หู นี่เป็นตา เป็นจมูก ปาก แก้ม....เห็นไหม นี่ถั่วเขียว เป็นเพียงเม็ดกลม ๆ ไม่มีหน้ามีตาเหมือนคุณ.... คุณเป็นคน คุณมีแขน มีขา เคลื่อนไหวได้ด้วยอย่างนี้ มือคุณมีนิ้ว กระดิกเคลื่อนไหวไปมาได้อย่างนี้.... เห็นไหม นี่ถั่วเขียว ไม่มีมือ ไม่มีแขน ไม่มีขาอย่างคุณ...."

มันเป็นกระบวนการรักษาที่ยาวนานหลายเดือนทีเดียวกว่าที่ผู้ป่วยจะมีความมั่นใจว่าตนเองนั้นเป็นคนไม่ใช่เม็ดถั่วเขียว

"คุณเป็นอะไร.... " จิตแพทย์ถามพร้อมชี้ไปที่ตัวผู้ป่วย

"ผมเป็นคนครับ" ผู้ป่วยตอบหนักแน่นแสดงความมั่นใจ

"นี่เป็นอะไร" จิตแพทย์ถามพร้อมชี้ไปที่เม็ดถั่วเขียว

"เม็ดถั่วเขียวครับ" ผู้ป่วยตอบด้วยความมั่นใจ

"คุณเป็นเม็ดถั่วเขียวหรือเปล่า" จิตแพทย์ถามย้ำ

"ไม่ใช่ครับ" ผู้ป่วยยืนยันหนักแน่น "ผมกับเม็ดถั่วเขียวไม่เหมือนกัน มีความแตกต่างกันโดยสิ้นเชิง...." ลูกชายอภิมหาเศรษฐียืนยันพร้อมอธิบายให้จิตแพทย์ฟังถึง

ความแตกต่างระหว่างคนกับเม็ดถั่วเขียว เริ่มตั้งแต่รูปร่างลักษณะ กำเนิด พฤติกรรม ความคิด จิตใจ ชีวิตและวิญญาณ

การบำบัดรักษาโรคจิตของลูกชายอภิมหาเศรษฐีบรรลุผลสำเร็จแล้ว เป็นที่ชื่นชมยินดีของทุกฝ่าย ทั้งตัวผู้ป่วยเอง จิตแพทย์ผู้รักษา และพ่อแม่ของผู้ป่วย

ท่านอภิมหาเศรษฐีได้เดินทางมาอังกฤษ เพื่อรับลูกชายกลับสู่แผ่นดินไทย

ที่สนามบินฮีทโทรนั้น จิตแพทย์ได้เดินทางมาส่งสองพ่อลูกถึงสนามบิน ทุกอย่างเรียบร้อยแล้วทั้งการตรวจสัมภาระ ตรวจลงตราหนังสือเดินทาง ในขณะที่กำลังจะเดินขึ้นเครื่องบินนั้น ลูกชายท่านอภิมหาเศรษฐีร้องโวยวายลั่น ไม่ยอมขึ้นเครื่องบิน วิ่งออกไปจากห้องผู้โดยสารขาออก ตามมาพบจิตแพทย์ซึ่งกำลังจะขึ้นรถกลับบ้านพอดี

"คุณหมอครับ ให้ผมอยู่กับคุณหมอเถอะ อย่าให้ผมกลับเมืองไทยเลย" ลูกชายอภิมหาเศรษฐีร้องไห้คร่ำครวญ

"อ้าว ทำไมล่ะ คุณไม่มีปัญหาอะไรอีกแล้วนี่ คุณเป็นคน คุณไม่ใช่เม็ดถั่วเขียว คุณกับเม็ดถั่วเขียวไม่เหมือนกัน" จิตแพทย์พยายามอธิบาย

"ผมรู้ คุณหมอ ผมรู้ ผมเป็นคน ผมไม่ใช่เม็ดถั่วเขียว ผมรู้ดี แต่ไอ้พวกนกกระจอกที่เมืองไทยนี่สิครับ มันยังไม่รู้เลยว่าผมไม่ใช่เม็ดถั่วเขียว ขืนผมกลับไปมันก็กินผมแน่ ๆ เลย"

(๒)

พัฒนากรผู้แข็งขันในการทำงานรู้สึกหงุดหงิดใจเป็นยิ่งนักที่เห็นชาวบ้านหนุ่มคนหนึ่งนั่งอยู่โคนต้นไม้อย่างสบายอารมณ์ทุกครั้งที่เขาแวะมาที่หมู่บ้านนี้ เขาคิดว่าความขยันขันแข็งในการทำงานของชาวบ้านเป็นหัวใจสำคัญของการพัฒนาชนบท แต่ชาวบ้านหนุ่มคนนี้วันหนึ่ง ๆ ไม่เห็นทำอะไรเลย

"นี่เธอ ทุกครั้งที่ฉันมาที่นี่ ฉันก็เห็นเธอนั่งสบายใจอยู่ใต้ต้นไม้ เธอไม่ทำงานทำการอะไรเลยรึไง" พัฒนากรถามอย่างเอาจริงเอาจัง

"ทำงานไปเพื่ออะไรล่ะครับ" ชายหนุ่มย้อนถามอย่างเฉื่อยชา

"ถ้าทำงานแล้ว เธอก็จะได้เงินน่ะซี"

"ได้เงินมาแล้วเอาไปทำอะไรล่ะครับ" ชายหนุ่มแสดงท่าทีเฉื่อยชาเช่นเดิม

"ได้เงินมาแล้ว เธอก็เอาไปซื้ออะไรต่ออะไร อย่างเช่นเอาไปซื้อทีวีมาดูราย-การสนุก ๆ ยังงี้" พัฒนากรพยายามอธิบายผลที่จะได้จากการทำงาน

"ซื้อทีวีมาดู....ผมไม่ชอบดูทีวี ทีวีเมืองไทยมีแต่โฆษณา"

"ถ้ายังงั้น ไม่ต้องซื้อทีวีก็ได้ เธอก็เอาเงินไปฝากธนาคารไว้"

"ฝากเอาไว้ทำไมครับ" ชายหนุ่มสงสัย แต่ก็ยังมีท่าเฉื่อยชาเช่นเดิม

"อ้าว....ถามได้ เอาเงินฝากธนาคารไว้ แล้วเธอก็นั่งโคนต้นไม้คอยกินดอกเบี้ยสบายอกสบายใจไปเท่านั้น"

ชายหนุ่มมองหน้าพัฒนากรแล้วถามอย่างเหนื่อยหน่าย "**นั่งโคนต้นไม้สบายอกสบายใจ เหมือนอย่างที่ผมเป็นอยู่ตอนนี้หรือเปล่าครับ**"

(๓)

เมื่อประมาณสักสี่สิบห้าสิบปีมาแล้ว ถ้าท่านเป็นผู้มีอายุสักหน่อยคงพอจะนึกออกถึงภาพทั้งฝั่งกรุงเทพ ฯ และธนบุรีที่มีถนนและลำคลองเลียบขนานกันอยู่โดยทั่วไป

ที่โรงพยาบาลบ้านสมเด็จเจ้าพระยา ที่เรียกขานกันว่า "ปากคลองสาน" หรือ "หลังคาแดง" นั้นก็มีถนนและคูน้ำอยู่ข้างหน้า คงไม่ต้องบอกนะครับว่าโรงพยาบาลนี้เขามีไว้เพื่อรักษาคนที่เป็นโรคจิต

หนุ่มแต่งตัวภูมิฐานนายหนึ่งขับรถยนต์ผ่านไปทางหน้าโรงพยาบาล ให้บังเอิญว่ารถเกิดยางแตกที่ล้อหลังด้านซ้ายมือ อย่าลืมนะครับว่าสมัยหลายสิบปีก่อนนั้น รถยนต์ไม่มีมากมายคับคั่งเหมือนสมัยนี้ ยิ่งแถว ๆ ปากคลองสานด้วยแล้ว นาน ๆ จึงจะมีรถผ่านมาสักคันหนึ่ง

หนุ่มนายนั้นต้องลงมาเปลี่ยนยางรถ ใช้แม่แรงยกรถ และเอาฝาครอบล้อออก ถอดน็อตที่ล้อรถออกใส่ไว้ในฝาครอบล้อ นำยางอะไหล่มาเปลี่ยนกับยางเส้นที่แตกไป การเปลี่ยนยางเป็นไปอย่างเรียบร้อยตามขั้นตอน แต่เจ้าหนุ่มก็ยังโชคร้ายอีกนั่นแหละ เท้าขยับท่าไหนไม่ทราบไปเหยียบเอาฝาครอบล้อพลิก ทำให้น็อตที่เอาไว้ขันล้อกระเด็นตกลงไปในคูน้ำข้างถนน

เจ้าหนุ่มยืนทำตาปริบ ๆ คิดอยู่ในใจว่าจะทำอย่างไรดี ช่างโชคร้ายเสียจริง ๆ แล้วจะลงไปงมน็อตในน้ำได้อย่างไร ไม่รู้ว่าน้ำลึกสักแค่ไหน น็อตกระเด็นไปทาง

ไหนบ้างก็ไม่รู้ เจ้าหนุ่มยืนปลงอนิจจังอยู่ข้างคูน้ำ

"ไง พ่อหนุ่ม" เสียงร้องทักมาจากในรั้วโรงพยาบาล ผู้ร้องทักสวมชุดผู้ป่วยยืนเกาะรั้วอยู่ "ไปไม่ได้แล้วใช่มั้ยล่ะ"

"ฮื่อ ไปไม่ได้แล้ว โชคร้ายจริง ๆ น็อตล้อกระเด็นตกน้ำหมดเลย ไม่รู้จะลงไปงมขึ้นมาอย่างไร" เจ้าหนุ่มปรารภอย่างหมดอาลัย

"น็อตตกน้ำไปกี่ตัวล่ะ" ผู้ป่วยที่เป็นคนบ้าคนนั้นถาม

"รถผมนี่ ใช้น็อตล้อละ ๔ ตัว มันตกน้ำไปหมดทั้ง ๔ ตัวเลย" เจ้าหนุ่มตอบ

"เรื่องนี้ไม่ยาก" คนบ้าพูดอย่างอารมณ์ดี "คุณก็ทำอย่างนี้สิ รถคุณใช้น็อตล้อละ ๔ ตัวใช่มั้ย คุณก็ไปถอดน็อตจากล้ออื่นมาล้อละตัวเอามาใส่ล้อที่ไม่มีน็อตสิ ทุกล้อก็จะมีน็อตยึดไว้ล้อละ ๓ ตัว แค่นั้นรถก็พอวิ่งได้ แล้วคุณก็ขับรถไปข้างหน้าอีกไม่ถึงกิโลหรอก จะมีร้านขายเครื่องอะไหล่รถยนต์ คุณก็แวะไปซื้อน็อตอีก ๔ ตัวเอามาใส่ล้อละตัวให้ครบทุกล้อ แค่นั้นก็หมดเรื่อง"

เจ้าหนุ่มได้ฟังคำแนะนำก็ได้คิด ครางเบาๆ ว่า "เออ จริง" แล้วก็ลงมือทำตามคำแนะนำ ถอดน็อตจากล้ออื่น ๆ มาล้อละตัวเอามาใส่ล้อที่ไม่มีน็อต ทำเสร็จแล้วก็มายืนดู "อืมม์ เข้าท่าดี อย่างนี้รถวิ่งต่อไปได้แน่ ๆ "

"เป็นยังไง เรียบร้อยแล้วใช่มั้ยล่ะ" เสียงคนบ้าร้องทัก

"ครับ เรียบร้อยแล้วครับ" ชายหนุ่มตอบอย่างสุภาพ กำลังจะเปิดประตูขึ้นรถก็ให้นึกเฉลียวใจ จึงร้องถามชายในรั้วโรงพยาบาลผู้ให้คำแนะนำ "ขอโทษเถอะครับพี่ พี่บ้าจริง ๆ หรือเปล่าครับพี่"

คนบ้าก็ตอบมาด้วยเสียงดังฟังชัดโดยทันที **"ผมน่ะเหรอครับ บ้าน่ะบ้าอยู่หรอก แต่ผมไม่โง่"**

(๔)

ถ้าพูดถึงชีวิตแต่งงานแล้วล่ะก็.......เพื่อนฝูงยกให้เขาเป็นที่หนึ่ง ตั้งแต่แต่งงานมาสิบกว่าปีแล้ว เขาไม่เคยมีเรื่องทะเลาะเบาะแว้งกับภรรยาเลย

"ถามจริง ๆ เถอะ เอ็งมีวิธีการอย่างไรวะจึงอยู่กับเมียได้อย่างราบรื่นไม่เคยมีเรื่องมีราวกันเลย" เพื่อนถามด้วยความสงสัย

"เรื่องนี้ไม่ยากเพื่อนเอ๋ย" เขาตอบพร้อมยิ้มอย่างภาคภูมิ "การที่จะอยู่กับเมีย

โดยไม่มีเรื่องทะเลาะเบาะแว้งหรือขัดแย้งกันนั้น ข้าใช้หลักในการแบ่งเรื่องกันตัดสินใจให้แน่ชัดลงไป แล้วไม่ก้าวก่ายเรื่องของกันและกัน"

"เออ....ฟังดูเข้าที แต่เอ็งแบ่งเรื่องตัดสินใจกับเมียอย่างไรวะ" เพื่อนซักอย่างสนใจ

"ง่ายนิดเดียว ข้าใช้วิธีนี้ เรื่องเล็ก ๆ ข้าก็ปล่อยให้เมียเค้าตัดสินใจไปเอง ส่วนข้าจะคิดเฉพาะแต่เรื่องใหญ่ ๆ"

"เออ....เข้าที ๆ แต่ว่า....แล้วเอ็งจัดแบ่งยังไงล่ะว่า เรื่องไหนเรื่องเล็ก เรื่องไหนเรื่องใหญ่ เอ็งช่วยยกตัวอย่างให้ชัดเจนหน่อยซิ" เพื่อนเขยิบเข้ามาใกล้ รอฟังคำอธิบายอย่างตั้งใจ

"เรื่องเล็ก ๆ น่ะรึ ก็อย่างว่าซื้อโต๊ะ ซื้อเตียง ทีวี ตู้เย็น ของใช้ในบ้าน จะต่อเติมบ้านตรงไหนดี จะซื้อรถยนต์คันใหม่ดีมั้ย จะเอาลูกไปเข้าโรงเรียนไหนดี เรื่องเล็ก ๆ ทำนองนี้แหละ ข้าก็ปล่อยให้เมียเขาตัดสินใจไป ข้าไม่เข้าไปก้าวก่ายเรื่องของเค้า"

เพื่อนซักต่อทันที "แล้วเรื่องใหญ่ ๆ ที่เอ็งตัดสินใจล่ะ เป็นยังไงวะ"

"ไอ้ที่เป็นเรื่องใหญ่ ๆ ที่เมียเค้าปล่อยให้ข้าตัดสินใจก็อย่างเรื่องว่า ชาวอเมริกันจะเลือกใครเป็นประธานาธิบดีดีระหว่างดับเบิลยู บุทช์กับ อัล กอร์ ประเทศมหาอำนาจควรจะเลิกแข่งขันกันเรื่องอาวุธสงครามได้แล้วหรือยัง โอเปคจะลดราคาน้ำมันลงเหลือบาเรลละเท่าไรดี อะไร ๆ ทำนองนี้แหละเพื่อน"

บทที่ ๘ อาจารย์ตงโก๊ะกับหมาป่า (๑)

(เปิดฉาก อาจารย์ตงโก๊ะกำลังต้อนลาเดินมาตามทาง บนหลังลาบรรทุกกระสอบใบใหญ่ มีหนังสืออยู่ในกระสอบไม่น้อย หมาป่าตัวหนึ่งวิ่งตามหลังมาอย่างลนลาน)

หมาป่า ท่านครับ ท่านครับ ช่วยผมด้วยเถอะครับ กรุณาช่วยผมเร็ว ๆ ด้วยเถอะครับ

ตงโก๊ะ (ตกใจกลัวมาก) แก....แกเป็นอะไรไป

หมาป่า นายพรานไล่ตามมา กรุณาให้ผมเข้าไปหลบในกระสอบของท่านสักครู่เถอะครับ ถ้าพ้นภัยครั้งนี้ได้ ผมจะไม่ลืมบุญคุณท่านเลย

ตงโก๊ะ (ลังเล) แกรีบไปเสียให้พ้นเถอะ ฉันจะช่วยแกได้ยังไง

หมาป่า (ร้อนรนมาก) สงสารผมเถอะครับ นายพรานควบม้าไล่มาจวนจะทันอยู่แล้ว นอกจากท่านจะช่วยแล้ว ผมไม่มีทางอื่นเลย โปรดช่วยผมด้วยเถอะครับ

ตงโก๊ะ (แสดงอาการสงสารหมาป่า) เอาเถอะ ถ้างั้นแกเข้ามาหลบในกระสอบของฉันก็แล้วกัน (อาจารย์ตงโก๊ะเปิดกระสอบ หยิบหนังสือออกมาทีละเล่ม ขณะนี้เสียงฝีเท้าม้าดังแว่วมาแต่ไกล)

หมาป่า (น้ำตาไหลพราก) โปรดเร็วหน่อยเถอะครับ อย่าให้เขาฆ่าผมเลยครับ เอาเชือกมัดผมเข้าเถอะครับ จะได้ใส่กระสอบง่าย ๆ

(อาจารย์ตงโก๊ะมัดหมาป่าใส่กระสอบ เอาหนังสือทับไว้ข้างบน แล้วเดินทางต่อ นายพรานมาทัน)

นายพราน เมื่อตะกี้หมาป่าตัวหนึ่งวิ่งมาทางนี้ ท่านเห็นบ้างไหมครับ

ตงโก๊ะ ไม่เห็นนี่ หมาป่าอะไรกัน

นายพราน หมาป่าตัวเบ้อเร่อ จะไม่เห็นได้อย่างไร บอกมาเถอะครับ

ตงโก๊ะ ผมมัวแต่รีบเดินทาง ไม่เห็นจริง ๆ ครับ ตรงโน้นมีทางแยกหลายสาย หมาป่าอาจจะวิ่งไปทางอื่นก็ได้

(นายพรานกลับเข้าฉาก)

หมาป่า (อยู่ในกระสอบ) นายพรานไปแล้ว พ้นอันตรายแล้ว กรุณาปล่อยผมเถอะครับ

(อาจารย์ตงโก๊ะปล่อยหมาป่าออกมา หมาป่าเหลียวหน้าแลหลัง ไม่เห็นมีใคร)

หมาป่า ท่านครับ ผมหิวเหลือเกิน ถ้าไม่ได้อะไรรองท้องสักหน่อย ผมต้องตายแน่ แต่อดตายก็สู้ให้นายพรานล่าเอาตัวไปไม่ได้ ไหน ๆ ท่านก็ได้ช่วยชีวิตผมไว้ครั้งหนึ่งแล้ว โปรดช่วยผมอีกสักครั้งเถอะครับ

(หมาป่าโผเข้าใส่อาจารย์ตงโก๊ะ หมายจะขย้ำกินเสีย)

รูปประโยคและการใช้คำ

๑. ....ทีละ.... "ทีละ" 就是 "ครั้งละ", 譬如 "ทีละ ๒ คน" 就是 "ครั้งละ ๒ คน"。"ทีละ...." 与单个量词搭配构成的短语, 如 "ทีละคน"、"ทีละเล่ม"、"ทีละก้าว", 是说明动作有次序地、不急不躁地进行。汉语可译成一个一个（地）、一本一本（地）、一步一步（地）等等。

ตัวอย่าง โปรดเข้าไปทีละคนครับ
ข้าวต้องทานทีละคำ หนังสือต้องอ่านทีละเล่ม

แบบฝึกหัด จงอ่านและแปลประโยคต่อไปนี้ให้เป็นภาษาจีน

๑) ฉันพยายามจำทีละประโยค ๆ ในที่สุดก็จำได้ทั้งหมด
๒) เขาสะสมเงินทีละบาท ๆ เพื่อนำไปซื้อหนังสือ
๓) เราใกล้ที่หมายเข้าไปทีละก้าว ๆ
๔) เขาพูดทีละคำ ๆ ว่า "ฉันจะไม่ลืมบทเรียนวันนี้แน่ ๆ"
๕) เขาตรวจไปทีละห้อง ๆ

๖) อาการของแกค่อยยังชั่วขึ้นทีละนิดทีละหน่อย
๗) ในซุปเปอร์มาร์เก็ด เขาเลือกสิ่งที่ต้องการจะซื้อทีละอย่างๆ
๘) ฉันแนะนำเพื่อนนักศึกษาของชั้นเราให้เขารู้จักทีละคน ๆ

๒. เชิญ ขอ(ให้) กรุณา โปรด 这几个词在汉语中都可译成“请”，但是在泰语中意义和用法并不相同。

๑) เชิญ 恭敬地、客气地表示希望对方怎么做，或者表示邀请。เชิญ 与其他几个词（在“请”这个意义上）最大的区别是เชิญ是动词，可以单独作谓语，也可以置于别的动词前。如：

เชิญครับ
เชิญทางนี้ค่ะ
เชิญข้างในค่ะ
เชิญนั่งครับ
เชิญเข้ามาข้างในครับ
เชิญตามสบายค่ะ
เขาเชิญพวกเราไปทานข้าวกัน
- เขาเชิญใครบ้าง
- เชิญทุกคน
เราเชิญคณบดีมาเป็นประธานในที่ประชุม
ฯลฯ

๒) ขอ(ให้) 请复习本册第五课第二个句型中的第三个用法和例子。（见69页）

๓) กรุณา 用在动词前，表示客气地向人提出某种要求，含有须打扰或麻烦对方的意思。汉语可用“请……”，也可用“劳驾”来表示。有些用กรุณา的句子也可以用ขอ(ให้)，但是意义上有些微差别。如：

> กรุณาช่วยหยิบหนังสือเล่มนั้นให้ผมหน่อยครับ
> กรุณากระเถิบเข้าไปหน่อยได้ไหมครับ
> กรุณามาแต่วันหน่อยนะคะ
> กรุณาพูดเสียงดังหน่อยค่ะ
> กรุณาช่วยบอกคนที่ไม่ได้มาประชุมให้ทราบด้วยนะคะ
> กรุณาช่วยผมเร็ว ๆ ด้วยเถอะครับ
> ฯลฯ

๔) **โปรด** 用在动词前，一般是某个公务机构或单位向公众提出要求或向公众发出告示时用。如：

> โปรดอย่าสูบบุหรี่ในที่สาธารณะ
> โปรดอย่าแตะต้องสิ่งที่วางโชว์
> โปรดอย่าเที่ยวทิ้งขยะ
> โปรดกรอกแบบฟอร์มเสียก่อน
> โปรดอย่าส่งเสียงดัง
> ท่านผู้ฟังโปรดทราบ
> ฯลฯ

（注：课文里 "โปรดเร็วหน่อยเถอะ" 和 "โปรดช่วยผมด้วยเถอะ" 中的 "โปรด" 是表示急切地请求别人给予帮助，汉语可用 "求你……" 来表示。）

ข้อสังเกต

๑. อาจารย์ตงโก๊ะกำลังต้อนลาเดินมา<u>ตาม</u>ทาง
หมาป่าตัวหนึ่งวิ่ง<u>ตาม</u>หลังมาอย่างลนลาน

"ตาม" 除了作介词外，还可以作动词和副词用。

๑) 动词，跟随的意思。如：

เชิญตามผมมา

รายการสอนภาษาอังกฤษทางวิทยุสอนเร็วมาก เธอตามทันไหม

ปัญหาที่ตามมาคือจะแก้ยังไง

๒) 动词，表示叫某人来。如：

ช่วยไปตามเฉินชางมาหน่อยนะ

ต้องไปตามหงมาด้วยไหม

เล็กไม่สบายมาก ต้องรีบไปตามหมอมารักษา

๓) 副词，用在另一个动词后表示跟着做、照着做。如：

โปรดอ่านตามอีกเที่ยว

เด็ก ๆ น่ารักดีจัง ครูร้องเขาก็ร้องตาม ครูรำเขาก็รำตาม

เขาทำอย่างไร เธอก็ทำตาม คงไม่ผิดหรอก

此外，ตาม还可以组成许多合成词，常见的如：**ตามปกติ**（一般，通常）、**ตามธรรมดา**（一般）、**ตามสบาย**（随便，怎么方便怎么做）、**ตามใจ**（随你的便，愿意怎么做就怎么做）、**ตามเคย**（照样，仍旧）、**ตามลำพัง**（独自）、**ตามอำเภอใจ**（随心所欲）等。

๒. <u>ท่าน</u>ครับ <u>ท่าน</u>ครับ ช่วยผมด้วยเถอะครับ

泰语中的人称代词繁多，使用时要考虑：

1. 说话者的性别；
2. 说话者及受话者或被指称者的地位；
3. 说话者及受话者或被指称者相互关系的亲疏程度。

下面归纳一下常用单数人称代词的用法：

第 一 人 称 代 词

代词	说话者性别	使用范围
กระผม	男	对长者或对上级。
ผม	男	一般人之间说话礼貌时。
ดิฉัน	女	一般人之间说话礼貌时。
ฉัน	男、女	长辈对晚辈、上级对下级或地位相当的人之间。
ข้าพเจ้า	男、女	正式场合。
ข้า	男、女	长辈对晚辈、上级对下级；老百姓间，尤其在农村中用得较多。
กู	男。女的用的很少	不拘礼节的朋友间或藐视对方时。
เรา	男、女	熟识的朋友间或长辈对晚辈。
หนู	男、女	小孩儿对大人。女孩儿长大后，对用惯了的人或对长辈、上级。

第 二 人 称 代 词

代词	与其相对应的第一人称代词	使用范围
คุณ	ผม, ดิฉัน	一般人之间说话礼貌时。
ท่าน	กระผม, ดิฉัน	晚辈对长辈或下级对上级。
เธอ	ฉัน	平辈间或长辈对晚辈、上级对下级。
เรา	ฉัน	长辈对晚辈或上级对下级。
แก	ฉัน, ข้า, เรา	长辈对晚辈、上级对下级或熟识的朋友间说话很随便时。
เอ็ง เจ้า	ข้า	长辈对晚辈、上级对下级；老百姓间，尤其在农村中用得较多。
มึง	กู	不拘礼节的朋友间或藐视对方时。
หนู		长辈对晚辈表示亲昵时。

บทที่ ๘ อาจารย์ตงโก๊ะกับหมาป่า (๑)

第 三 人 称 代 词

代词	使用范围
เขา	用于与自己地位相当的人。
แก	大人对小孩儿或自己所熟识的、不拘礼节的人。
ท่าน	用于自己所敬重的人。
มัน	用于动物或者用于自己所憎恶的、所鄙夷的人。

๓. ถ้า<u>พ้น</u>ภัยครั้งนี้ได้ ผมจะไม่ลืมบุญคุณท่านเลย

　แกรีบไปเสียให้<u>พ้น</u>

　　"พ้น" 是动词，含义是离开或脱离某个范围或某种情况。译成汉语时要视语言环境而定。如：

　　　คนไข้รายนี้พ้นขีดอันตรายแล้วค่ะ（脱离）
　　　เขาเข้าตรอกเล็กออกตรอกน้อยอย่างรวดเร็ว จนพ้นจากการติดตามของ
　　　　สายลับ（摆脱）
　　　พอพ้นสายตาครู เด็ก ๆ ก็เจี๊ยวจ๊าวขึ้นทันที（离开。此处可意译）
　　　แกไปให้พ้นเดี๋ยวนี้（离开、滚开）
　　　เวลาผ่านพ้นไปอย่างรวดเร็ว（过去，消逝）

๔. นายพรานควบม้าไล่มาจวนจะ<u>ทัน</u> <u>อยู่แล้ว</u>

　๑)"ทัน" 可以单用，也可与其他动词搭配使用，表示赶得上或赶得及那种状态。
　　如：
　　　เขาเรียนไปตั้ง ๔ – ๕ บทแล้ว เราจะตามทันหรือ
　　　ยังเหลือเวลาอีกไม่กี่นาที คงเสร็จไม่ทันแน่
　　　จวนถึงเวลาแล้ว เขาจะมาทันไหม
　　　ฉันจะพยายามไปให้ทันค่ะ

　๒)此处的"อยู่"是与"จวนจะ....แล้ว"搭配，表示时间紧迫，有"马上"、"立即"、"正要"的意思。试比较：

　　　ฝนจะตกแล้ว　-　ฝนจะตกอยู่แล้ว

121

งานจวนจะเสร็จแล้ว - งานจวนจะเสร็จอยู่แล้ว

เขามาถึงตอนที่เรากำลังจะไปแล้ว - เขามาถึงตอนที่เรากำลังจะไปอยู่แล้ว

๕. เอาเชือกมัดผม<u>เข้า</u>เถอะครับ จะได้<u>ใส่</u>กระสอบง่าย ๆ

๑) 此句中的 "เข้า" 与第五课中的 "เข้า" 不同，不是表示 "偶然地" 的意思，而是用在表示使某物更紧凑或使分散的东西聚合在一起之类意义的动词之后，以使这种意义更鲜明。如：

เราควรจะสามัคคีกันเข้า

รวมกำลังหลายฝ่ายเข้าด้วยกัน

ควรจะทำให้ข้อความตอนนี้กระชับเข้าหน่อย

๒) "ใส่" 装、塞的意思。又如：

เขาเอายาใส่ขวด

เอาเครื่องเขียนใส่ไว้ในกล่อง

ชาวนาเอาข้าวใส่กระสอบ

เขาใส่หนังสือลงกระเป๋า

"ใส่" 也可以是穿戴的意思。如：

ใส่เสื้อ　　 = สวมเสื้อ

ใส่หมวก　　= สวมหมวก

ใส่รองเท้า　= สวมรองเท้า

ใส่แว่นตา　= สวมแว่นตา

ใส่ถุงมือ　　= สวมถุงมือ

๖. ไม่เห็นนี่ หมาป่า<u>อะไรกัน</u>

有时 อะไรกัน 是表示一种否定的反问。如：

สนุกอะไรกัน (หมายความว่าไม่สนุก)

เก่งอะไรกัน (หมายความว่าไม่เก่ง)

สวัสดีสวัสแดอะไรกัน (แสดงว่ารำคาญใจ ไม่อยากพูดด้วย)

เขาก็คน เราก็คน กลัวอะไรกัน (หมายความว่าไม่ต้องกลัว)

ผีอะไรกัน เงาต้นไม้ต่างหาก (หมายความว่าไม่ใช่ผี)

(พูด)อะไรกันโว้ย โกหกทั้งนั้น (ปฏิเสธสิ่งที่ผู้อื่นบอกหรือเล่าให้ฟัง)

๗. หมาป่าตัว<u>เบ้อเร่อ</u>

"เบ้อเร่อ" 用于口语，类似北京话中的 "特大"。如：
- แตงโม(ลูก,ใบ)เบ้อเร่อ
- ไข่ไก่(ฟอง,ใบ)เบ้อเร่อ
- แอ๊ปเปิ้ล(ลูก,ใบ)เบ้อเร่อ
- ชาม(ใบ)เบ้อเร่อ
- หนู(ตัว)เบ้อเร่อ

๘. หมาป่า<u>เหลียว</u>หน้า<u>แล</u>หลัง

เหลียว 扭头看、回顾, แล 望（向远处看）。แล 往往与 ดู 或 เห็น 搭配使用，成为 แลดู 或 แลเห็น, 但大多用于书面语。"เหลียวหน้าแลหลัง" 相当于汉语中的 "左顾右盼" 或 "东张西望"。与这个词意义相同的还有 เหลียวซ้ายแลขวา。

๙. หมาป่าโผเข้าใส่อาจารย์ตงโก๊ะ <u>หมายจะขย้ำกินเสีย</u>

๑) "หมายจะ" 想, 企图。如：
ปลาฉลามเชิญลิงไปเที่ยวทะเล หมายจะเอาหัวใจลิงไปรักษาโรคพ่อปลาฉลาม
เด็กซนขออาวันธีขึ้นต้นไม้ไปเอาไข่นก หมายจะล้ออาวันธีเล่น โดยซ่อนรองเท้า
ของอาวันธีเสีย
รามสูรขว้างขวานหมายจะฆ่านางเมขลาเสีย

๒) "ขย้ำ" 食肉类动物吞噬的动作。

แบบฝึกหัด

๑. จงอ่านตัวบทให้คล่องแคล่วเหมือนเสียงพูดตามอรรถรส

๒. จงหาตัวอย่างการใช้สรรพนามจากบทเรียนที่เคยเรียนมาแล้ว

๓. จงแปลประโยคตัวอย่างในข้อสังเกตเป็นภาษาจีน

๔. จงแปลประโยคต่อไปนี้ให้เป็นภาษาไทย

1. 我请小张到家里去玩。
2. 对不起，请教一个问题行吗？
3. 请不要在这里倒垃圾。
4. 请你帮我抬一下箱子。
5. 不要客气，请随便坐吧。
6. 我想每天早晨练半小时朗读。
7. 我走到哪儿他就跟到哪儿，不知道他想干什么。
8. 我想了很久，仍然想不出什么好办法。
9. 想请你帮我复习一下英语。你有空吗？
10. 请你帮我把小王找来。
11. 我按父亲的吩咐，给爷爷写了一封信。
12. 我们到处找他，可仍旧没有找到。
13. 拿红票的同志请跟我走。
14. 还有三分钟了，来不及换衣服了。
15. 他说得真快，我记不下来。
16. 他走得真快，我几乎跟不上他了。

ศัพท์และวลี

ต้อน	驱，赶（牲口）	ลา	驴
บรรทุก	装载	กระสอบ	麻袋
ลนลาน	慌张，仓皇失措	นายพราน	猎人
ตาม	跟随	พ้น	超越，摆脱
ลังเล	犹豫	ร้อนรน	焦躁不安，心急如焚

สงสาร	可怜	ควบม้า	策马（飞奔）
ฝีเท้า	脚步	แว่ว	（声音）隐约传来
น้ำตา	眼泪	ไหล	流
พราก	扑簌	เชือก	绳
มัด	捆，捆扎	ทับ	压，叠加
เบ้อเร่อ	特别大	แยก	分手
ทางแยก	岔路	อันตราย(- ตะ-ราย)	
เหลียว	顾，望		危险
แล	看，望	เหลียวหน้าแลหลัง	
อด	挨饿		左顾右盼
ล่า	狩猎	โผ	扑
ขย้ำ	吞噬	สะสม	积累
บทเรียน	教训	ตามสบาย	随便（怎么方便就怎么做）
กระเถิบ	挪动一下	....แต่วัน	早，早一点儿（下午、傍晚用）
แตะต้อง	触摸，轻碰	โชว์	陈列；展览
เที่ยว	随地，到处	ขยะ	垃圾
รายการ	项目，节目	น่ารัก	可爱
ตามธรรมดา		ตามใจ	随便（愿意怎么做就怎么做）；依
	一般（说来）		顺，放任
ตามเคย	照样，仍旧	ตามลำพัง	独自
ตามอำเภอใจ		กระผม	我
	随心所欲	ข้าพเจ้า	我
แก	你	เอ็ง	你
ขีด	界限，限度；	ตรอก	小巷
	划；笔划	ติดตาม	跟随，尾随，追踪
สายตา	眼光	เจี๊ยวจ๊าว	叽叽喳喳
กระชับ	紧凑	ถุงมือ	手套
ผี	鬼	เงา	影子

ต่างหาก	（不是……）而是……	โกหก	撒谎
		ฟอง	个（蛋的量词）
แอ๊ปเปิ้ล	苹果	ซ่อน	藏匿

บทอ่านประกอบ

เรื่องขำขัน (๒)

(คัดมาจากเรื่อง“101 อารมณ์ขัน”ของโมด บางปะกง)

(๑)

คุณยายนอนรักษาตัวอยู่ในโรงพยาบาลเป็นเวลาเกือบเดือนแล้ว คุณยายเป็นทั้งโรคเบาหวาน โรคหัวใจ และอาการอะไรต่อมิอะไรอีกมากมายที่เกี่ยวเนื่องกับโรคชรา

คุณยายคงคิดปลงตกว่าตัวเองจะตายวันตายพรุ่งก็ได้ วันหนึ่งจึงให้เงินหลานสาว ๑๐๐ บาทไปซื้อล็อตเตอรี่ของรัฐบาล “ยายจะลองเสี่ยงโชคดู ไปซื้อหวยรัฐบาลนะหลาน ไม่ใช่หวยใต้ดิน” คุณยายย้ำนักย้ำหนา

เมื่อถึงวันออกสลากกินแบ่ง ลูกหลานญาติพี่น้องของคุณยายต่างตื่นเต้นกันเป็นโกลาหล ล็อตเตอรี่ที่คุณยายฝากซื้อนั้นถูกรางวัลที่หนึ่ง คำนวณว่าจะได้เงินรางวัลถึง ๓๐ ล้านบาท ลูกหลานนัดประชุมปรึกษาหารือกันว่าจะบอกคุณยายอย่างไรดี จุดสำคัญอยู่ที่ว่าถ้าขืนทำตื่นเต้นพรวดพราดเข้าไปบอกคุณยายว่าถูกหวยรัฐบาลที่หนึ่ง ได้เงินตั้งหลายสิบล้าน คุณยาย ซึ่งเป็นโรคหัวใจอยู่ก็อาจตื่นเต้นจนช็อคถึงตายได้

ลูกหลานนำความไปปรึกษาคุณหมอผู้ดูแลคุณยายอย่างใกล้ชิดตลอดมา แล้วตกลงกันว่าจะให้คุณหมอเป็นผู้หาทางนำข่าวดีนั้นไปค่อย ๆ ตะล่อมบอกให้คุณยายทราบ

คุณหมอเข้าไปหาคุณยายตามลำพัง ใช้ชั้นเชิงทางจิตวิทยาค่อย ๆ พูดเพื่อให้คุณยายเห็นว่าถ้าหากคุณยายจะได้ลาภลอยมาสัก ๓๐ ล้านในสถานการณ์เช่นนี้นั้นเป็นเรื่องธรรมดา ไม่มีอะไรจะน่าตื่นเต้นตกใจ หลังจากใช้เวลาไปเกือบชั่วโมง คุณหมอก็

สามารถบอกข่าวดีให้คุณยายรับทราบด้วยอาการสงบ

"ตั้งแต่ยายนอนป่วยอยู่ที่นี่ คุณหมอช่วยดูแลอยู่ตลอดเวลา คุณหมอดีกับยายเหลือเกิน ยายตั้งใจไว้แต่แรกแล้ว เงินที่ถูกล็อตเตอรี่รางวัลที่หนึ่งน่ะ ยายขอยกให้คุณหมอทั้งหมดเลย"

คุณหมอได้ยินเช่นนั้นก็เกิดอาการปากอ้าตาค้าง ช็อคขึ้นมาอย่างกะทันหัน ร่างล้มลงกองอยู่กับพื้น หัวใจหยุดเต้น....สิ้นใจตาย

(๒)

พฤติกรรมของคนวิกลจริตหรือคนบ้า มักถูกคนค่อนข้างบ้านำมาแต่งเป็นเรื่องเป็นราวเอาไว้เล่าสู่กันฟังอยู่เสมอๆ เรื่องเหล่านี้ส่วนใหญ่เป็นเรื่องความน่ารัก หรือไม่ก็เป็นเรื่องสติปัญญาอันเปรื่องปราดของคนจิตพิการ พวกเราคงเคยฟังเรื่องราวทำนองนี้กันมาบ้างแล้ว

อย่างเช่นเรื่องคนไข้โรคจิตสองคนคุยกันในเวลาค่ำคืน คนหนึ่งเอาไฟฉายส่องขึ้นไปบนท้องฟ้า แล้วก็เพ้อรำพันกับเพื่อนว่า "แกเห็นแสงไฟที่ทอดเป็นลำออกจากกระบอกไฟฉายพุ่งไปข้างบนท้องฟ้านั่นไหม ถ้าแกดูให้ดีก็จะเห็นลำแสงไฟพุ่งไปถึงดวงดาวเชียวนะ" เพื่อนอีกคนมองตามลำแสงนั้น "จริงด้วย ฉันเห็นแล้ว มันเป็นลำแสงที่พุ่งตรงไปถึงดวงดาวนั่นทีเดียว นี่ถ้าเราปีนไปตามแสงนั่น เราก็จะขึ้นไปถึงดวงดาวได้เลยนะ......ลองดูไหม ฉันจะถือไฟฉายให้ แล้วแกปีนขึ้นไปให้ถึงดวงดาวเลยนะ" เพื่อนผู้ถือไฟฉายส่งกระบอกไฟฉายให้อีกคนหนึ่งถือเหมือนกับตัดสินใจแล้วว่าจะเดินทางไปให้ถึงดวงดาวให้ได้ แต่แล้วก็ลังเล **"อย่าเพิ่งเลยเพื่อน แกกับฉันยังคบกันไม่นาน ถ้าแกเกิดไม่จริงใจกับฉันหน่อยเดียว พอฉันปีนขึ้นไปสูงๆ แกแกล้งปิดไฟฉายหน่อยเดียวเท่านั้น ฉันก็ตกลงมาคอหักตายเปล่า ๆ เอาไว้ให้คบกันนาน ๆ พอรู้จักเข้าใจกันให้ดีกว่านี้อีกสักหน่อยเถอะ"**

บทสนทนาระหว่างคนไข้โรคจิตสองคนที่น่ารักอีกเรื่องหนึ่งมีว่า ขณะที่คนบ้าสองคนกำลังนั่งคุยกันอยู่ คนหนึ่งโฉบมือขึ้นไปในอากาศ กำมือไว้แล้วทายเพื่อนว่ามีอะไรอยู่ในมือ "รถไฟ" เพื่อนตอบอย่างมั่นใจ เพื่อนผู้ถามเอามืออีกข้างหนึ่งตีเข่าเพื่อนเบา ๆ "แกเล่นแอบดูนี่ถึงได้ทายถูก เอาใหม่นะ คราวนี้ห้ามแอบดูนะ" ว่าแล้วก็เอามือโฉบอากาศ แล้วกำมือไว้ ทายเพื่อนว่าอะไรอยู่ในมือ เพื่อน

ตอบอ้อมแอ้มว่า "เรือบิน" ผู้ถามดีใจหัวเราะร่า พร้อมกับแบมือที่กำไว้ออกให้เพื่อนดู *"แกทายผิด นี่ไงเห็นมั้ย ไม่ใช่เรือบินสักหน่อย เห็นมั้ย วงดุริยางค์ทหารทั้งวงเลย"*

เรื่องราวที่น่าตื่นเต้นและน่าสนใจเกิดขึ้นในโรงพยาบาลโรคจิตเรื่องแล้วเรื่องเล่าไม่รู้จบสิ้น บางเรื่องซับซ้อนจนพวกเราซึ่งบ้าจำพวกสี่ร้อยกว่า ๆ มิอาจเข้าใจพวกเขาได้ อย่างเช่น มีคนไข้โรคจิตคนหนึ่งไม่ทราบว่าเป็นโรคจิตประเภทไหน แกเอาเชือกผูกแปรงสีฟันแล้วก็เที่ยวบอกใคร ๆ ว่าแปรงสีฟันนั้นคือสุนัขที่แสนจะน่ารักของแกชื่อว่าดิ๊กกี้ แกจูงดิ๊กกี้สุนัขตัวโปรดไปไหนต่อไหนด้วยตลอดเวลา บางครั้งก็หันมาพูดคุยกับแปรงสีฟัน "เป็นไง ดิ๊กกี้....หิวมั้ย ....เหนื่อยมั้ย.... อ้าว จะถ่ายเรอะ เดี๋ยวจะพาไป.... ไม่เอา ไม่เอา อย่าเที่ยวถ่ายเรี่ยราด.... " บางทีก็หันมากระเดาะปากเรียกดิ๊กกี้ให้ตามมาไวๆ แกจูงดิ๊กกี้เที่ยวไปทั่วบริเวณอยู่ทุกวัน วันหนึ่งคุณหมอซึ่งสังเกตพฤติกรรมของคนไข้นี้อยู่นาน เห็นคนไข้เดินจูงแปรงสีฟันเข้ามาคุยอยู่ใกล้ๆ คุณหมอหวังจะเอาใจคนไข้จึงเดินเข้าไปนั่งยองๆ แล้วทำมือลูบไล้เบาๆ ที่แปรงสีฟัน พร้อมพูดด้วยเสียงอ่อนโยน "เป็นไงบ้าง ดิ๊กกี้ แหม ขนนุ้มนุ่ม น่ารักจริง" คนไข้เจ้าของสุนัขยืนมองตาขวางพร้อมกับขึ้นเสียงดัง **"อะไรกัน คุณหมอจะบ้าแล้วรึไง ดิ๊กกง-ดิ๊กกี้ที่ไหนกัน นั่นมันแปรงสีฟันต่างหาก"**

(๓)

พ่อค้าแขกขายพัดโฆษณาสรรพคุณสินค้าของตนว่า พัดที่ตนขายมีคุณภาพดี๊ดีล่วดลายซ้วยสวย พัดแล้วลมเย่นเย็น และราคาก็ทู้กถูก

คุณนายซื้อพัดแขกกลับมาบ้าน ใช้พัดได้ไม่กี่ที พัดก็ขาด จึงกลับไปต่อว่าพ่อค้าแขกว่าหลอกลวง พัดที่ซื้อไปนั้นไม่มีคุณภาพดั่งคำโฆษณาเลยสักนิด

พ่อค้าแขกเถียงว่าไม่ได้หลอกลวง ถามคุณนายว่า "คุณนายจ๋า คุณนายใช้พัดของโผมอย่างรายคร้าบ"

คุณนายทำท่ามือถือพัดโบกไปโบกมา ท่าที่ใคร ๆ เขาโบกพัดกันนั่นแหละแขกหัวเราะก๊ากบอกว่า **"เห็นหมาย เห็นหมาย อี๊นี่คุณนายใช้พัดไม่ถูกหนา พัดอย่างนั้นมันก็ต้องขาด พัดของฉานต้องพัดอย่างนี้นะจ๊ะคุณนาย ถือพัดกางไว้เฉย ๆ อย่ากระดุกกระดิก เอาหน้าไปจ่อใกล้พัดอย่างนี้ แล้วก็ส่ายหน้าไปมาอย่างนี้ ๆ"**

(๔)

เรือสำราญขนาดใหญ่พานักท่องเที่ยวจำนวนนับพันทัศนาจรข้ามทวีป บนเรือมีห้องพักที่สะดวกสบายเหมือนโรงแรมชั้นหนึ่ง ในห้องพักมีห้องน้ำในตัว ไม่ต้องออกไปถ่ายทุกข์หนักเบากันที่ห้องน้ำท้ายเรือเหมือนอย่างเรือเอี้ยมจุ๊นที่ล่องกันอยู่ตามแม่น้ำเจ้าพระยา ในเรือมีภัตตาคารใหญ่ ซึ่งขนเนื้อ หมู เห็ด เป็ด ไก่ กุ้ง หอย ปู ปลา ฯลฯ ไปตุนไว้ขนาดว่าครอบครัวชูชกกินไปสิบสองชาติก็ยังไม่หมด มีสนามกีฬาขนาดยักษ์บรรจุคนดูได้หลายหมื่น คะเนดูด้วยสายตาก็คงพอ ๆ กับสนามศุภชลาศัยของบ้านเรา มีสระว่ายน้ำขนาดมาตรฐานโอลิมปิค และมีอะไรต่ออะไรอีกหลายอย่าง ซึ่งถ้าขืนอธิบายต่อไป ก็คงไม่มีใครเชื่อว่านี่เป็นเรือ

ในเรือสำราญลำนี้มีรายการแสดงต่าง ๆ เพื่อให้ผู้โดยสารได้รับความบันเทิงอยู่เป็นประจำ

วันนั้น มีการแสดงมายากลโดยยอดนักมายากลอันดับหนึ่งของโลก ผู้ชมจำนวนมากมายล้อมเวทีชั่วคราวด้วยความสนใจ ยอดนักมายากลแสดงกลชุดแรกโดยการยื่นมือไปข้างหน้า พลิกฝ่ามือไปมาสองสามครั้งก็ปรากฏไพ่สำรับหนึ่งอยู่ในมือ เขาสะบัดมือขวาที่ถือไพ่ ไพ่ก็พุ่งเป็นสาย แล้วไพ่ทั้งสำรับก็ไปอยู่ในมือซ้าย สะบัดมือซ้าย ไพ่ก็ไปอยู่ที่มือขวา พลิกมือขวาอีกสองสามที เมื่อแบมือออก ไพ่สำรับนั้นก็อันตรธานหายไป

ผู้ชมปรบมือกันเกรียวกราว

เจ้านกแก้วที่เกาะคอนอยู่ข้างหลังนักมายากลจับตามองดูการแสดงอยู่ด้วยความสนใจ เมื่อไพ่หายไปก็ร้องบอก "รู้แล้ว รู้แล้ว ซ่อนไพ่ไว้ในแขนเสื้อ ซ่อนไพ่ไว้ในแขนเสื้อ"

กลชุดที่สอง ยอดนักมายากลจับกระต่ายใส่ลงในกล่อง แล้วเอาผ้าคลุมไว้ ใช้ไม้กายสิทธิ์ชี้ไปที่กล่อง ทำท่าทางคล้ายเสกมนต์ เมื่อเปิดผ้าคลุมออก ปรากฏว่าในกล่องว่างเปล่า กระต่ายทั้งตัวหายไปไหนไม่มีใครทันเห็น

ผู้ชมปรบมือกันสนั่นเช่นเคย เจ้านกแก้วที่คอยจับตาดูอยู่ก็แสดงความฉลาดของตัวเองอีกเช่นเคย "รู้แล้ว รู้แล้ว ซ่อนกระต่ายไว้ในกระเป๋ากางเกง เอากระต่ายซ่อนไว้ในกระเป๋ากางเกง"

ยอดนักมายากลเริ่มการแสดงชุดต่อไป คราวนี้ดูเหมือนจะเป็นกลชุดใหญ่

เพราะนำกล่องใบมหึมาวางไว้ข้างหน้าแล้วเอาผ้าดำผืนใหญ่มาคลุมไว้ ขณะที่ยอดนักมายากลกำลังทำท่าคล้ายเสกคาถาอาคม เอามือวาดไปในอากาศตามแนวยาวของกล่องอยู่นั้น ก็บังเกิดเสียงดังครืนลั่น เรือทั้งลำสั่นสะเทือนเพราะชนหินโสโครกเข้าอย่างจังเรือค่อย ๆ จมลง เกิดโกลาหลอลหม่านกันไปทั่ว

เรือทั้งลำจมหายไปในท้องทะเล ยอดนักมายากลเป็นผู้หนึ่งที่รอดตาย โผล่ขึ้นมาจากน้ำได้อย่างอัศจรรย์ ทะเล่อทะล่าเกาะเสากระโดงเรือต้นหนึ่งไว้ และเมื่อเงยหน้าขึ้นมา ก็เห็นเจ้านกแก้วแสนรู้ตัวนั้นเกาะอยู่บนยอดเสา

เจ้านกแก้วซึ่งคอยจับตาดูการแสดงมายากลอยู่ตลอดเวลา พอเห็นยอดนักมายากลโผล่ขึ้นมาจากน้ำก็กระพือปีกพรึบพรั่บร้องขึ้นมาทันที **“คราวนี้ยอมแพ้ คราวนี้ยอมแพ้ ซ่อนเรือไว้ที่ไหน ซ่อนเรือไว้ที่ไหน บอกหน่อย บอกหน่อย”**

บทที่ ๘ อาจารย์ตงโก๊ะกับหมาป่า (๒)

ตงโก๊ะ (ตกใจกลัวมาก รีบหลบไปอยู่ข้างหลังลา) ช้าก่อน ช้าก่อน เรามาปรึกษากันก่อนเถอะ เมื่อเกิดเรื่องอะไรขึ้น จะต้องปรึกษาผู้เฒ่าผู้แก่ เราไปหาผู้เฒ่าสักคน ถามท่านดูว่าแกควรจะกินฉันไหม ถ้าท่านเห็นว่าแกควรจะกินก็กิน ถ้าไม่เช่นนั้น แกก็อย่ากิน

หมาป่า เอา ตกลง

(อาจารย์ตงโก๊ะกับหมาป่าเดินไปได้ไม่ไกล ก็เจอะชายชราคนหนึ่งเดินสวนมา)

หมาป่า + ตงโก๊ะ พ่อเฒ่าครับ กรุณาช่วยตัดสินเรื่องให้เราหน่อยเถอะครับ

ชายชรา เรื่องอะไรกันล่ะ

ตงโก๊ะ เมื่อตะกี้นายพรานตามล่าเจ้าหมาป่าตัวนี้มา มันขอให้ผมช่วยชีวิต ผมสงสารมัน จึงเอามันซ่อนไว้ในกระสอบ มันจึงรอดชีวิตมาได้ ตอนนี้นายพรานไปแล้ว มันกลับจะกินผม อย่างนี้พ่อเฒ่าว่าถูกไหมครับ

ชายชรา (พูดกับหมาป่า) เขาสงสารเจ้า ช่วยชีวิตเจ้าไว้ แล้วเจ้ากลับจะกินเขาเสียไม่เป็นการเนรคุณหรือ

หมาป่า อย่าไปเชื่อแกครับ แกโกหก แกว่าแกช่วยผม แต่ความจริงน่ะ แกมัดผมเสียจนเจ็บระบมไปหมด แล้วก็ยัดใส่กระสอบ ยัดใส่กระสอบแล้วมิหนำซ้ำยังเอาหนังสือเป็นอันมากทับไว้อีกด้วย ผมแทบจะขาดใจตายทีเดียว แกเจตนาจะฆ่าผมให้ตาย เพื่อจะได้เอากลับบ้าน แกทำกับผมอย่างนี้ยังไม่สมควรที่ผมจะกินแกเสียหรือ

ตงโก๊ะ (พูดกับหมาป่า) แกโกหก ถ้าแกไม่อ้อนวอนอย่างน่าสงสาร ข้าจะช่วยแกรึ

ชายชรา (คิดอยู่ประเดี๋ยวหนึ่ง) คำพูดของเจ้าทั้งสองเชื่อไม่ได้ทั้งนั้น ข้าจะต้องพิสูจน์ให้เห็นจริง (พูดกับหมาป่า) เจ้าแสดงให้ข้าดูซิว่า เจ้าถูกมัดใส่กระสอบยังไง

(หมาป่านอนลงให้อาจารย์ตงโก๊ะมัดใส่กระสอบดังคราวก่อน)

หมาป่า (อยู่ในกระสอบ) พ่อเฒ่าครับ พ่อเฒ่าดูซีครับ อัดอยู่ในกระสอบอย่างนี้ อึดอัดทรมานเพียงใด ไม่นานก็เห็นจะขาดใจตายแน่

ชายชรา เจ้าอัดอยู่ในกระสอบอย่างนั้นไปก่อนเถอะ (พูดกับอาจารย์ตงโก๊ะ) ตอนนี้คุณปลอดภัยแล้ว รีบตีมันเสียให้ตายเถอะ ควรจำไว้ว่า เมตตาผู้ประพฤติพาลให้โทษแก่ตน

รูปประโยคและการใช้คำ

๑. ....ได้....ก็.... ได้ 后接一个表示数量少、距离或时间短的数量短语，表示前一个动作刚完成了一个很小的数量或进行了很短的时间或距离，就紧接着出现另一种情况或进行另一个动作，相当于汉语的"才……就……"。

ตัวอย่าง เดินไปได้ไม่กี่ก้าว ก็ล้มลง
เดินไปได้ไม่ไกล ก็เจอะชายชราคนหนึ่ง

แบบฝึกหัด จงใช้คำที่ให้ไว้แต่งประโยคตามตัวอย่างให้ถูกต้อง

๑) เดิน, ๒-๓ ก้าว, ถูกเรียกกลับไป
๒) กิน, ไม่กี่คำ, รวบช้อนส้อม
๓) พูด, ไม่กี่ประโยค, ชะงัก
๔) เรียน, ไม่กี่บท, ล้มป่วยลง
๕) แข่ง, ไม่กี่นาที, ฝนตก
๖) อ่าน, ไม่กี่นาที, ไฟดับ
๗) เล่า, ไม่กี่ประโยค, ร้องไห้
๘) ร้อง, ไม่กี่เพลง, เสียงแหบ
๙) ทำ, ไม่ถึงชั่วโมง, เมื่อยหลัง

๑๐) ทำ,　　ไม่กี่วัน,　　ร้องว่า "ยาก ยาก"

๒. ....กลับ....　　反而。连词，常与 "ไม่" 或 "ไม่เพียงแต่ไม่...." 搭配构成 "ไม่....กลับ...." 和 "ไม่เพียงแต่ไม่....กลับ...." 句型。有时后面还可以用 "เสียอีก"，以增强语气。

ตัวอย่าง
๑) หมาป่าไม่รู้คุณ กลับจะกินอาจารย์ตงโก๊ะเสีย
　　หมาป่าไม่เพียงแต่ไม่รู้คุณ กลับจะกินอาจารย์ตงโก๊ะเสีย
๒) เขาไม่รู้สึกเสียใจ กลับรู้สึกดีใจเสียอีก
　　เขาไม่เพียงแต่ไม่รู้สึกเสียใจ กลับรู้สึกดีใจเสียอีก

แบบฝึกหัด　จงใช้คำที่ให้ไว้แต่งประโยค "....กลับ...." ตามตัวอย่าง

๑) ท้อแท้ใจ,　　　　　　　เข้มแข็งขึ้น
๒) รู้สึกละอายใจ,　　　　　รู้สึกมีหน้ามีตา
๓) ว่าเขา,　　　　　　　　ชมเขา
๔) ตอบแทนบุญคุณของลิง, ปลาฉลามหมายจะเอาหัวใจของลิง
　　　　　　　　　　　　ไปเป็นยารักษาโรคพ่อปลาฉลาม
๕) รังเกียจ,　　　　　　　 ช่วยเรามากยิ่งกว่าแต่ก่อน
๖) พูดดี ๆ,　　　　　　　 แกตวาดว่า "ไป ไป ไป"
๗) เมื่อมีใครชมเขา,　　　　รู้สึกดีใจ, รู้สึกไม่สบายใจ
๘) ค่อยยังชั่วขึ้น,　　　　　ทรุดหนักลงอีก

๓. ....เสีย....　　**เสีย** 除了第二册第十二课句型中学的及本册第六课注解中所阐述的意义和用法外，还可以用在动词及表示该动词所导致的结果的词或短语之间，以强调动作的结果；或者用在形容词及表示程度的词或短语之间，以强调程度。

ตัวอย่าง
ไปเสียให้พ้น
ดีใจเสียจนบอกไม่ถูก

แบบฝึกหัด　จงเติม"เสีย"ลงไปในประโยคต่อไปนี้ให้ถูกต้อง แล้วแปลประโยคเหล่านี้เป็นภาษาจีนด้วย

๑) กินให้หมด　　　　๒) ตีมันให้ตาย
๓) จำให้แม่น　　　　๔) หวงจนไม่กล้าแตะต้อง
๕) วันนี้แต่งตัวสวยเชียว　๖) ดีจนไม่มีที่ติ
๗) มากจนไม่มีที่เก็บ　　๘) อิ่มจนเดินไม่ไหว
๙) เร็วจนใคร ๆ ก็ตามไม่ทัน
๑๐) โศกเศร้าจนไม่เป็นอันกินอันนอน

๔. .....ทั้งนั้น　　**ทั้งนั้น**可以放在名词、动词或形容词之后，表示总括全部，没有例外。

ตัวอย่าง　　เด็ก ๆ ทั้งนั้น ไม่มีผู้ใหญ่
　　　　　หนังสือเหล่านี้ใครเอามาวางไว้ที่นี่คะ ใหม่ ๆ ทั้งนั้น

แบบฝึกหัด　จงทำประโยคต่อไปนี้ให้เป็นประโยค"ทั้งนั้น" แล้วแปลเป็นภาษาจีนด้วย

๑) โรงงานนี้มีแต่กรรมกรหญิง
๒) ของเหล่านี้ผลิตในประเทศเราทุกอย่าง
๓) ภาพสีน้ำมันเหล่านี้ฉันชอบทุกรูป
๔) สถานที่เหล่านี้ฉันไปมาแล้วทุกแห่ง
๕) คำถามกล้วย ๆ ทุกข้อ แทบไม่ต้องใช้สมองคิด
๖) ของแพง ๆ ทุกอย่าง ใครจะซื้อไหว
๗) ร้านนี้ของกินของใช้มีขายทุกอย่าง
๘) ผู้ที่ไปประชุม(เป็น)นักวิทยาศาสตร์ทุกคน

บทที่ ๙ อาจารย์ตงโก๊ะกับหมาป่า (๒)

ข้อสังเกต

๑. เมื่อเกิด<u>เรื่อง</u>อะไรขึ้นจะต้องปรึกษาผู้เฒ่าผู้แก่

此处的"เรื่อง"是事件、事情的意思。"เรื่อง"是个多义词，已学过的有三个意义：

๑) 名词。内容、事情、情况的意思。 如：
ชั่วโมงนี้อาจารย์ให้เราเตรียมเล่าเรื่องกัน
เขาพูดอะไรคะ ดิฉันฟังไม่ค่อยรู้เรื่อง
เรื่องมันเป็นอย่างนี้

๒) 量词。可用于事情、故事、电影、小说等，如：
หนังเรื่องนี้ทำได้ดี
คุณยายเล่านิทานให้หลานฟังวันละเรื่องเกือบทุกวัน
นวนิยายเรื่องนี้อ่านสนุก น่าจะนำไปทำเป็นหนังบ้าง

๓) 名词。事、事端、是非的意思。往往含有贬义。如：
เด็กนักเรียนคนนี้ชอบไปก่อเรื่องนอกโรงเรียนเสมอ
นักศึกษา ๒ คนนี้มีเรื่องกันบ่อย
ฉันไม่อยากมีเรื่องกับใคร

๒. เมื่อตะกี้นายพรานตามล่า<u>เจ้า</u>หมาป่าตัวนี้มา

เจ้า除了用作代词外，长辈在提到晚辈中的某人时也可将เจ้า冠于该人人名前，表示亲切或客气。如：เจ้าหนู เจ้าแดง ฯลฯ。此外还可以加在动物的名字前。如：เจ้าด่าง(ชื่อสุนัข) เจ้าหมาป่าฯลฯ。

๓. ไม่เป็นการเนรคุณหรือ

"เนรคุณ" 忘恩负义。
ไม่เป็นการเนรคุณหรือ 可译作 "不是忘恩负义吗?" 或 "不是忘恩负义的行为吗? "

๔. ยัดใส่กระสอบ<u>แล้วมิหนำ ซ้ำยัง</u>เอาหนังสือเป็นอันมากทับไว้<u>อีกด้วย</u>

"....แล้วมิหนำ ซ้ำยัง....อีกด้วย"意思是做了某件事还不算（或还不够，还不满足，还不解恨），还要做另外一件事。有些像汉语中的"……不算，还……"

"不只是……而且还……"。如：

  พ่อด่าลูกแล้วมิหนำ ซ้ำยังตบตีอีกด้วย
  โจรพวกนี้ปล้นทรัพย์แล้วมิหนำ ซ้ำยังจับเจ้าทรัพย์ไปเรียกค่าไถ่อีกด้วย

๕. ผมแทบจะขาดใจตาย<u>ทีเดียว</u>

  "ทีเดียว"是副词，可以修饰形容词，意为"极其"、"确实"，如：ดีทีเดียว เก่งทีเดียว มากทีเดียว ฯลฯ。此外还可以修饰动词，意为"立即"、"即刻"。如：

  นึกจะพูดยังไงเขาก็พูดทีเดียว ไม่ได้คิดให้รอบคอบเสียก่อน
  นึกจะทำอะไรเขาก็ทำทีเดียว ไม่ปรึกษาหารือใคร
  พอเห็นเข้า เขาก็คว้าเอาไปเลยทีเดียว

๖. แกทำกับผมอย่างนี้ ยังไม่สมควรที่ผมจะกินแกเสียหรือ

  这是一种反问式的句子，意思是：แกทำกับผมอย่างนี้ ผมสมควรจะกินแกเสีย。这样说的目的是为了强调。还可以有以下几种说法：

  .... ผมยังไม่สมควรที่จะกินแกเสียหรือ
  .... ยังไม่สมควรหรือที่ผมจะกินแกเสีย
  .... ผมยังไม่สมควรหรือที่จะกินแกเสีย

其他例子如：

๑) เจ้าไม่สมควรจะกินแกเสีย
  สมควรที่เจ้าจะกินแกเสียหรือ
  เจ้าสมควรที่จะกินแกเสียหรือ
  สมควรหรือที่เจ้าจะกินแกเสีย
  เจ้าสมควรหรือที่จะกินแกเสีย

๒) คุณสมควรจะตอบแทนเขาบ้าง
  ไม่สมควรที่คุณจะตอบแทนเขาบ้างหรือ
  คุณไม่สมควรที่จะตอบแทนเขาบ้างหรือ
  ไม่สมควรหรือที่คุณจะตอบแทนเขาบ้าง
  คุณไม่สมควรหรือที่จะตอบแทนเขาบ้าง

๗. คำพูดของเจ้าทั้งสองเชื่อไม่ได้ทั้งนั้น

"....ทั้งสอง"后面省略了量词。其他例子如：

คุณทั้งสอง
ประเทศทั้งสอง
มหาวิทยาลัยทั้งสอง

๘. เจ้าอัดอยู่ในกระสอบอย่างนั้นไปก่อนเถอะ

"ไป"表示动作在延续。"ไปก่อน"常用在谓语后，表示暂且先怎么怎么样。

如：

เธอทำไปก่อนเถอะ เดี๋ยวฉันจะมาช่วย
กินไปก่อนเถอะ ไม่ต้องรอเขาหรอก
ยังหาไม่พบหรือ ใช้ของฉันไปก่อนเถอะ
เบียด ๆ กันอยู่ไปก่อนเถอะ มีตังค์เมื่อไหร่ค่อยเช่าห้องใหม่

แบบฝึกหัด

๑. จงอ่านตัวบทให้ถูกต้องคล่องแคล่วตามอรรถรส

๒. จงผลัดกันแสดงเป็นตัวละครตามเรื่อง"อาจารย์ตงโก๊ะกับหมาป่า"

๓. จงจดจำและหัดใช้คำและวลีต่อไปนี้

อย่างลนลาน	ไม่ลืมบุญคุณท่าน
ลังเล	ร้อนรน
ช่วยแกได้ยังไง	จวนจะทันอยู่แล้ว
ดังแว่วมาแต่ไกล	เหลียวหน้าแลหลัง
เดินสวนมา	รอดชีวิตมาได้
ไม่เป็นการเนรคุณหรือ	แทบจะขาดใจตายทีเดียว
....ทั้งสอง	ยังไม่สมควรที่จะ....หรือ

....ไปก่อน   อ้อนวอนอย่างน่าสงสาร

๔. ลองสรุปการใช้คำว่า "เสีย" ที่ปรากฏในบทเรียนบทต่าง ๆ ดู

๕. จงแปลประโยคต่อไปนี้ให้เป็นภาษาไทย

1. 我看见小张慌慌张张地跑进屋来，便问道："怎么啦？"
2. 看样子他有很着急的事。
3. 他非但不灰心，反而更努力了。
4. 你既然已经答应帮助他，就不应该再犹豫了。
5. 他一句一句地翻，终于将这本书翻完了。
6. 请你按规定(กำหนด)填写表格。
7. 这些饮料我都不喜欢，请给我一杯茶水吧。
8. 黑得什么都看不见了。
9. 大家立刻帮着将他送到医院，他才得救了。
10. 他做了那么多好事，还不应该受到表扬吗？
11. 刚进去看了没几分钟，联欢会就散了。
12. 狼可怜巴巴地乞求道："救救我吧！"

ศัพท์และวลี

ช้าก่อน	慢着，且慢	ผู้เฒ่า	老人，老者
ชายชรา	老头儿	สวน	逆，迎面而来
ตัดสิน	裁判，裁决	รอด	得救，脱险
รอดชีวิต	得救	เนรคุณ(เน-ระ-)	忘恩负义
ระบม	肿痛	....มิหนำ ซ้ำยัง....	不只是……而且还……
เป็นอันมาก	许多	ขาดใจ	断气，咽气

เจตนา(เจต-ตะ-)	故意，存心	สมควร	应该，理应
พิสูจน์	证明，证实	อัด	压，塞
อึดอัด	憋闷	ทรมาน(ทอ-ระ-)	受罪，受折磨
เพียงใด	=เพียงไร 多么	เมตตา	慈悲
พาล	恶劣；流氓	ล้ม	（跌）倒，倒下
รวบ	收，拢	ชะงัก	突然中止，突然停顿
ล้มป่วย	病倒	แหบ	（声音）嘶哑
คุณ	恩德	ท้อแท้ใจ	灰心，丧失信心
เข้มแข็ง	坚强	มีหน้ามีตา	体面，光彩
รังเกียจ	嫌弃	ตวาด	吼
หวง	珍惜，珍爱	ติ	挑剔，责备
โศกเศร้า	=เศร้าโศก	ไม่เป็นอันกินอันนอน	
ภาพสีน้ำมัน	油画		寝食不安
กล้วย ๆ	=ง่าย ๆ 容易	สมอง	脑子，脑筋
ก่อเรื่อง	闹事，滋事	ตบ	拍，打
ตบตี	打，殴打	โจร	强盗
ปล้น	抢劫	ทรัพย์	财产
ค่าไถ่	赎金	ปรึกษาหารือ	=ปรึกษา
คว้า	一把抓走	เช่า	租

บทอ่านประกอบ

เรื่องขำขัน (๓)

(คัดมาจากเรื่อง“101 อารมณ์ขัน”ของโมด บางปะกง)

(๑)

ขี้ยานายหนึ่ง กล่าวกับหมอซึ่งแนะนำให้เขาเลิกสูบบุหรี่ “คุณหมอรู้ไหมครับการสูบบุหรี่นี่มีข้อดีอยู่อย่างน้อยสองประการ”

“ฮึ สูบบุหรี่จะดียังไง เอ้า คุณลองว่ามาซิ ว่าสูบบุหรี่มันดีอย่างไรบ้าง”

“ข้อดีของการสูบบุหรี่อย่างแรกนะครับ คือ สูบบุหรี่มาก ๆ แล้วขโมยจะไม่ขึ้นบ้าน อีกอย่างหนึ่งนะครับ สูบบุหรี่มาก ๆ แล้วหัวจะไม่หงอก”

“เอ๊ะ! มันเป็นยังไง ผมไม่เห็นจะเกี่ยวกันเลย” หมองง

“คือยังงี้ครับ ถ้าเราสูบบุหรี่มาก ๆ เราก็จะระคายคอ ต้องไออยู่บ่อย ๆ กลางค่ำกลางคืน ดึก ๆ ดื่น ๆ เราก็ต้องตื่นขึ้นมาไอแค้ก ๆ อยู่ตลอดเวลา ขโมยก็จะคิดว่าเรายังตื่นอยู่ มันก็จะไม่กล้าขึ้นบ้านเรา”

“เออ! จริงของคุณ” หมอยอมรับ “แล้วที่ว่าสูบบุหรี่แล้วหัวไม่หงอกล่ะเป็นยังไง”

“อ้าว! คุณหมอน่าจะรู้ดี ถ้าเราสูบบุหรี่มาก ๆ เราก็จะเป็นมะเร็งปอดตายเสียก่อนที่จะแก่จนหัวหงอกไงล่ะครับ คุณหมอ”

(๒)

ณ พื้นที่ตำบลแห่งนั้น หลังจากพายุฝนได้กระหน่ำหนักอยู่เป็นเวลาหลายวัน น้ำป่าได้ไหลหลากจากภูเขาท่วมไร่นาและบ้านเรือนของผู้คนอย่างรวดเร็ว ระดับน้ำสูงขึ้นเรื่อย ๆ

ชายคนนั้นได้ชื่อว่าเป็นคนเคร่งครัดในศาสนามาก เขามีความเชื่อมั่นศรัทธาพระเจ้า แม้น้ำที่ท่วมท้นเข้ามาในบ้านจะสูงขึ้นเรื่อย ๆ เขาก็ยังมั่นใจว่าพระเจ้าจะต้องช่วยเขาได้ เขาพนมมือสวดมนต์ภาวนาขอให้พระเจ้าช่วยอย่างมีสติ

น้ำได้ท่วมบ้านชั้นแรกหมดแล้ว เขาต้องขึ้นไปยืนสวดมนต์อ้อนวอนพระเจ้าอยู่บนชั้นสอง เรือท้องแบนลำหนึ่งผ่านมา คนในเรือเรียกให้เขาขึ้นเรือ แต่เขาปฏิเสธโดยอ้างว่าจะรอความช่วยเหลือจากพระเจ้า

น้ำท่วมสูงขึ้นอีกจนท่วมมิดบ้านทั้งหลัง เขาต้องขึ้นไปนั่งอยู่บนหลังคา เรือท้องแบนอีกลำหนึ่งผ่านมา เขาไม่ยอมไปกับเรืออีกโดยบอกกับคนในเรือด้วยใบหน้ายิ้มแย้มว่าพระเจ้าจะต้องมาช่วยชีวิตเขาแน่ ๆ

ระดับน้ำสูงขึ้นจนท่วมตัวเขากว่าครึ่งแล้ว เฮลิคอปเตอร์กู้ภัยบินอยู่เหนือเขาหย่อนบันไดเชือกลงมา เขาตะโกนก้องว่าขอบคุณ แต่เขามั่นใจว่าพระเจ้าจะต้องมาช่วยเขาแน่ ๆ เขาจะรอพระเจ้า

และในที่สุดเขาก็จมน้ำตาย วิญญาณของเขาล่องลอยไปพบพระเจ้า เขาต่อว่า

พระเจ้าด้วยความน้อยใจ เสียแรงที่เขาศรัทธาในพระเจ้า สู้สวดมนต์อ้อนวอนขอความช่วยเหลือ แต่พระเจ้าไม่สนใจเขาเลย

พระเจ้ามองหน้าเขาอย่างรังเกียจ "สมน้ำหน้า ตายเสียก็ดี ไอ้เราอุตส่าห์ส่งเรือไปช่วยตั้งสองลำ ส่งเฮลิคอปเตอร์ไปช่วยอีกลำหนึ่ง ก็ไม่เอาซักที แล้วจะให้ฉันช่วยยังไงอีกล่ะ"

(๓)

เด็กชายตัวน้อย ๆ ชื่อหนูเข้าไปหาคุณพ่อแล้วถามด้วยความอยากรู้อยากเห็น "คุณพ่อครับ หนูมาจากไหนครับ"

คุณพ่อได้ยินคำถามก็อึกอัก จะตอบไปง่าย ๆ เพื่อปัดความรำคาญก็เห็นจะใช่ที่ ด้วยตัวเองเป็นถึงอาจารย์สอนอยู่ในมหาวิทยาลัย เคยคิดอยู่เสมอว่าจะต้องอบรมสั่งสอน "หนู" ลูกชายคนแรกนี้ให้ถูกวิธี เอาละ เมื่อลูกตั้งคำถามขึ้นมาก่อน ก็ถึงเวลาแล้วที่จะต้องบอกความจริงของชีวิตให้ลูกเข้าใจ

"หนู มานั่งข้าง ๆ พ่อตรงนี้ พ่อจะเล่าอะไรให้ฟัง" คุณพ่อพูดกับลูกด้วยความเอ็นดู

คุณพ่อสาธยายให้ลูกชายฟังเกี่ยวกับเรื่องราวการกำเนิดของสิ่งมีชีวิตทั้งหลาย ไม่ว่าจะเป็นพืชหรือสัตว์ ยกตัวอย่างการเกิดของชีวิตสัตว์เล็กเช่นนกและแมลง แล้วบรรยายถึงกำเนิดของมนุษย์ คุณพ่อวาดรูปภาพประกอบแสดงสรีระของคนให้เห็นความแตกต่างระหว่างเพศหญิงและเพศชาย การผสมพันธุ์กันระหว่างมนุษย์สองเพศ

คุณพ่อใช้เวลาบรรยายเรื่องราวต่างๆ เสียจนเสียงแหบเสียงแห้ง เหงื่อไหลไคลย้อย ในที่สุดคุณพ่อก็สรุป "เอาละ หนู พ่อคิดว่าลูกเข้าใจแล้วนะว่า หนูมาจากไหน"

ลูกชายทำหน้าเหมือนกำลังจะร้องไห้ **"เปี๊ยกเค้าบอกหนูว่า เค้ามาจากสงขลา คุณพ่อไม่เห็นบอกหนูเลยว่า หนูมาจากไหน"**

(๔)

บนรถไฟขบวนนั้น ท่านนักการเมืองผู้มีชื่อเสียงได้ที่นั่งคู่กับชาวนา ทั้งสองไม่รู้จักกันมาก่อน แต่อีกไม่นานต่อมา ทั้งสองก็เป็นเพื่อนร่วมสนทนากันได้อย่างสนิทสนม

นักการเมืองและชาวนาผลัดกันเล่าประวัติส่วนตัว ประสบการณ์ความสำเร็จในชีวิตของตนให้อีกฝ่ายหนึ่งฟัง ต่างเล่าถึงอัธยาศัยใจคอ ความชอบและไม่ชอบของตนอย่างเปิดเผย

เหลือระยะทางอีกไกลโขกว่าจะถึงที่หมาย เรื่องที่คุยกันก็ชักจะร่อยหรอหมดไปเรื่อยๆ ท่านนักการเมืองคิดหาทางฆ่าเวลาจึงได้ชวนชาวนาให้มาเล่นพนันอะไรกันสักอย่าง เพื่อความสนุกสนานเพลิดเพลิน

"นี่อีกหลายชั่วโมงกว่าจะถึง เรามาเล่นพนันอะไรกันสนุก ๆ ดีกว่า เอาอย่างนี้ดีไหมครับ เรามาเล่นทายอะไรเอ่ยกัน ถ้าคุณทายผม แล้วผมตอบไม่ได้ ผมจะจ่ายคุณ ๑,๐๐๐ บาท ถ้าผมทายคุณแล้วคุณตอบไม่ได้ คุณก็จ่ายมา ๑,๐๐๐ บาท"

"ก็ดีครับ เล่นทายอะไรเอ่ยกัน ผมเคยเล่นเมื่อตอนเป็นเด็ก ๆ แต่ท่านครับ ถ้าเล่นเสมอ ๆ กันอย่างที่ท่านว่า ใครตอบไม่ได้ต้องจ่ายคนละ ๑,๐๐๐ เท่ากัน ผมว่ามันไม่สมศักดิ์ศรีของท่านเลยนะครับ"

"เอ๊ะ ไม่สมศักดิ์ศรียังไงกัน" ท่านนักการเมืองถามด้วยความสงสัย

"ท่านลองคิดดูนะครับ ชีวิตผมกับท่านห่างกันราวฟ้ากับดิน ผมเป็นชาวนามาตั้งแต่กำเนิด พ่อแม่ผมเป็นชาวนาฐานะยากจน หลังสู้ฟ้าหน้าสู้ดินมาโดยตลอด ผมได้เรียนหนังสือแค่ชั้นป.๔ ที่โรงเรียนวัดในหมู่บ้าน ผมโตมาป่านนี้ อยากจะมีอาชีพที่มีรายได้ดีสักหน่อยแต่ก็ไม่มีปัญญา ต้องทำไร่ไถนาพอมีพอกินไปวันหนึ่ง ๆ อย่างนี้แหละครับ มาดูตัวท่านบ้าง ผมภูมิใจและรู้สึกเป็นเกียรติอย่างสูงสุดในชีวิตที่ได้มีโอกาสสนทนากับคนใหญ่คนโตระดับท่านในวันนี้ ท่านสูงส่งมาตั้งแต่เกิด ท่านเกิดมาจากครอบครัวมหาเศรษฐี พ่อของท่านเป็นพ่อค้านักธุรกิจ ท่านเรียนหนังสือจากโรงเรียนที่มีชื่อเสียง ท่านได้เรียนต่อในมหาวิทยาลัยมีชื่อ จบนิติศาสตร์บัณฑิต แล้วยังได้เกียรตินิยมอีกด้วย ท่านเคยเป็นทนายความที่โด่งดัง ประสบความสำเร็จในวิชาชีพ มีพร้อมหมดทั้งเกียรติยศเงินทอง เดี๋ยวนี้ท่านก็เป็นนักการเมืองมีชื่อ แม้ผมจะไม่เคยเห็นท่านมาก่อน แต่ก็เคยได้ยินชื่อเสียงของท่านมานาน พอได้เห็นหน้า-ค่าตาท่าน ผมก็รู้สึกว่าเป็นบุญของผมขึ้นมาทันใด ศักดิ์ศรีของท่านสูงกว่าผมหลายเท่าจริงๆ ครับ"

"อือ....จริงของคุณ" ท่านนักการเมืองได้ฟังแล้วก็เห็นคล้อยตามเหตุผลของชาวนา "เอาอย่างนี้ก็แล้วกัน เพื่อให้ยุติธรรมและสมศักดิ์ศรี ผมต่อให้คุณสิบเท่า ถ้า

เล่นทายอะไรเอ่ยกันแล้วผมแพ้ ผมจ่ายให้คุณ ๑,๐๐๐ บาท แต่ถ้าคุณแพ้ คุณจ่ายผม แค่ ๑๐๐ บาทก็พอ เอ้า ผมให้เกียรติคุณเป็นคนทายก่อนด้วย เชิญเลยครับ"

"ตัวอะไรเอ่ย" ชาวนาเริ่มต้นทายปัญหา "ตัวดำ ๆ ยาว ๆ มีจุดขาวตลอดตัว ตรงที่หัวมีหงอน เวลานอนขาหดหาย ทั้งเช้าสายมีสี่ขา วิ่งเดินหน้าขาเหลือสาม"

ท่านนักการเมืองทวนคำถาม ทวนแล้วทวนอีก แล้วก็นั่งคิดใช้สมองตรึกตรอง ว่ามันเป็นตัวอะไร ท่านนักการเมืองคิด....คิด....คิด แต่คิดเท่าไรก็คิดไม่ออก คิดจนหมดปัญญาจะคิด

"ผมยอมแพ้" ท่านนักการเมืองยอมจำนนพร้อมควักกระเป๋าหยิบธนบัตรยื่นส่งให้ชาวนา ๑,๐๐๐ บาท "เฉลยเถอะครับว่าตัวอะไร"

ชาวนาส่งเงินกลับคืนมาให้ท่านนักการเมือง ๑๐๐ บาท แล้วพูดกับนักการเมืองด้วยสีหน้างุนงง **"ผมก็ยอมแพ้ครับ ไม่รู้เหมือนกันว่ามันตัวอะไร"**

(๕)

ในการแข่งขันเทนนิสเชื่อมความสามัคคีของทหารและแม่บ้านทหารในกรม การแข่งขันคู่พิเศษระหว่างคู่นายทหารอาวุโสระดับนายพลกับคู่ทหารหญิงอายุรวมกันไม่เกิน ๕๐ ปี ดูจะได้รับความสนใจมากที่สุด ถึงแม้จะอายุเกิน ๕๐ และลงพุงเล็กน้อย นายพลท่านนั้นก็ยังกระฉับกระเฉง เวลาท่านได้ตีลูกคราวใดผู้ดูรอบสนามจะส่งเสียง เฮ โดยเฉพาะสาว ๆ จะร้องวี้ดว้ายขึ้นมาทุกครั้ง

ถ้าพูดถึงฝีมือแล้ว คู่นายพลอาวุโสนับว่าไม่ยิ่งหย่อนกว่าคู่ทหารสาว แต่แรงเท่านั้นที่คู่นายพลดูจะหย่อนยานไป ยิ่งตีไปลางแพ้ก็เริ่มจะปรากฏ ท่านนายพลท่านนั้นชักหงุดหงิดหัวเสียขึ้นมานิด ๆ ท่านขอเวลานอกเพื่อออกมาเช็ดเหงื่อ

ทันทีที่ท่านนายพลออกมานอกสนาม พลทหารรีบวิ่งเข้าไปทำวันทยาหัตถ์ เท้าชิดตรงกล่าวรายงานต่อท่านนายพลด้วยเสียงแผ่วเบา

ท่านนายพลมองหน้าพลทหารด้วยความไม่สบอารมณ์ "อะไรกัน เป็นทหารได้ยังไงพูดจาไม่เข้มแข็ง ไม่มีใครได้ยิน ไม่สมที่เป็นทหารเสียเลย โน่น... ไปยืนที่ขอบสนามด้านโน้นแล้วรายงานที่แกกระซิบมาเมื่อตะกี้นี้ให้ได้ยิน"

พลทหารปฏิบัติตามคำสั่ง วิ่งเหยาะไปยืนที่ขอบสนามเทนนิสฝั่งตรงข้าม ตะโกนรายงานอย่างเข้มแข็ง **"ท่านลืมรูดซิบกางเกงครับ"**

บทที่ ๑๐ กระทะออกลูก

ครั้งหนึ่ง นัสรูดินไปยืมกระทะใหญ่จากเศรษฐีขี้เหนียวใจดำคนหนึ่งได้ใบหนึ่ง ชาวบ้านพากันประหลาดใจว่าเหตุใดเศรษฐีผู้นั้นจึงเกิดใจกว้างต่อนัสรูดินถึงเพียงนั้น ความจริงเศรษฐีไม่ใช่จะใจกว้างอะไรหรอก ที่เขาให้ยืมกระทะนั้น ที่แท้ก็เป็นการให้เช่า ซึ่งเท่ากับให้กู้เงินนั่นเอง

อยู่มามิช้ามินาน นัสรูดินมาหาเศรษฐีและพูดด้วยหน้าตายิ้มแย้มว่า

"ขอแสดงความยินดีกับท่าน ขอแสดงความยินดีกับท่าน"

"แสดงความยินดีอะไรกัน" เศรษฐีถาม

"กระทะใบใหญ่ของท่านออกลูกแล้ว นั่นไม่เป็นที่น่ายินดีหรือ" นัสรูดินพูด

เศรษฐีตัดบทว่า "เหลวไหล กระทะจะออกลูกได้ยังไง"

"ท่านไม่เชื่อก็ดูสิ" นัสรูดินยืนยัน แล้วก็แก้ถุงขนสัตว์ออกและล้วงเอากระทะเหล็กเล็กจริงดังว่าออกมาใบหนึ่ง ถึงแม้นัสรูดินจะทำท่าทำทางให้ดูเป็นจริงเป็นจังอย่างไร เศรษฐีก็ไม่เชื่ออยู่นั่นเอง แต่แล้วเศรษฐีก็ฉุกคิดขึ้นว่า "อ้ายงั่งนี่เสียท่ากูแล้ว ถ้ากูไม่ฉวยโอกาสนี้ กูก็จะโง่เหมือนกัน" คิดแล้วเศรษฐีก็แสร้งทำเป็นดีอกดีใจ

"เออ กระทะใหญ่ของเราออกลูกแล้วล่ะ"

นัสรูดินเน้นว่า "ท่านเศรษฐี นี่ไม่ใช่ลาภใหญ่หรือขอรับ"

เศรษฐีแสร้งตีหน้าพูด "ลาภใหญ่แท้ ลาภใหญ่แท้ทีเดียวแหละ"

นัสรูดินจึงประคองกระทะใบเล็กยื่นให้เศรษฐีอย่างระมัดระวัง พลางพูดว่า

"แหม ลูกชายคนนี้ช่างน่ารักเหลือเกิน"

เศรษฐีมองดูกระทะใบเล็กนั้น มองแล้วมองอีก พลางชมพึมพำๆ ไม่ขาดปาก

นัสรูดินรอจนกระทั่งเศรษฐีเก็บกระทะใบเล็กนั้นเรียบร้อยแล้วจึงลากลับ เศรษฐีพูดฝากฝังและกำชับว่า

"ต่อไปต้องคอยดูแลรักษากระทะใบใหญ่ของเราให้ดีนะ มันจะได้ออกลูกมากๆ" นัสรูดินรับปากแล้วก็กลับบ้าน

ต่อมาไม่นาน นัสรูดินมาหาเศรษฐีอีกและพูดอย่างเศร้าสลดว่า

บทที่ ๑๐ กระทะออกลูก

"ขอแสดงความเสียใจกับท่าน"

"เสียใจเรื่องอะไร" เศรษฐีแปลกใจถาม

"กระทะใหญ่ของท่านตายเสียแล้ว"

เศรษฐีท้วงว่า "เหลวไหล กระทะจะตายได้ยังไง"

นัสรูดินว่า "ในเมื่อมันออกลูกได้ ทำไมจะตายไม่ได้เล่าขอรับ"

เศรษฐีได้ฟังดังนั้นจึงนึกได้ว่า ตนรู้เท่าไม่ถึงการณ์ที่นัสรูดินเอากระทะเล็กมาให้ เดี๋ยวนี้จึงรู้ว่าตนนั่นแหละเป็นอ้ายงั่ง หาใช่นัสรูดินไม่ แต่ถึงกระนั้นเศรษฐีก็ไม่ยอมให้กระทะใหญ่ตกไปอยู่ในมือของนัสรูดิน จึงพูดว่า

"เออ ไหน ๆ กระทะใหญ่ของเราก็ตายไปแล้ว ช่วยส่งศพคืนมาให้เราด้วยเถอะ"

"ฝังเสียแล้ว"

"ฝังที่ไหนล่ะ"

"ฝังในเตาหลอมของช่างเหล็ก"

เศรษฐีได้ยินดังนั้นก็ไม่มีกระจิตกระใจจะเล่นตลกต่อไป จึงพูดโผงผางออกไปว่า

"อย่าโกหกหน่อยเลยโว้ย มึงคิดจะโกงกระทะใหญ่ของกูใช่ไหมล่ะ"

นัสรูดินย้อนกลับไปว่า "ก็มึงโกงกระทะเล็กของกูก่อนนี่หว่า"

....

สองคนเกิดทะเลาะกันขึ้น แต่เศรษฐีเกรงว่าถ้าขืนเอะอะไป เพื่อนบ้านได้ยินเข้าจะขายหน้าและเสียชื่อ จึงขอประนีประนอม ขอให้นัสรูดินอย่าเที่ยวพูดเรื่องกระทะใบเล็กต่อไป ก็จะยอมมอบกระทะใบใหญ่ให้ เศรษฐีนึกในใจว่าอย่างนี้นัสรูดินคงจะพอใจ แต่ที่ไหนได้ นัสรูดินกลับปฏิเสธ ยังคงเอะอะโวยวายจนชาวบ้านได้ยินและมามุงดูกันเต็มไปหมด เขาจึงสลัดแขนเสื้อที่ถลกขึ้นมาเมื่อสักครู่นั้นกลับลงไป แล้วก็แหวกผู้คนออกไป นัสรูดินมิได้หมายจะโกงกระทะของเศรษฐี แต่หมายจะเล่นตลกกับเศรษฐีขี้เหนียวใจดำให้ผู้คนหัวเราะเยาะกันเท่านั้นเอง

รูปประโยคและการใช้คำ

๑. **ที่....นั้น ก็เพราะ (เพื่อ)....นั่นเอง** 这个句型多用于强调说明原因或目的，很像汉语中的“之所以……是因为（或：是为了）……”。

ตัวอย่าง

ที่มาบอกคุณล่วงหน้านั้น ก็เพื่อให้คุณเตรียมใจไว้ก่อนนั่นเอง
ที่อาจารย์เข้มงวดกับเรานั้น ก็เพราะหวังดีต่อเรานั่นเอง

แบบฝึกหัด จงเปลี่ยนประโยคต่อไปนี้ให้เป็นประโยค“ที่....นั้น ก็เพราะ(เพื่อ)....นั่นเอง”ตามตัวอย่าง

๑) เขาท่องจำทุกวัน เขาจึงจำได้แม่น
๒) รัฐบาลห้ามสร้างโรงงานในเขตนี้ อากาศในเขตนี้จึงสะอาดสดชื่น
๓) เขาไม่เคยเห็นเรื่องพรรค์นี้มาก่อน เขาจึงรู้สึกแปลกใจ
๔) เขากลัวว่าอาจจะทำให้ตัวเขายุ่งไปด้วย เขาจึงไม่ยอมช่วยเรา
๕) เพื่อเอาหัวใจลิงไปเป็นยารักษาโรค ปลาฉลามจึงลวงลิงไปเที่ยวบ้านปลาฉลาม
๖) เพื่อทำให้แขกที่ยัดอาหารใส่กระเป๋าจนเต็มเอี้ยดขายหน้า อาวันธีจึงย่องเข้าไปข้างหลังและรินน้ำชาลงไปในกระเป๋าแขกคนนั้น
๗) เพื่อสะสมเงินทองใช้ในการพัฒนา รัฐบาลจึงส่งเสริมให้ประชาชนฝากเงินออมสิน
๘) เพื่อหวังประโยชน์ในการค้าขาย เจ้าของร้านจึงเอาอกเอาใจลูกค้า

๒. **....ได้ยังไง** 是反问句。相当于汉语的“怎么能……呢?”“怎么会……呢?”

ตัวอย่าง

เขาเป็นเพื่อนของเรา เราจะไม่ช่วยเขาได้ยังไง
เขามีความลำบาก เราจะเฉยเสียได้ยังไง
ผมไม่ใช่คนหูทิพย์ตาทิพย์ เขาอยู่ไกลแสนไกลเช่นนี้ ผมจะไปรู้เรื่องเขาได้ยังไง

บทที่ ๑๐　กระทะออกลูก

แบบฝึกหัด　จงใช้คำที่ให้ไว้แต่งประโยค "......ได้ยังไง"

　　๑) เข้าใจ　　　　๒) คิดถึง
　　๓) ห่วง　　　　๔) อดสงสัย
　　๕) หักหลังเขา　　๖) แปลกใจ
　　๗) พอใจ　　　　๘) โกรธ
　　๙) เห็นใจ　　　๑๐) เสียใจ
　　๑๑) ร้อนใจ　　　๑๒) นับถือ

๓. ก็....อยู่นั่นเอง　这个句型是用来强调"仍然"这个意思。

ตัวอย่าง
ไม่ว่าเราจะอธิบายอย่างไร แต่เขาก็ยังไม่เข้าใจอยู่นั่นเอง
ถึงแม้หลายคนยืนยันว่าเป็นอย่างนั้น แต่เขาก็ยังไม่ยอมเชื่ออยู่นั่นเอง
เราให้แล้วให้อีก แต่เขาก็ว่าไม่พออยู่นั่นเอง

แบบฝึกหัด　จงทำประโยคต่อไปนี้เป็นประโยคสมบูรณ์โดยใช้รูปประโยค "....(แต่)ก็....อยู่นั่นเอง"

　　๑) เราชักชวนให้เขามาหลายต่อหลายครั้งแล้ว,　　ไม่ยอมมา
　　๒) เราขอแล้วขออีก,　　ไม่ยอมให้
　　๓) พ่อแม่ห้ามแล้วห้อมอีก,　　ไม่ยอมเลิก
　　๔) กินยาตั้งหลายขนานแล้ว,　　ไม่หาย
　　๕) เล่าติด ๆ กันมาเกือบเดือนแล้ว,　　ไม่จบ
　　๖) หลายคนช่วยกันยก,　　ยกไม่ไหว
　　๗) เตรียมมาหลายชั่วโมงแล้ว,　　ไม่พร้อม
　　๘) เราให้เหตุผลมามากต่อมากแล้ว,　　ไม่อนุญาต

๔. คอย....　除了作动词当"等"、"等待"讲外，还可作副词，置于动词谓语之前，含有“随时准备进行”“时时处于某种状态之中”的意思。

ตัวอย่าง

ตำรวจคอยรักษาความสงบให้ผู้คนได้อยู่กันอย่างสุขสบาย
องค์การนี้มีหน้าที่คอยให้ความช่วยเหลือแก่คนพิการที่มีความลำบาก

แบบฝึกหัด จงหัดพูดประโยคต่อไปนี้และแปลประโยคเหล่านี้เป็นภาษาจีนด้วย

๑) เราคอยดูเหตุการณ์คืบหน้าอยู่ตลอดเวลา
๒) เราต้องระมัดระวังให้มาก เพราะมีคนเขาคอยจับผิดเราอยู่เรื่อย
๓) เพื่อน ๆ คอยให้ความช่วยเหลือหนูอยู่ตลอดเวลา แม่ไม่ต้องห่วงหนูหรอก
๔) ชางเป็นคนขยันและละเอียด คอยเก็บข้อมูลอยู่ตลอดเวลา
๕) ร้านนี้คอยให้บริการแก่ลูกค้าตลอด ๒๔ ชั่วโมง
๖) ประชาชนซึ่งอยู่แนวหลังคอยฟังข่าวจากแนวหน้าอยู่อย่างใกล้ชิด
๗) ทหารซึ่งอยู่แนวหน้าคอยสังเกตการเคลื่อนไหวของข้าศึกอยู่ตลอดเวลา
๘) ยามมีหน้าที่คอยระวังภัยอันอาจจะเกิดแก่โรงงาน

ข้อสังเกต

๑. นัสรูดินไปยืมกระทะใหญ่จากเศรษฐีขี้เหนียวใจดำคนหนึ่งได้ใบหนึ่ง

“ขี้ ....”往往与一些贬义词（也有少量非贬义词）组合，构成骂人或责备人的词语。这些词语中的很大一部分可以是动词，也可以是名词。如：

ขี้เกียจ	懒惰；懒鬼	ขี้ลืม	健忘；健忘的人
ขี้ขลาด	胆小；胆小鬼	ขี้เมา	酒鬼，酒徒
ขี้แย	爱哭；爱哭的人	ขี้อาย	害羞；爱害羞的人

ขี้ร้อน 怕热；怕热的人   ขี้หนาว 怕冷；怕冷的人
ขี้ยา   烟鬼   ขี้โรค   病秧子，病包儿
ขี้โมโห 爱发脾气；爱发脾气的人
ขี้โกง 爱耍花招，好占便宜；爱耍花招的人，好占便宜的人
ขี้เล่น 好开玩笑，没正经；好开玩笑的人，没正经的人
ขี้สงสาร 爱动怜悯之心，有恻隐之心；爱动怜悯之心的人，有恻隐之心的人

ฯลฯ

๒. ชาวบ้านพากัน<u>ประหลาดใจว่า</u> เหตุใดเศรษฐีผู้นั้นจึงเกิด<u>ใจกว้าง</u>ต่อนัสรูดินถึงเพียงนั้น

泰语中有"ใจ"的合成词很多，都跟心或心理活动有关。在构成上，有些词"ใจ"在前，有些词"ใจ"在后，有些则可在前可在后，但意义不同。

"ใจ"在前的如：

ใจกว้าง	心胸开阔，慷慨大方	ใจดำ	心黑，黑心
ใจร้าย	心狠，狠毒	ใจป้ำ	胆大，敢作敢为
ใจบุญ	心地善良	ใจพระ	菩萨心肠

ฯลฯ

"ใจ"在后的如：

แปลกใจ	奇怪，惊异	ถูกใจ	中意
ชอบใจ	喜欢	พอใจ	满意
ท้อใจ	灰心	ตกใจ	吓一跳，害怕
หนักใจ	担心	สบายใจ	舒坦，舒心

ฯลฯ

"ใจ"可在前也可在后的如：

ใจเสีย	心虚，无斗志	เสียใจ	可惜，惋惜，心疼
ใจเย็น	冷静	เย็นใจ	心境舒坦，平静
ใจร้อน	性急	ร้อนใจ	焦急，心急如焚
ใจอ่อน	心软	อ่อนใจ	心灰意懒
ใจแข็ง	硬心肠	แข็งใจ	硬着头皮，鼓起勇气

ใจดี 心好 ดีใจ 高兴

ใจน้อย 气量小 น้อยใจ 感到委屈

ใจหาย 惊慌，吓得魂不附体 หายใจ 呼吸

ฯลฯ

๓. กระทะใบใหญ่ของท่านออกลูกแล้ว นั่นไม่เป็นที่น่ายินดีหรือท่าน

此句中的“เป็นที่”起强调后面谓语的作用，表示谓语所表达的内容是一目了然的。又如：

เขาพูดอย่างนี้เป็นที่เห็นได้ชัดว่าเขาไม่เห็นด้วย

เป็นที่ทราบกันทั่วไปแล้วว่า รัฐบาลจีนพูดอย่างไรก็ทำอย่างนั้น

ถ้าไม่สงวนป่าไม้ให้ดี เป็นที่น่ากลัวว่า อีกไม่นานป่าไม้ก็จะหมด

๔. อ้ายงั่งนี่เสียท่ากูแล้ว

此处的อ้ายเป็น是一种蔑视人的用法，如อ้ายงั่ง（笨蛋，蠢猪）、อ้ายบ้า（疯子）等。อ้ายเ只能用在男人身上。

๕. นี่ไม่ใช่ลาภใหญ่หรือขอรับ

“ขอรับ”同“ครับ”，是晚辈对长辈表示礼貌的语尾词。此外，对长者或所敬重者表示尊敬还可以用ครับผม ขอรับผม ขอรับกระผม等语尾词。

๖. เศรษฐีแสร้งตีหน้าพูด

“ตีหน้า”意思是为掩盖真实思想而装出某种表情。常见的词组有：

ตีหน้าเฉย 装作若无其事的样子。

ตีหน้าตาย 脸上毫无表情或毫无感情的样子。

ตีหน้าเซ่อ 装作傻乎乎的样子。

ตีหน้ายักษ์ 装出一副吓人的模样。

ฯลฯ

๗. <u>ช่าง</u>น่ารักเหลือเกิน

这里的"ช่าง"与第一课中学的不同，是副词，用在发感慨的句子中起强调作用。这种意义的"ช่าง"经常与 จริง ๆ เหลือเกิน ทีเดียว เสียนี่กระไร（书面语 "多么"）等词搭配使用。如：

นักกีฬาคนนี้ช่างเก่งทีเดียว

อ้ายคนนี้ช่างโง่จริง ๆ

ทัศนียภาพที่กุ้ยหลินช่างงามตาเสียนี่กระไร

๘. นัสรูดินรอจนกระทั่งเศรษฐีเก็บกระทะใบเล็ก<u>เรียบร้อย</u>แล้วจึงลากลับ

"เรียบร้อย"是个多义词，可以表示规矩（指人）或整齐（指物），还可以表示完成了、齐了、妥了的意思。如：

เด็กคนนี้เรียบร้อยดี

ข้าวของในห้องนี้จัดได้เรียบร้อยดีมาก

กิน(ข้าว)หรือยัง - เรียบร้อยแล้ว

งานฉลองปีใหม่เขาเตรียมเรียบร้อยแล้ว

๙. <u>ต่อไป</u>ต้องคอยดูแลรักษากระทะใบใหญ่ของเราให้ดีนะ

<u>ต่อมา</u>ไม่นาน

"ต่อไป"从今往后的意思（以后、往后）。"ต่อมา"自那以后的意思（后来、以后）。汉语中有时都可用"以后"来表示，因此要加以注意。如：

ต่อไปอย่าทำอย่างนี้อีกนะ

ต่อมาฉันไม่เคยทำอย่างนั้นอีกเลย

เขาว่า "ต่อไปมีปัญหาอะไรมาหาฉันนะ"

ต่อมามีปัญหาอะไรฉันก็ไปหาเขา

๑๐. ตน<u>รู้เท่าไม่ถึงการณ์</u>ที่นัสรูดินเอากระทะเล็กมาให้

"รู้เท่าไม่ถึงการณ์" 看不穿（对方用意）、识不破（对方计谋）的意思。后面如果有宾语，往往要用介词 ถึง作引导，如果宾语是一个句子，则要由 ที่ 来引导。看穿、识破则用 รู้ทัน 或รู้เท่า。如：

ทีแรกลิงรู้เท่าไม่ถึงการณ์ที่ปลาฉลามชวนไปเที่ยวที่บ้าน จึงยอมไปโดยดี
ปลาฉลามนึกว่าลิงคงรู้เท่าไม่ถึงการณ์
เขารู้ทันถึงผลร้ายที่จะติดตามมา
ตำรวจรู้เท่า(ถึง)วิธีคดโกงของพวกนี้

๑๑. เศรษฐีได้ยินดังนั้นก็ไม่มีกระจิตกระใจจะเล่นตลกต่อไป

"กระจิตกระใจ" 就是จิตใจ、ใจ的意思。常用在ไม่มีกระจิตกระใจ这种形式里，相当于汉语里的"没心思……"。

๑๒. ก็มึงโกงกระทะเล็กของกูก่อนนี่หว่า

"นี่หว่า"是说话不礼貌时用的语气词，常用在辩解性的句子里。

๑๓. เศรษฐีเกรงว่าถ้าขืนเอะอะไป เพื่อนบ้านได้ยินเข้าจะขายหน้าและเสียชื่อ

"ขืน"常用在其他动词前，含有硬要、偏要或坚持要做不该做的事。如：

ขืนทำอย่างนี้ต่อไป มีแต่ล้มเหลวท่าเดียว
บอกแล้วว่ากินไม่ได้ ขืนกินเข้าไปต้องท้องเสียแน่
เขาไม่ยอมฟังคำเตือนของเรา ขืนสู้ต่อไปอย่างหลับหูหลับตา

๑๔. ที่ไหนได้ นัสรูดินกลับปฏิเสธ

"ที่ไหนได้"是口语中常用来表示否定的插入语。有时还可以带辩驳、出乎预料或不满意等感情色彩。因此在译成汉语时要视语言环境而定。如：

เธอพูดเก่งจริงนะ
- ที่ไหนได้ ฉันพูดไม่เก่งหรอก（不敢当，那里的话）

หนังสือเล่มนี้ราคาถึง ๑๐ บาทไหม
- ที่ไหนได้ ตั้ง ๕๐ บาทแน่ะ（哪儿啊，什么呀）

นึกว่าคราวนี้ฉันคงมาถึงเป็นคนแรกแน่ ๆ ที่ไหนได้ เขามากันหมดแล้ว
（没想到，没料到）

ทีแรกเราคิดว่าคงได้รางวัลแน่ แต่ที่ไหนได้ เขาไม่ให้เสียแล้ว
（没想到，不料，出乎预料）

บทที่ ๑๐   กระทะออกลูก

แบบฝึกหัด

๑. จงอ่านและจดจำวลีต่อไปนี้

   ๑) เศรษฐีขี้เหนียวใจดำ   เป็นที่น่ายินดี
      จริงดังว่า   ไม่ขาดปาก
      ต่อมาไม่นาน   รู้เท่าไม่ถึงการณ์
      รู้ทัน(รู้เท่า)   ไม่มีกระจิตกระใจ
      ช่าง....เหลือเกิน   เก็บ....เรียบร้อย
      ที่ไหนได้   เอะอะโวยวาย
   ๒) มิช้ามินาน   ทำท่าทำทาง
      เป็นจริงเป็นจัง   ดีอกดีใจ
      ระมัดระวัง   กระจิตกระใจ
      ประนีประนอม   มองแล้วมองอีก

๒. จงอ่านตัวบทให้คล่อง

๓. จงแปลประโยคต่อไปนี้ให้เป็นภาษาจีนและท่องประโยคเหล่านี้ให้ได้

   ๑) ชาวบ้านพากันประหลาดใจว่าเหตุใดเศรษฐีผู้นั้นจึงเกิดใจกว้างต่อนัสรูดินถึงเพียงนั้น

   ๒) ความจริงเศรษฐีไม่ใช่จะใจกว้างอะไรหรอก ที่เขาให้ยืมกระทะนั้นที่แท้ก็เป็นการให้เช่า ซึ่งเท่ากับให้กู้เงินนั่นเอง

   ๓) ถึงแม้นัสรูดินจะทำท่าทำทางให้ดูเป็นจริงเป็นจังอย่างไร เศรษฐีก็ไม่เชื่ออยู่นั่นเอง

   ๔) เศรษฐีได้ฟังดังนั้นจึงนึกได้ว่าตนรู้เท่าไม่ถึงการณ์ที่นัสรูดินเอากระทะเล็กมาให้

   ๕) เดี๋ยวนี้เศรษฐีจึงรู้ว่า ตนนั่นแหละเป็นอ้ายงั่ง หาใช่นัสรูดินไม่

   ๖) เศรษฐีนึกในใจว่า อย่างนี้นัสรูดินคงจะพอใจ แต่ที่ไหนได้ นัสรูดินกลับปฏิเสธ ยังคงเอะอะโวยวายจนชาวบ้านได้ยินและมามุงดูกันเต็มไปหมด เขาจึงสลัดแขนเสื้อที่ถลกขึ้นมาเมื่อสักครู่นั้นกลับลงไป แล้วก็แหวกผู้คนออกไป

๔. จงจับคู่แสดงละครพูดตามเนื้อเรื่องในบทเรียน

๕. จงแปลประโยคต่อไปนี้เป็นภาษาไทย

1. 朋友们都很奇怪为什么他会有这么丰富的历史知识。
2. 其实他并不是聪明过人，之所以能年年考第一是因为他比谁都刻苦。
3. 尽管我已经一再说明这件事不是我做的，他们就是不信。
4. 现在我才明白是我错了，而不是他。
5. 我心想这下准是她错了，但没料到又是我错了。
6. 屋子布置（ตกแต่ง）好了，礼物也都准备好了，庆祝会什么时候开都可以。
7. 那次他伤心透了，以后就再也没来过。
8. 这孩子怕了，以后恐怕再也不敢玩火了。
9. 他们俩长得真像，不知道的人还以为他们是亲兄弟呢。
10. 那儿的风景太美了，谁都不愿离开。

ศัพท์และวลี

ออกลูก	生孩子	เศรษฐี	富翁
ใจดำ	心黑	ประหลาดใจ	奇怪，惊异
ใจกว้าง	慷慨，大方；心胸宽阔	ความจริง	事实；事实上
		ที่แท้	= **ที่จริง** 其实
เท่ากับ	等于	กู้	借，贷
อยู่มามิช้ามินาน	= **อยู่มาไม่นาน**	ยิ้มแย้ม	笑容满面，笑眯眯
เหลวไหล	胡扯，荒唐	ยืนยัน	坚持（某种看法、做法）
ถุง	袋子		
ขน	毛	ล้วง	掏
จริงดังว่า	确如所说	ถึงแม้(ว่า)	尽管
ทำท่าทำทาง	= **ทำท่า** 装样子	เป็นจริงเป็นจัง	像那么回事似的，认真的

บทที่ ๑๐ กระทะออกลูก

ฉุกคิดขึ้น	猛然想起	อ้ายงั่ง	笨蛋，蠢货
เสียท่า	失误，失策，失算	โอกาส	机会
ฉวยโอกาส	乘机	ลาภ	运气
ขอรับ	= ครับ（晚辈对长辈用）	ตีหน้า	脸上装出…样子
		แท้	真的
ประคอง	扶	ยื่น	递上，递过去
ระมัดระวัง	小心翼翼	ช่าง....	真…
พึมพำ	喃喃声	ไม่ขาดปาก	不停地（说）
เรียบร้อย	妥了	ฝากฝัง	托付，委托
กำชับ	嘱咐	ดูแล	照料，看护，看管
รับปาก	答应，许诺	เศร้าสลด	悲伤
ท้วง	提出异议	รู้เท่า	看穿，识破
หา....ไม่	= ไม่....	ถึงกระนั้น	即使如此
ตก	落	ศพ	尸体
ฝัง	埋	หลอม	冶炼
กระจิตกระใจ	心思	ตลก	滑稽
เล่นตลก	逗着玩，开玩笑	โผงผาง	直截了当，直通通地（说）；不客气
โกง	骗取财物		
ทะเลาะ	吵架		地，大声地（说）
เกรงว่า	怕，担心	ขืน....	硬要……
ขายหน้า	丢脸	เสียชื่อ	声誉败坏
ประนีประนอม	妥协	ที่ไหนได้	没料到；哪里的话
โวยวาย	叫嚷	เอะอะโวยวาย	大吵大嚷
มุง	围聚	มุงดู	围观
สลัด	甩	แขนเสื้อ	衣袖
ถลก	挽，卷	หัวเราะ	笑
หัวเราะเยาะ	讥笑	เตรียมใจ	做好心理准备
เข้มงวด	严格	สดชื่น	（空气）新鲜

เรื่องพรรค์นี้	这类事	ส่งเสริม	鼓励
ออมสิน	储蓄	ฝากเงินออมสิน	存款储蓄
เอาอกเอาใจ	=เอาใจ	ทิพย์	神的
	关心	หูทิพย์ตาทิพย์	千里眼，顺风耳
ไกลแสนไกล	遥远	หักหลัง	背信弃义
เห็นใจ	同情	ร้อนใจ	焦急，心焦
ชักชวน	邀请	เลิก	戒（烟、酒、毒、赌等）
ขนาน	剂（药）	พร้อม	齐全，准备好
มากต่อมาก	许许多多	ความสงบ	安定，安静
องค์การ	机构	คืบหน้า	进展，发展
ข้อมูล	资料	แนวหลัง	后方
แนวหน้า	前方，前线	ข้าศึก	敌人
ยาม	哨兵，岗哨，	อัน	（结构助词）
	门卫	สงวน	保留
ทัศนียภาพ(ทัด-		คดโกง	狡诈
สะ-นี-ยะ-)	风景，景致	ถูกต้ม	受骗
ล้มเหลว	失败	หลับหูหลับตา	盲目

บทอ่านประกอบ

นิทานพื้นเมืองของเอเชีย (๑)

<u>กระจงเจ้าปัญญา</u>

(อินโดนีเซีย)

บ่ายวันหนึ่งอากาศร้อนอบอ้าว กระจงเจ้าปัญญาตัวหนึ่งกำลังกินน้ำใสในทะเลสาบกลางป่าอยู่ ขณะกำลังกินน้ำเพลิน เสือโคร่งตัวหนึ่งผ่านมา เมื่อเห็นกระจงเข้า เสือโคร่งก็หยุดแล้วหัวเราะด้วยน้ำเสียงที่สำแดงความดุร้าย คำรามออกมาว่า "โอ้โฮ้ เจ้ากระจงน้อยช่างเป็นอาหารโอชามื้อนี้ของข้าเสียนี่กระไร เร็วเข้า มาให้ข้า

กินเสียดี ๆ ข้ายังไม่มีอะไรใส่ท้องมาเลยทั้งวัน”

“นี่ท่านไม่มีอะไรจะกินมาทั้งวันทีเดียวรึ” กระจงถาม แกล้งทำเป็นเสียใจด้วยกับเสือโคร่ง แต่แท้ที่จริง ตัวมันเองนั้นสั่นพั่บๆ ด้วยความเสียวสยองเมื่อแลเห็นปากกว้างจนเห็นขากรรไกร และฟันอันแหลมเปี๊ยบขาวราวกับงาช้างของเจ้าเสืออย่างไร ๆ ก็ต้องพยายามให้ดีที่สุดที่จะไม่แสดงให้เสือรู้ว่าตนกลัว คงพูดต่อไปว่า “โธ่เอ๋ย ท่านเสือนี่น่าสงสารจริง ๆ ข้าพเจ้าอยากให้ท่านได้ลิ้มรสอาหารดี ๆ แต่ข้าพเจ้าไม่คิดว่า สัตว์กะจ้อยร่อยอย่างข้าพเจ้านี้ จะเป็นอาหารที่ท่านจะกินได้อิ่มให้สมกับที่หิวมาได้หรอก”

“แต่ข้ากำลังหิวนะเว้ย” เสือคำรามตวาด ชักจะทนไม่ไหวแล้วหละ

“นึกออกแล้ว” กระจงร้องออกมา ในใจคิดวางแผน “ไอ้ที่จะทำให้ท่านหายหิวน่ะมันต้องเนื้อคนจึงจะสมอยาก”

“คนน่ะมันเป็นยังไง เจ้ากระจง”

“นี่ท่านไม่รู้เอาเลยเทียวหรือว่าคนคืออะไร” กระจงอุทาน ทำเป็นแปลกใจ

“เออ ข้าไม่คิดว่าข้ารู้” เสือตอบ ชักจะสนใจอยากรู้ขึ้นมา “ไหน บอกข้าหน่อยซิเจ้ากระจง ว่าคนน่ะคืออะไร”

“ก็ได้” กระจงว่า ดีใจที่เจ้าเสือร้ายตกหลุมพรางของตัว

“คนก็คือสัตว์ชนิดหนึ่ง มีขาสองขา แต่ทว่าเป็นสัตว์ที่มีอำนาจยิ่งใหญ่ที่สุดในโลก”

“จริงรึ อำนาจมากยิ่งกว่าข้าอีกรึ” เสือถาม ชักจะขัดใจขึ้นมาแล้ว

“จริงแน่ แต่ถ้าท่านไวพอ ท่านโดดเข้าตะปบมันไว้ ท่านก็กินมันได้สบาย”

“เออดี แต่ถ้าข้าหาคนกินไม่ได้ล่ะ เจ้าก็ต้องเป็นอาหารของข้านา มาต่อรองกันแบบนี้ไหมล่ะ”

“ตกลง” กระจงร้องตอบอย่างพอใจ

“แล้วข้าจะไปหาคนได้ที่ไหนล่ะ พามาให้ข้าดูเดี๋ยวนี้ซี ข้าหิวเต็มทนแล้ว ถ้าเจ้าไม่รีบไปหามา ข้าจะกินเจ้าเสียเดี๋ยวนี้ละ”

“ใจเย็น ๆ ไว้ก่อน ท่านเสือโคร่งผู้ยิ่งใหญ่” กระจงตอบ “มา ไปด้วยกัน ที่ริมถนนใหญ่ บางทีเราจะได้เห็นคนผ่านมาสักคนหนึ่ง”

แล้วกระจงก็พาเสือโคร่งไปริมถนนใหญ่ ซ่อนตัวอยู่ในพุ่มไม้ คอยเวลาที่คน

จะเดินผ่านมา ไม่ช้าก็มีเด็กชายน้อยคนหนึ่งเดินกลับจากโรงเรียน เด็กนั้นมัวแต่ใจพะวงอยู่กับการบ้านเสียจนไม่ได้สังเกตว่ามีสัตว์สองตัวกำลังแอบดูตนอยู่

"นี่นะหรือคน" เสือโคร่งถาม "โธ่เอ๋ย แน่เสียยิ่งกว่าแน่ ข้าต้องมีอำนาจมากกว่าไอ้ตัวนี่แน่ ๆ " มันพูดอย่างเยาะ ๆ

"บ๊า ก็นั่นมันคนเสียเมื่อไหรเล่า" เจ้ากระจงตอบ "นั่นมันเป็นแต่เพียงสิ่งที่กำลังจะเติบโตขึ้นเป็นคนต่างหาก ยังอยู่อีกหลายปีนัก อีกตั้ง ๒๐ ปีหรืออาจมากกว่านั้นอีก แต่กว่าจะถึงเวลานั้นท่านก็ตายไปไหน ๆ แล้ว"

ต่อมาก็มีชายชราคนหนึ่งเดินกะย่องกะแย่งมาตามถนน แก่คร่ำเสียจนเคราขาวโพลนเหมือนหิมะ ถือไม้เท้าช่วยยันกายมาตลอดทาง

"ไอ้นี่กระมังคือคนอย่างที่เจ้าว่า ไม่ต้องสงสัยเลยว่ามันผอมโทรมเพราะอยู่มานมนานหลายปีเต็มที เจ้าจะเล่นโกงข้าอีกละซิ" เสือชักโมโห

"ไม่ช่าย ไม่ใช่ นี่ก็ไม่ใช่คน มันเป็นเดนคนต่างหาก เสือดีๆ อย่างท่านคงไม่อยากกินเดนของใครแน่ ๆ หรือว่าจะลอง"

"ฮ้าย ไม่มีวันเสียละ แต่ข้าก็ไม่อยากคอยอีกต่อไปแล้วนา"

"จุ๊ จุ๊ นั่นไง คนจริง ๆ มาแล้ว" กระจงบอก เมื่อเห็นนายพรานอ้วนพลุ้ยคนหนึ่งแบกปืนก้าวฉับ ๆ มาตามถนน "ดูซี รูปร่างอ้วน ๆ อย่างนั้นแหละ เนื้อมากดีพิลึกเทียว แก้มสองข้างก็แดงเรื่อแสดงว่าเลือดฝาดมีไม่ใช่ย่อย ข้าพเจ้าคิดว่าถ้าท่านได้ลิ้มรสคน ๆ นั้นแล้วละก็ คงไม่ต้องการกินข้าพเจ้าอีกแน่เทียว หรือว่าไง"

"เห็นจะเอาแน่ เจ้ากระจงเอ๋ย เอาแน่ คอยดูข้านะ" ว่าแล้วเสือโคร่งก็กระโจนเข้าใส่นายพรานผู้นั้น แต่นายพรานไวทายาด เขาส่องไรเฟิลยิงโป้งถูกเสือโคร่งตายคาที่

ดังนั้น เจ้ากระจงดีใจนักหนาที่รอดตัวมาได้ แต่ก็เหน็ดเหนื่อยจากการผจญภัยเหลือกำลัง จึงกลับไปทะเลสาบเพื่อจะกินน้ำ กำลังกินเพลิน ๆ ฉับพลันก็รู้สึกว่าขาข้างหนึ่งของมันถูกงับ มันกำลังจะอ้าปากร้องโอดโอย นัยน์ตาก็เหลือบเห็นไอ้ตัวที่งับขาของมันเข้า เจ้ากระจงรีบกล้ำกลืนความเจ็บปวดไว้ เริ่มใช้ความคิดด่วนจี๋

มันก็คือจระเข้ ศัตรูใหญ่อีกตัวหนึ่งของเจ้ากระจง จระเข้ชังน้ำหน้าเจ้ากระจงนัก เพราะมันแสนกลสิ้นดี เจ้ากระจงก็แสนจะเกลียดจระเข้ เพราะทำให้มันต้องขวัญหนีดีฝ่อทุกทีที่มันอยากกินน้ำในทะเลสาบ คราวนี้มันยิ่งเคียดแค้นมากยิ่งกว่าทุกคราว

แต่มันก็ซ่อนความรู้สึกไว้ได้ ทำเป็นส่งเสียงหัวเราะพูดออกมาอย่างเย้ย ๆ ว่า "พุทโธ่พุธโธ่เอ๋ย นายจระเข้ผู้น่าสมเพช เมื่อไรหนอท่านจะได้เรียนรู้ความแตกต่างระหว่างขาของกระจงกับท่อนไม้เสียทีนะ ก็ไอ้ที่ท่านคาบไว้เสียจนแน่นนั่นน่ะ มันท่อนไม้เก่า ๆ ธรรมดา ๆ แท้ ๆ ทีเดียว" แต่จระเข้คุ้นกับเล่ห์เหลี่ยมของเจ้ากระจงเสียแล้ว จึงตอบว่า "อย่ามาหลอกต้มข้าอีกเลย ข้ารู้หรอกน่าว่าข้ากำลังคาบขาของเจ้าอยู่ ข้าไม่มีวันปล่อยหรอก จนกว่าจะกินเจ้าหมดทั้งตัวเสียก่อน"

"แต่ข้าไม่ได้หลอกท่านนะ" กระจงตอบ "ถ้าท่านคิดว่าข้ากำลังใส่กลอยู่ละก็ดูซิว่า นี่มันอะไร" ว่าแล้วกระจงก็ยกขาอีกข้างหนึ่งของมันขึ้น กวัดแกว่งอยู่ตรงหน้าจระเข้

เท่านั้นเองจระเข้หน้าโง่ก็หลงคำเจ้ากระจง รีบปล่อยขาข้างที่กำลังคาบอยู่ จะงับขาอีกข้างหนึ่งที่แกว่งอยู่ไปมา กระจงซึ่งรอโอกาสนี้อยู่แล้วกระโจนแผล็วออกไปทันที พอแน่ใจว่าจระเข้เอื้อมไม่ถึงแล้ว มันก็หันมาพูดกับจระเข้ว่า "แกน่ะมันโง่เสียยิ่งกว่าลาอีก แม้แต่ขาของข้ากับท่อนไม้เก่า ๆ ต่างกันอย่างไรแกก็ยังไม่รู้เลย โธ่เอ๊ย"

แล้วกระจงก็วิ่งหนีลิ่ว ๆ ไป ปล่อยให้จระเข้มุดน้ำทะเลสาบลงไปตามเดิม แค้นเคืองเสียนี่กระไรที่มาแพ้รู้เสียเชิงเชาว์เจ้ากระจงได้

ทันใดกระจงก็มาพบหอยทากเข้าตัวหนึ่ง มันดีใจนักที่ได้พบ เพราะมันชอบคุยโม้กับหอยทาก คราวนี้ก็คิดจะมาโวด้วยอีก มันท้าวิ่งแข่งกับหอยทาก แต่ก็ต้องแปลกใจที่หอยทากรับท้า และยิ่งแปลกใจหนักขึ้นไปอีกที่หอยทากบอกว่า ต้องเป็นฝ่ายชนะเจ้ากระจงแน่ กระจงหัวร่อ ชะ เจ้าหอยทากบังอาจฝันว่าจะเป็นผู้ชนะวิ่งแข่ง

บังเอิญหอยทากตัวนี้ก็เจ้าเล่ห์เจ้ากลไม่ใช่เล่น มันวางแผนไว้กับเพื่อนหอยทากของมันมาก่อนแล้วว่า จะต้องช่วยกันปราบกระจงแสนกลตัวนี้ให้อยู่มือเสียที

"เอาเถอะ เจ้าคงจะได้เห็นกันละว่า เจ้าจะวิ่งชนะข้าได้อย่างไร เจ้าหอยงุ่มง่ามเอ๋ย" กระจงเอ่ย แล้วก็ออกวิ่งลิ่วเป็นลมพัดไป แต่พอถึงเส้นปลายทาง มันตกใจแทบชีวิตจะออกจากร่าง เมื่อเห็นหอยทากไปคอยป๋ออยู่ล่วงหน้าแล้วที่นั่น แต่กระจงก็ยังไม่ยอมรับว่าตัวแพ้ กลับท้าหอยทากให้วิ่งแข่งกันอีก แต่ไม่ว่าจะท้ากี่หนกี่ครั้ง หอยทากก็เอาชัยไปได้ทุกที

จนบัดนี้ สิ่งที่เจ้ากระจงมัวโง่งมอยู่ก็คือ หอยทากตัวนี้รู้จักใช้สมองของมันตลอดเวลาที่วิ่งแข่งกันแต่ละครั้งนั้น หอยทากที่ยืนป๋ออยู่ปลายทางไม่ใช่ตัวเดียวกัน

ครั้งแรกก็เพื่อนของหอยทากตัวจริง ครั้งต่อมาก็เจ้าหอยทากตัวจริงที่ท้ามัน หอยทากสองตัวนั้นรูปร่างเหมือนกันมากจนกระจงเข้าใจว่าเป็นตัวเดียวกัน

กระจงวิ่งแข่งกลับไปกลับมาจนในที่สุดก็หมดแรงลงนอนหอบอยู่กลางดิน “เฮอ ท่านชนะแล้ว” มันอ้าปากผะงาบ ๆ พูด “ฉันเลิกแข่งด้วยแล้ว”

ด้วยเหตุนี้เอง เจ้ากระจงตัวกระจ้อย ซึ่งคิดว่าตัวฉลาดล้นฟ้าต้องมาแพ้ยับเยินในวันนั้น ไม่ใช่แพ้เสือโคร่งทมิฬหินชาติ ไม่ใช่แพ้จระเข้ที่ร้ายกาจ ไม่ใช่แพ้สัตว์ใหญ่โตอื่นใดในป่า แต่ผู้พิชิตมันกลายเป็นเจ้าสัตว์ตัวกระจิริด คือ หอยทากที่ตัวเป็นเมือกลื่น ๆ

<u>กากับหมาจิ้งจอก</u>

(อิหร่าน)

ครั้งหนึ่ง กาตัวหนึ่งอาศัยอยู่ในป่า ตัดสินใจว่าจะมีลูกไว้เลี้ยงกับเขาบ้าง จึงสร้างรังขึ้นบนต้นเอล์ม ตกไข่ออกมาสามฟอง แล้วก็นั่งกกไข่อยู่ ๒๑ วันจนไข่ฟักออกเป็นลูกกาน้อย ๆ สามตัว

พอลูกออกจากไข่แล้ว แม่กาก็ต้องวุ่นวายหาเลี้ยงลูกตลอดวัน เพราะลูกกาหิวอยู่ตลอดเวลา ทั้งจะต้องคอยป้องกันผองภัยให้ลูกน้อยๆ อีกด้วย เพราะขโมยที่คอยจะฉกฉวยเอาลูกน้อยทั้งสามของมันไปนั้นมีมากมาย

ศัตรูเหล่านี้ก็มีหมาจิ้งจอกต่ำช้าตัวหนึ่ง ซึ่งอาศัยอยู่ไม่ห่างจากต้นเอล์มเท่าใดนัก เมื่อมันได้ยินเสียงลูกการ้องวอแว มันก็รำพึงรำพันกับตัวเองว่า “เออ อาหารของเราเห็นจะอยู่ในรังบนต้นไม้นั่นเอง” มันจึงเดินไปที่ต้นเอล์ม แต่รังกานั้นอยู่สูงเกินกำลังของมัน แม้จะกระโดดขึ้นไปก็ไม่ถึง มันจึงคิดหาหนทางที่จะฉกฉวยเอาลูกกาให้ได้ แล้วมันก็คิดแผนการได้

ก่อนอื่นมันไปเที่ยวดูตามถังขยะในหมู่บ้านใกล้ ๆ พบหมวกสักหลาดเก่า ๆ เข้าใบหนึ่ง จากนั้นมันก็ไปขโมยเลื่อยสนิมเขรอะของคนตัดไม้มาอันหนึ่ง เช้าตรู่วันรุ่งขึ้นก่อนแม่กาจะออกจากรังไป หมาจิ้งจอกใส่หมวกสักหลาดใบนั้นเดินไปที่ต้นเอล์ม ลงมือใช้เลื่อยสนิมเขรอะเลื่อยต้นไม้เป็นทีว่าจะโค่นลง

แม่กาได้ยินเสียงเลื่อยโกรกกราก ๆ ก็สะดุ้งกลัว มองลงไปใต้ต้นไม้ร้องถามว่า

"ท่านเป็นใคร มาทำอะไรอยู่"

"อ๋อ ข้าเป็นคนตัดไม้ ข้ากำลังจะโค่นต้นไม้ของข้า" หมาจิ้งจอกเจ้าเล่ห์ตอบ

แม่กาก็ร้องว่า "ได้โปรดเถิด อย่าเพิ่งโค่นต้นไม้นี่เลย รังของข้าพเจ้าอยู่บนนี้มีลูกอ่อนอยู่ด้วย"

"ก็เป็นความผิดของเจ้าเองที่มาทำรังอยู่บนต้นไม้ของข้า" หมาจิ้งจอกว่า "ข้าจะตัดเมื่อไรก็ได้"

แม่กาคร่ำครวญวิงวอน "ขอผัดสักสองสามวันพอให้ลูกอ่อนของข้าพเจ้าโตมีกำลังกว่านี้อีกสักหน่อยเถิด" แม่การ้องขอ

"ไม่ได้ แม้แต่ชั่วโมงเดียวก็ไม่ได้" หมาจิ้งจอกตอบ "นี่มันต้นไม้ของข้านี่นา ข้าจะตัดมันลงเดี๋ยวนี้แหละ"

แม่กาก็ยังอ้อนวอนต่อไป "โปรดให้เวลาข้าพเจ้าสักสองวันก็ยังดี เพราะลูกเล็กๆ พอจะมีเวลาหัดบิน แล้วเราก็จะพากันไปจากต้นไม้นี้"

"ข้าไม่เดือดร้อนเลยไม่ว่าเจ้าจะพูดว่ากระไร ข้ารู้อยู่อย่างเดียวว่า ต้นไม้ต้นนี้มันเป็นของข้า ข้าจะตัดมันลงมาละ" ว่าแล้วหมาจิ้งจอกก็เลื่อยต่อไป แม่กาเลยร้องไห้เพราะไม่รู้จะทำอย่างไรดี

หมาจิ้งจอกแอบชายตาจากใต้หมวกดูรังนกบนต้นไม้อย่างมีเลศนัย แล้วกล่าวว่า

"เอาละ ข้ายอมผ่อนผันให้สองวัน แต่เจ้าต้องส่งลูกอ่อนมาให้ข้าตัวหนึ่งก่อน ถ้าตกลงข้อนี้ได้ข้าก็จะยอมรั้งรอไว้"

แม่กาผู้น่าเวทนาต้องจำยอม หมาจิ้งจอกรีบขยอกลูกกาตัวน้อยลงท้องทันที มันภูมิใจมากที่อุบายของมันได้ผล และยิ่งกระหยิ่มใจนักขึ้นอีก เมื่อคิดว่ามันจะเล่นวิธีนี้กับนกอื่น ๆ ต่อไปอีก

หลังจากหมาจิ้งจอกไปจากใต้ต้นไม้แล้ว นกกางเขนตัวหนึ่ง ซึ่งเป็นเพื่อนบ้านของแม่กาก็มาเยี่ยมเยียน แลเห็นแม่กาเศร้าโศกเหลือล้นจึงถามว่า "เป็นอะไรไปหรือเธอ"

แม่กาเล่าเรื่องทั้งหมดให้ฟัง

นกกางเขนพูดว่า "เอ๊ะ พิลึกจริง ธรรมดาคนตัดไม้เขาจะไม่ตัดต้นไม้ที่เป็นพุ่มเขียวชอุ่มให้ร่มเงานี่นา เธอคงจะถูกอุบายเสียแล้ว เอาเถอะ ถ้าคราวหน้าคนตัดไม้

นั่นมาอีก เธอมาบอกให้ฉันรู้นะ แล้วฉันจะบอกเธอเองว่าเป็นคนตัดไม้ตัวจริงหรือเก๊"

สองวันต่อมา หมาจิ้งจอกกลับมาที่ต้นเอล์มอย่างกระหยิ่มอิ่มเอิบ มันใส่หมวกใบเก่า หนีบเลื่อยเก่าเขรอะนั้นมาใต้แขน

ทันทีที่แม่กาแลเห็นหมวก มันก็บินไปบอกนกกางเขนว่าคนตัดไม้มาแล้ว นกกางเขนก็จ้องสังเกตอย่างถี่ถ้วน แล้วก็ร้องว่า "โธ่ แม่กาโง่เอ๋ย นั่นมันคนตัดไม้เมื่อไรเล่า มันไอ้หมาจิ้งจอกเจ้าเล่ห์ต่างหาก ทีนี้ถ้ามันบอกว่ามันจะมาตัดต้นไม้อีกละก็ท้าให้มันตัดซี มันตัดไม่ได้หรอก เพราะเลื่อยที่ใช้จะต้องเป็นเลื่อยสองคม แล้วต้องแขนแข็งๆ จึงจะชักเลื่อยอย่างนั้นไหว"

ขณะที่หมาจิ้งจอกชักเลื่อยโกรกกรากอยู่ แม่กาก็กลับมาที่ต้นเอล์ม ร้องถามว่า "แกเป็นใคร มาทำอะไร"

"ข้าเป็นคนตัดไม้ ข้าจะโค่นต้นไม้ของข้า" หมาจิ้งจอกตอบ

แม่การ้องว่า "เชิญโค่นไปเถอะ ถ้าแกคิดว่าแกโค่นต้นไม้ต้นนี้ไหวละก็ ข้าไม่มีวันไปจากรังของข้าหรอก แกมันไม่ใช่คนตัดต้นไม้ แกมันไอ้หมาจิ้งจอกระยำ"

หมาจิ้งจอกชักแปลกใจที่แม่กาเปลี่ยนไปอย่างหน้ามือเป็นหลังมือเช่นนั้น ก็เมื่อวานซืนนี้แท้ ๆ ยังคร่ำครวญวิงวอนอยู่ แต่ไฉนวันนี้กลับมาพูดเป็นทำนองท้าทาย มันรู้ทันทีว่าต้องมีใครมาแนะแม่กาให้รู้เท่าอุบายของมันแน่ทีเดียว

"ใครบอกเจ้าล่ะว่าข้าไม่ใช่คนตัดไม้" มันถาม ตั้งใจจะหาตัวคนบอกให้ได้

คราวนี้แม่กาก็พลาดที่ไปพูดให้หมาจิ้งจอกรู้ว่า นกกางเขนเป็นคนบอก หมาจิ้งจอกสัญญากับตัวมันเองว่า จะต้องแก้แค้นนกกางเขนให้ได้

เวลาผ่านไปได้สองสามวัน หมาจิ้งจอกก็ไปที่บ่อน้ำโสโครกแห่งหนึ่ง มันลงไปเกลือกกลิ้งในบ่อให้ตัวสกปรก เสร็จแล้วมันก็กลับมานอนอยู่ใต้ต้นไม้ที่นกกางเขนทำรังอยู่ มันนอนนิ่งเงียบแกล้งทำเป็นตายสนิท

นกกางเขนแลเห็นหมาจิ้งจอกเข้า ก็บินโฉบไปโฉบมาผ่านมัน ๒ ครั้ง แต่หมาจิ้งจอกก็ไม่กระดุกกระดิกเลย นกกางเขนจึงคิดในใจว่า "นี่มันคงตายแล้ว ทีนี้ละเราจะจิกลูกตามันละ"

แล้วนกกางเขนก็บินโฉบลงบนร่างของหมาจิ้งจอก จิกซี่โครงมัน หมาจิ้งจอกก็นอนเฉย นกกางเขนจึงขึ้นไปเกาะอยู่บนหัวมัน ขณะที่กำลังก้มลงจะจิกลูกนัยน์ตา

มัน หมาจิ้งจอกก็เอาปากงับนกกางเขนไว้ได้

นกกางเขนรู้ว่าตนติดกับหมาจิ้งจอกเสียแล้ว แต่นกตัวนี้ฉลาดเหมือนกัน มันพูดกับหมาจิ้งจอกว่า "ท่านมีสิทธิทุกประการที่จะฆ่าข้าพเจ้า เพราะข้าพเจ้าเป็นผู้สอนแม่กาและนกอื่น ๆ ให้รู้ถึงเล่ห์กลของท่าน ข้าพเจ้าก็ฉลาดพอ ๆ กับท่านนั่นแหละ รู้เล่ห์กลสารพัด แต่ว่าท่านคิดดูให้ดีเถอะ ท่านจะกินข้าพเจ้าเสียเดี๋ยวนี้ก็ได้ แล้วท่านก็จะอิ่มท้องไปวันเดียวเท่านั้นเอง แต่ถ้าปล่อยข้าพเจ้าให้รอดไป และมาเป็นเพื่อนกัน ข้าพเจ้าจะสอนอุบายให้ ทีนี้ท่านก็จะได้ใช้อุบายที่ข้าพเจ้าสอนให้ดำเนินชีวิตอย่างสะดวกสบายไปตลอดชีวิตเทียวแหละ"

หมาจิ้งจอกไตร่ตรองคำของนก บางทีนกกางเขนอาจพูดถูกก็ได้ เพราะนกตัวนี้ฉลาดไม่เบา ถ้าผูกมิตรไว้เราก็คงจะได้ผลประโยชน์แน่ ๆ บางทีมันอาจช่วยให้เราได้นกกินวันละสองตัวก็ได้

"ตัดสินใจเสีย" นกกางเขนว่า "ถ้าท่านอยากเป็นเพื่อนกับข้าพเจ้า ท่านก็ต้องให้คำมั่นสัญญาเสียเดี๋ยวนี้ต่อหน้าแสงตะวัน ต่อหน้าแสงจันทร์ และต่อเจ้าป่าว่าเราจะเป็นเพื่อนกัน"

ฝ่ายหมาจิ้งจอกก็อ้าปากออกจะกล่าวคำมั่นสัญญา ทันใดนั้นเอง นกกางเขนก็บินปร๋อขึ้นไปบนยอดไม้ ปล่อยให้หมาจิ้งจอกส่ายหัวดุกดิกอยู่อย่างเศร้าใจ แม้มันจะเป็นหมาฉลาดแกมโกงแสนกลเพียงใด มันก็ต้องยอมรับว่าครั้งนี้ตัวเองกลับเป็นฝ่ายตกหลุมจนได้

แต่นกกางเขนก็ใช่ว่าจะหยุดยั้งเพียงแค่นั้น เช้ารุ่งขึ้นมันยังไปป่าวร้องเรียกสมัครพรรคพวกนกทุกตัวในป่ามาชุมนุมพร้อมกัน วางแผนกำจัดหมาจิ้งจอกให้สิ้นซาก ขณะที่หมาจิ้งจอกนอนหลับเค้เก้อยู่ข้างบ่อน้ำ นกฝูงใหญ่ก็กรูกันลงบนตัวหมาจิ้งจอกอย่างฉับพลัน รุมกันเอาปากจิกตามลำตัวมัน เอากรงเล็บตะกุยมัน หมาจิ้งจอกพยายามวิ่งหนี แต่ก็ตกใจเหลือกำลังจนไม่รู้ทิศทาง พลัดตกลงไปในบ่อ เลยจมน้ำตาย

บทที่ ๑๑ จดหมายถึงอาจารย์

บ้านเลขที่........ถนน......
นครเซี่ยงไฮ้

๒๑ กรกฎาคม ๕๐

เรียนอาจารย์........ที่เคารพ

  ดิฉันกลับไปถึงบ้านเกือบ ๒ อาทิตย์แล้ว ยังไม่ได้เขียนจดหมายมาเยี่ยมอาจารย์เลย เพราะตอนกลับถึงบ้านใหม่ ๆ ญาติพี่น้องและเพื่อนฝูงไปเยี่ยมกันเกือบทุกวัน จึงไม่ค่อยมีเวลาว่าง หวังว่าอาจารย์คงให้อภัยนะคะ

  ดิฉันจากบ้านมาเรียนที่ปักกิ่งเพียงปีเดียว แต่บ้านเกิดของดิฉันเปลี่ยนแปลงไปมากทีเดียว ตึกรามบ้านช่องสวย ๆ โผล่ขึ้นมากมายเหมือนดอกเห็ดหน้าฝน ถนนหนทางขยายกว้างออกไป สองฟากถนนปลูกต้นไม้และดอกไม้ตลอดสาย น่าชื่นชมมากค่ะ แถว ๆ บ้านดิฉันมีร้านค้าเปิดใหม่หลายร้าน มีข้าวของสวย ๆ ขายมากมายไม่แพ้ย่านการค้าถนนนานกิง ผู้คนหน้าตายิ้มแย้มแจ่มใส ท่าทางกระฉับกระเฉง ไปไหนมาไหนได้ยินเขาคุยกันเรื่องการพัฒนาประเทศทั้งนั้น รู้สึกว่าสิ่งเหล่านี้ให้กำลังใจแก่ดิฉันเป็นอย่างมาก ดิฉันจะเล่าสิ่งที่ได้พบเห็นในการกลับบ้านคราวนี้ให้อาจารย์ฟังในจดหมายฉบับต่อ ๆ ไปค่ะ

  ในระหว่างปิดภาคฤดูร้อนนี้ ดิฉันตั้งใจจะไปเยี่ยมเพื่อนเก่าซึ่งบางคนเรียนในมหาวิทยาลัยอื่น บางคนเป็นกรรมกร บางคนเป็นช่างเทคนิค และบ้างก็เป็นครู เพื่อจะได้สัมผัสกับสังคมให้มากยิ่งขึ้น ดิฉันจะใช้เวลาทบทวนภาษาไทยบ้างเหมือน-กัน และจะเขียนจดหมายเป็นภาษาไทยถึงอาจารย์บ่อยๆ เพื่อจะได้รับคำแนะนำจากอาจารย์ อาจารย์คงไม่รังเกียจนะคะ ดิฉันขอขอบคุณล่วงหน้ามา ณ ที่นี้ด้วย ในเทอมที่แล้วนี้ อาจารย์ต้องเหน็ดเหนื่อยกับงานสอนมาโดยตลอด พวกเรานักศึกษาทุกคนรู้สึกซาบซึ้งในท่วงทำนองการทำงานของอาจารย์มาก ระหว่างปิดภาคฤดูร้อนนี้ ขอให้อาจารย์พักผ่อนมากๆ นะคะ ดิฉันขออวยพรให้อาจารย์มีสุขภาพ

บทที่ ๑๑　จดหมายถึงอาจารย์

สมบูรณ์
　　หวังว่าอาจารย์และครอบครัวคงสุขสบายดี ส่วนดิฉันสุขสบายดีค่ะ
　　　　　　　　　　　　　　　　　　　ขอแสดงความเคารพ
　　　　　　　　　　　　　　　　　　　หยางลี่

รูปประโยคและการใช้คำ

๑. **หวังว่า....คง(จะ)....นะครับ(คะ)**　希望（您、你）……。这个句型比 "**หวังว่า......**" 语气更委婉。试比较：

> ๑) หวังว่าท่านจะให้อภัย
> 　- หวังว่าท่านคงจะให้อภัยนะคะ
> ๒) หวังว่าคุณเข้าใจ
> 　- หวังว่าคุณคงเข้าใจนะครับ
> ๓) หวังว่าอาจารย์สุขสบายดี
> 　- หวังว่าอาจารย์คงสุขสบายดีนะคะ
> ๔) หวังว่าท่านยินดีให้เกียรติ
> 　- หวังว่าท่านคงจะยินดีให้เกียรตินะครับ
> ๕) หวังว่าพี่ตอบจดหมายโดยเร็ว
> 　- หวังว่าพี่คงตอบจดหมายโดยเร็วนะคะ
> ๖) หวังว่าเพื่อนจะไม่ทำให้เราผิดหวัง
> 　- หวังว่าเพื่อนคงจะไม่ทำให้เราผิดหวังนะครับ
> ๗) หวังว่าอีกไม่นานจะได้พบกันอีก
> 　- หวังว่าอีกไม่นานคงจะได้พบกันอีกนะครับ
> ๘) หวังว่าทุกอย่างราบรื่นดี
> 　- หวังว่าทุกอย่างคงราบรื่นดีนะครับ

๙) หวังว่าคุณยังไม่ลืม

- หวังว่าคุณคงยังไม่ลืมนะคะ

๑๐) หวังว่าเพื่อนสอบได้ดี

- หวังว่าเพื่อนคงจะสอบได้ดีนะครับ

๒. ไม่แพ้.... 这是口语中常用的一种说法， 意思是：“**ไม่ด้อยกว่า....**”或“**ไม่เลวกว่า....**”。但“**ไม่ด้อยกว่า....**”或“**ไม่เลวกว่า....**”可以说成“**ด้อยกว่า....**”或“**เลวกว่า....**”，而“**ไม่แพ้....**”则不能说成“**แพ้....**”，否则就是**แพ้ – ชนะ** 的**แพ้**。

ตัวอย่าง

ฝีมือของเขาไม่แพ้นักกีฬาระดับชาติ

เขารำสวยไม่แพ้ศิลปินอาชีพเลย

แบบฝึกหัด จงใช้คำที่ให้ไว้แต่งประโยค“....ไม่แพ้....” ตามตัวอย่าง

๑) คุณภาพที.วี.สียี่ห้อนี้, ยี่ห้อต่างประเทศ

๒) ลายมือเขียนภาษาไทยของเธอ, ลายมือของรุ่นพี่

๓) ฝีมือเล่นปิงปองของคนพิการเหล่านี้, ฝีมือของพวกเรา ๆ

๔) ความรู้ทางวิชากฎหมายของเขาดี นักศึกษาคณะนิติศาสตร์เลย

๕) เสียงของเขาดี, นักร้องบางคน

๖) นักศึกษามหาวิทยาลัยภาษาต่างประเทศพูดไทยเก่ง, พวกเรา

๗) รสเบียร์ตรา ๕ ดาว, เบียร์ยี่ห้อต่างประเทศ

๘) หน้าร้อนที่ปักกิ่งร้อน, กวางโจว

๓. **ขอให้......** **ขอให้....** 常用在对别人表示祝愿（可译为：“祝你……”、“愿你……”）或向别人提出某种要求（可译为：“请你……）的句子里，（请参看第五课句型。）。

บทที่ ๑๑   จดหมายถึงอาจารย์

ตัวอย่าง ๑   ขอให้คุณเดินทางโดยสวัสดิภาพ
ขอให้คุณหายวันหายคืน

แบบฝึกหัด   จงหัดพูดประโยคต่อไปนี้ให้คล่อง แล้วแปลเป็นภาษาจีน

๑) ขอให้คุณประสบแต่ความสำเร็จและความเจริญก้าวหน้า
๒) ขอให้คุณก้าวหน้าไปเรื่อย ๆ
๓) ขอให้คุณและครอบครัวมีความสุขตลอดปีใหม่นี้
๔) ขอให้คุณมีสุขภาพสมบูรณ์และได้รับผลสำเร็จในการเรียน
๕) ขอให้ท่านมีพลานามัยสมบูรณ์และอายุยืนนาน
๖) ขอให้มิตรภาพระหว่างประชาชนของประเทศเราทั้งสองพัฒนาเรื่อย ๆ ไป

ตัวอย่าง ๒   ขอให้คุณยกโทษให้ผมเถิด
ขอให้ทุกคนมาตรงตามเวลานะคะ

แบบฝึกหัด   จงหัดพูดประโยคต่อไปนี้แล้วแปลเป็นภาษาจีน

๑) ขอให้ตอบจดหมายฉันเร็ว ๆ
๒) ขอให้อาจารย์ช่วยแก้ข้อผิดพลาดทางภาษาให้ผมด้วยนะครับ
๓) ขอให้คุณช่วยแปลจดหมายฉบับนี้เป็นภาษาอังกฤษให้ผมหน่อย
๔) ขอให้คุณอย่าลืมคำเตือนของฉันก็แล้วกัน
๕) ขอให้คุณช่วยเกลาสำนวนให้ดิฉันหน่อยนะคะ
๖) ขอให้ทุกคนอย่าลืมติดพาสปอร์ตไปด้วย

ข้อสังเกต

๑. 泰文信的格式

泰文信有一套与中文信不相同的格式。

1. 信瓤的格式

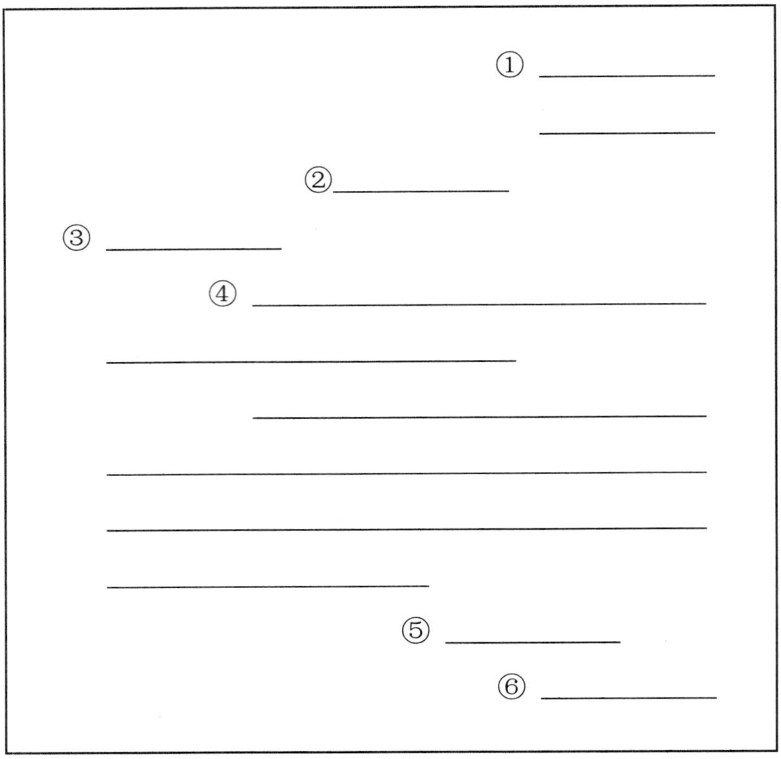

① 信纸右上方写写信人的地址。泰国地址要从小处写到大处。

② 低地址一行，信纸的中间，写写信日期。

③ 低日期一行，信纸左上方写上款（常见的上款写法见后）。

④ 低上款一行写信的正文。

⑤ 正文完后，另起一行，在大致与写信日期对齐的地方或稍靠右一些写敬词（常用敬词见后）。

⑥ 再另起一行，在大致与写信人地址对齐的地方写下款，一般签上自己的名字或写上自己的称谓即可。

2. 信封的格式：

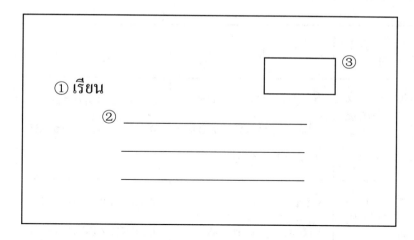

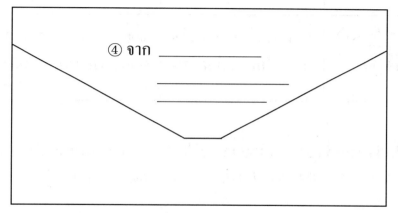

① 此处写เรียน或ส่ง。

② 正中间写收信人的姓名、职务（第一行）及地址（从第二行起）。

③ 右上角贴邮票。

④ 信封背面写写信人的姓名、职务（第一行）及地址（从第二行起）。

3. 上款的写法及常用敬词：

写信人与收信人的关系	上　款	敬　词
致朋友，或长辈写给晚辈	ถึง....或直接写名字，后面可用ที่รัก เพื่อน-รัก, 也可不用。	รักและคิดถึงหรือคิดถึงหรือด้วยความรักและคิดถึง
致地位相当者或地位稍高者	เรียน........ที่นับถือ เรียน........ที่เคารพ	ขอแสดงความนับถือ ขอแสดงความเคารพ
致地位较高者或写信人所敬重者	กราบเรียน......ที่นับถือ กราบเรียน......ที่เคารพ	ขอแสดงความเคารพอย่างสูง, ขอแสดงความเคารพยิ่ง

๒. ผมกลับ<u>ไป</u>ถึงบ้านเกือบ ๒ อาทิตย์แล้ว ยังไม่ได้เขียนจดหมายมาเยี่ยมอา<u>จา</u>รย์เลย

　　在泰文书信中，要从收信人的角度使用趋向动词"ไป"和"มา"，这点与中文书信不同。

๓. ตอนกลับถึงบ้าน<u>ใหม่</u> ๆ, แถว ๆ บ้านผมมีร้านค้าเปิดใหม่หลายร้าน

　　"ใหม่"除了作形容词"新"和副词"重新"讲外，还可作副词"刚"、"新"用。其他例子如：

　　　　เครื่องเทปเครื่องนี้เพิ่งซื้อมาใหม่
　　　　ตอนมาใหม่ ๆ ฉันไม่ชินกับอากาศปักกิ่งเลย

๔. แต่บ้านเกิดผมเปลี่ยนแปลง<u>ไป</u>มากทีเดียว

　　"ไป"除了表示离去的趋向外，还常用在含有消失、变化等含义的动词之后，表示消失或变化这种趋向。如：

　　　　หายไป　ดับไป　ตายไป　ลืมไป　หมดไป

บทที่ ๑๑   จดหมายถึงอาจารย์

แล้ว(เสร็จ)ไป   เปลี่ยนไป   ฯลฯ

๕. **ดอกเห็ดหน้าฝน**   直译是"雨季的蘑菇",形容事物出现得很多或很快,相当于汉语成语"雨后春笋"。

๖. **สอง<u>ฟาก</u>ถนนปลูกต้นไม้และดอกไม้<u>ตลอด</u>สาย**

๑) ฟาก 边,一般指马路边或岸边,常用的词组有：
　　ฟากถนน　　ฟากฝั่ง　　ฟากนี้　　ฟากนั้น
　　สองฟากถนน　　สองฟากฝั่ง　　ข้ามฟาก   ฯลฯ

๒) ตลอด 指从头至尾,常用于时间或距离。如：
　　ตลอดทาง　　ตลอดสาย　　ตลอดวัน　　ตลอดคืน
　　ตลอดเทอม　　ตลอดปี　　ตลอดชีวิต   ฯลฯ

๗. **ดิฉันจะเล่าสิ่งที่ได้พบเห็นในการกลับบ้านคราวนี้ให้อาจารย์ฟังในจดหมายฉบับ<u>ต่อ ๆ ไป</u>ค่ะ**

"ต่อ ๆ ไป" 常用在量词后,表示是复数。试比较：
　　ครั้งต่อ ๆ ไป　-　ครั้งต่อไป
　　บทต่อ ๆ ไป　-　บทต่อไป
　　เล่มต่อ ๆ ไป　-　เล่มต่อไป

๘. **ผมขอขอบคุณล่วงหน้ามา <u>ณ</u> ที่นี้ด้วย**

"ณ"意同ใน,常用于书面语或正式场合。书写时,"ณ"的前后都要空一格。
如：
　　พิธีเปิดงานกีฬาแห่งชาติเริ่ม ณ บัดนี้
　　ดิฉันขอแสดงความยินดีต่อท่านมา ณ ที่นี้ด้วย

๙. **๒๑ กรกฎาคม ๕๑**

"๕๑" 指佛历 ๒๕๕๑ 年。佛历比公历早543年。佛历๒๕๕๑年即公历2008年。

171

แบบฝึกหัด

๑. จงอ่านจดหมายฉบับสั้น ๆ ๔ ฉบับต่อไปนี้

๑) ฉบับที่ ๑

บ้านเลขที่ ๗๖ ถนนนารายณ์ ฯ
ตำบลปากน้ำ จังหวัดสมุทรปราการ

๒๔ พฤษภาคม ๒๕๔๙

กราบเรียน อาจารย์สุเทพที่เคารพ

เช้าวันนี้ พอผมตื่นขึ้นก็มีอาการครั่นเนื้อครั่นตัวและปวดศีรษะ บิดาของผมท่านว่าเป็นไข้จับสั่น จะต้องพาไปหาหมอ และลาพักการเรียนสัก ๓ วัน ด้วยเหตุนี้ ผมจึงขอลาป่วยมีกำหนด ๓ วัน นับตั้งแต่วันนี้เป็นต้นไปจนถึงวันที่ ๒๖ เดือนนี้ ผมคงจะมาเรียนได้ตามปกติ

ขอแสดงความเคารพอย่างสูง
สมพงศ์ สว่างวรรณ

๒) ฉบับที่ ๒

บ้านเลขที่ ๓๓ ตำบลท่าศาลา
จังหวัดนครศรีธรรมราช

วันที่ ๑๕ กรกฎาคม พ.ศ. ๒๕๔๙

สำเริง เพื่อนรัก

ฉันต้องขอโทษเธอด้วยที่ไม่สามารถนำหนังสือหลักภาษาไทยกับนิตยสารอีก ๒ ฉบับมาส่งคืนให้เธอได้ในวันรุ่งขึ้นจากที่ได้ขอยืมไป เพราะฉันเกิดป่วยขึ้นมากะทันหัน

ตอนนี้ ฉันได้ให้คนนำหนังสือมาคืนพร้อมกับจดหมายนี้ ฉันค่อยสบายขึ้นแล้ว คิดว่าอีกสองวันคงมาเรียนได้

ขอแสดงความคิดถึง
เอก วัฒนนนท์

๓) ฉบับที่ ๓

บ้านเลขที่ ๑๘ ถนนบำรุงเมือง
จังหวัดนครศรีธรรมราช
วันที่ ๓๑ มกราคม พ.ศ. ๒๕๕๑

สว่าง หลานรัก

  ขณะนี้คุณน้าผู้ชายถูกย้ายไปอยู่จังหวัดภูเก็ต น้ายังทำธุระทางกรุงเทพไม่เรียบร้อย จึงจำเป็นจะต้องอยู่จัดการเสียก่อน แต่น้าคืนบ้านที่เช่าเขาไปแล้ว จึงคิดจะมาอาศัยอยู่กับคุณแม่ของหลานก่อน แต่ไม่ทราบว่าทางนี้จะขัดข้องหรือไม่ จึงจดหมายมาถามดูก่อน ถ้าคุณแม่ของหลานไม่ขัดข้อง ขอให้ตอบจดหมายโดยด่วน น้าจะมาอาศัยอยู่ด้วยสัก ๔-๕ เดือน

ด้วยความรักและคิดถึง
จำปา เชิญขวัญ

๔) ฉบับที่ ๔

โรงเรียนวิทยศึกษา ริมคลองพระโขนง
อ.พระโขนง กรุงเทพฯ
วันที่ ๓ กุมภาพันธ์ พ.ศ. ๒๕๕๑

กราบเรียน คุณน้าที่เคารพ

  จดหมายของคุณน้าลงวันที่ ๓๑ เดือนก่อน ความว่าจะขอไปพักที่บ้านสัก ๔-๕ เดือน เพื่อจัดธุระให้เรียบร้อย แล้วจะย้ายตามคุณน้าผู้ชายไปนั้น คุณแม่ได้ทราบแล้ว

  คุณแม่ไม่ขัดข้อง และยินดีต้อนรับคุณน้า ขณะนี้ได้เตรียมจัดบ้านไว้ให้เรียบร้อยแล้ว

ขอแสดงความเคารพยิ่ง
สว่าง บุญยิ่ง

๒. จงเขียนจดหมายถึงเพื่อนหนึ่งฉบับ

ศัพท์และวลี

นคร	大城市，都市	เรียน....	敬禀……
ญาติพี่น้อง	亲戚	เพื่อนฝูง	朋友
ให้อภัย	原谅	เปลี่ยนแปลง	变化
ตึกรามบ้านช่อง	房屋，宅舍	โผล่	冒出
ดอกเห็ดหน้าฝน	雨后春笋	ถนนหนทาง	道路
ฟาก	面，边	ชื่นชม	欣赏；高兴
ย่าน	路段，区域	การค้า	贸易
ย่านการค้า	商业区	ยิ้มแย้มแจ่มใส	笑逐颜开
ท่าทาง	样子，姿态	กระฉับกระเฉง	敏捷，精神抖擞
กำลังใจ	精神力量		
ให้กำลังใจ	鼓励，鼓舞	เทคนิค	技术
ช่างเทคนิค	技术员	สัมผัส	接触
สังคม	社会	ณ	在，于
เหน็ดเหนื่อย	劳累，疲劳	ท่วงทำนอง	作风
สมบูรณ์	丰富，丰满；齐全	สุขภาพสมบูรณ์	身体健康
		ให้เกียรติ	赏光，给面子
ราบรื่น	顺利	ด้อย	差，逊色
ระดับ	水平	ระดับชาติ	国家水平，国家级
ศิลปิน(สิน-ละ-)	艺术家		
อาชีพ	职业	ศิลปินอาชีพ	专业艺术家
นิติศาสตร์	法学	ตรา	商标；印章
ดาว	星	หายวันหายคืน	早日康复
เจริญ	繁荣，兴旺	เจริญก้าวหน้า	进步，步步高升；先进，发达
พลานามัย	良好的身体状况		
พลานามัยสมบูรณ์	身体健康	ยืน	长久

อายุยืน	长寿	อายุยืนนาน	长寿，长命百
ยกโทษ	原谅		岁
ผิดพลาด	失误，错误	เกลา	润色
สำนวน	语言风格；语	พาสปอร์ต	= หนังสือเดิน-
	词		ทาง 护照
....ที่รัก	亲爱的……	กราบ	跪
กราบเรียน	敬禀，禀告	ชิน	习惯，适应
พิธี	仪式	บัดนี้	现在，即刻
ตำบล	区，镇，乡	ครั่นเนื้อครั่นตัว	忽冷忽热，打
ศีรษะ(สี-สะ)	= หัว 头		寒战
บิดา	= พ่อ	ไข้จับสั่น	疟疾
ด้วย....	由于	หลักภาษา	语言规则，语
กะทันหัน	突如其来		法
ขัดข้อง	不便，有困	อ.	= อำเภอ县
	难；反对	คลอง	河，运河

บทอ่านประกอบ

นิทานพื้นเมืองของเอเชีย (๒)

ช้างเผือก (อินเดีย)

สังขะเป็นหัวหน้าคนดูแลอุทยานของราชาองค์หนึ่ง เขาทำงานตั้งแต่ตะวันรุ่งจนตะวันพลบอยู่ในสวนหลวงที่กว้างยาวเป็นไมล์ ๆ มีแปลงดอกไม้ที่หลากสี สนามหญ้าเขียวขจีมากมายหลายผืน พฤกษาสูงละลิ่วเป็นหมู่ ๆ สังขะต้องกวาดใบไม้ รดน้ำไม้ดอก คอยดูแลต้นไม้อ่อนและต้นที่ยังเพาะชำไว้ ถอนหญ้าพรวนดินใส่ปุ๋ย ตัดแต่งรั้วต้นไม้ กระท่อมที่สังขะอาศัยอยู่กับลักษมี เมียของเขาตั้งอยู่มุมสวน สังขะจึงจับตามองอะไร ๆ จากกระท่อมของเขาได้ถนัด

คืนวันหนึ่งสังขะนอนไม่หลับ พลิกไปพลิกมาอยู่จนเที่ยงคืน จึงลุกขึ้นนั่ง บังเอิญเหลือบมองออกไปนอกหน้าต่าง เขาแทบไม่เชื่อสายตาเลย แน่ใจว่าตาคงไม่ฝาดหลอกตัวเองแน่ จึงจ้องเป๋งออกไปอีก ท่ามกลางแสงจันทร์สีเงินยวงนั้น เขาแลเห็นช้างเผือกเชือกหนึ่งกำลังทึ้งถอนหญ้าเขียวสดใส่ปากเคี้ยวอยู่ สังขะฉงนใจเหลือประมาณว่าช้างเผือกนี้มาจากไหนกันหนอ นอกจากนั้นยังขาวเผือกอีกด้วย สังขะไม่เคยเห็นช้างเผือกมาก่อน แต่ทันใดความคิดก็ผุดขึ้นมา เขาจำได้ว่าเมื่อยังเป็นเด็ก แม่เคยเล่าให้ฟังบ่อย ๆ ถึงเทพเจ้าผู้สถิตอยู่ในสรวงสวรรค์ พระอินทร์ผู้เป็นจอมเทพมีช้างทรงงามผิวเผือกผ่องราวกับหิมะ ชื่อว่าไอยราวัต เป็นเทวพาหนะ

สังขะร้องออกมาอย่างตื่นเต้น "ช้างไอยราวัตแน่แล้ว นี่คงเบื่ออาหารวิเศษวิโสบนสวรรค์ เลยเหาะลงมาโลกมนุษย์เสียบ้างเพื่อเปลี่ยนสถานที่ ถ้าเรายึดหางช้างไว้ได้ ช้างคงพาเรากลับสวรรค์ เราก็จะได้ชมความมหัศจรรย์บนนั้นแน่ ๆ"

สังขะผลุนผลันลงจากเตียงนอนค่อย ๆ ย่องออกจากบ้านไปไม่ให้เมียตื่นขึ้นมา แล้วเขาก็ออกวิ่งอย่างเงียบ ๆ ตรงไปที่ช้าง เขาแอบหลังต้นไม้เฝ้ามองดูช้างเชือกนั้น เมื่อช้างกินหญ้าแล้วก็หันไปเล็มหญ้าอ่อนที่เขาเพาะเลี้ยงไว้ แล้วกินลูกมะม่วงห่ามบนต้น สังขะไม่ออกเสียงเลยแม้แต่จะพึมพำทักท้วงช้าง เพราะอารามอยากขึ้นสวรรค์เสียจนไม่กล้าทำอะไรให้ช้างขัดใจ

พอรุ่งสาง ช้างก็กินอาหารอิ่มหนำ ชูงวงร้องแปร๋นด้วยความพออกพอใจ สังขะก็รู้ว่า ถึงเวลาที่ช้างจะจากสวนไปแล้ว เขาก็วิ่งเข้ายึดหางช้างไว้ ไอยราวัตเหาะขึ้นฟ้าราวกับนกบิน ในไม่ช้าก็ลอยละล่องอยู่เหนือเมฆ สังขะมองลงมาเบื้องล่างอย่างระมัดระวังตัว แลเห็นอุทยานเป็นจุดจิ๋วนิดเดียวเท่านั้น เมื่อทั้งช้างทั้งคนขึ้นไปถึงสวรรค์ สังขะก็ปล่อยมือจากหางช้างมองเหลียวไปรอบ ๆ ดวงตาเต็มไปด้วยความพิศวงงงงวย "นี่ต้องเป็นสวรรค์แล้ว เป็นอุทยานสวรรค์แน่ ๆ" เขาร้องออกมาอย่างลิงโลด "ดูซี ต้นไม้แต่ละต้นช่างใหญ่โตงดงามอะไรอย่างนี้ สงสัยจริงว่าคนสวนของพระอินทร์ใช้ปุ๋ยอะไรหนอ" สังขะเที่ยวเดินชมไปทั่ว พิศวงใจไปเสียทุกอย่าง ต้นไม้สวรรค์ใหญ่กว่าต้นไม้โลกมนุษย์ตั้งสิบเท่า ใบไม้หรือก็เขียวชอุ่มกว่าสักสิบเท่า ผลไม้ก็รสอร่อยเลิศกว่าในโลกมนุษย์สิบเท่า ดอกไม้ก็สดหลาก ๆ สีงดงามมากกว่าตั้งสิบเท่า สังขะใช้เวลาทั้งวันเที่ยวจับต้องลูบคลำใบไม้ ชมดอกไม้เสียอิ่มตา ชิมผลไม้อันแสนอร่อยชุ่มชื่นรสรอบ ๆ ตัวเขา

บทที่ ๑๑ จดหมายถึงอาจารย์

เวลาพลบลงสังขะนึกออกว่า ป่านนี้เมียของตนคงกำลังคอยตนกลับ เขารู้ดีว่าหล่อนห่วงเขาแค่ไหน จึงตกลงใจว่า "เห็นจะต้องหาของฝากจากเมืองสวรรค์ไปกำนัลหล่อนสักหน่อย" เขาเลือกหมากลูกหนึ่งใหญ่เท่าลูกมะพร้าว พลูใบหนึ่งใหญ่เท่าใบกล้วย ทั้งสังขะและเมียชอบกินหมากกันทั้งคู่ พอตกกลางคืน ช้างก็ส่งเสียงแปร๋น ถึงเวลาจะกลับลงไปพื้นโลกแล้ว สังขะวิ่งเข้าไปฉวยหางช้างไว้ ไม่กี่นาทีก็คืนสู่อุทยานของพระราชา เขารีบวิ่งปรื๋อกลับบ้านไปหาเมีย ซึ่งกำลังคอยเขาอย่างกระวนกระวายใจ เมียแปร๋นออกมาด้วยความโกรธ "แกไปอยู่ไหนมาจนป่านนี้"

"อย่าเพิ่งโกรธเลยน่า" สังขะตอบ "ดูนี่แน่ะ ฉันเอาอะไรมาฝากแก" แล้วเขาก็เอาหมากพลูให้หล่อนดู

ลักษมีตะลึงจังงัง "นี่แกไปเก็บหมากพลูขนาดยักษ์นี่มาจากไหน"

"ก็จากเมืองสวรรค์น่ะซี จริง ๆ นะ" สังขะตอบแล้วก็เล่าเรื่องทั้งหมดให้หล่อนฟัง ครั้งแรกหล่อนไม่เชื่อเขา แต่เจ้าหมากและพลูใบเบ้อเร่อหรือ มันเห็นอยู่ตรงลูกนัยน์ตา หล่อนก็เลยต้องยอมเชื่อ สังขะจึงเตือนหล่อนว่า "แกต้องเก็บไว้เป็นความลับนะ หมากกับพลูวิเศษนี่ เราจะกินกันไปอย่างน้อยก็ตลอดอาทิตย์เทียวละ แต่ต้องระวังอย่าให้ใครล่วงรู้ความลับของเราเลยทีเดียว"

ลักษมีรับคำเป็นอันดี แต่หล่อนก็อึดอัดลำบากใจเหลือเกินที่จะเก็บความลับเอาไว้ หล่อนชอบพูดเสียด้วย เมื่อสังขะไปสวรรค์อีกเที่ยวหนึ่งก็กลับพร้อมกับมะม่วงขนาดยักษ์ ซึ่งอร่อยรสวิเศษยิ่งกว่าที่หล่อนเคยกินมาในชีวิต หล่อนก็กระหายยิ่งขึ้น อยากจะเล่าให้เพื่อน ๆ ของหล่อนฟังถึงโชคลาภของหล่อน แต่หล่อนก็ฝืนใจระงับยับยั้งความอยากพูดอยากเล่าเอาไว้

แล้วสามีของหล่อนก็ขึ้นสวรรค์ไปเป็นครั้งที่สาม นำดอกไม้ยักษ์มาดอกหนึ่ง กลิ่นของมันหอมตระหลบอบอวลไปทั้งกระท่อม เพื่อนของหล่อนคนหนึ่งถามว่า "เธอใช้น้ำหอมวิเศษอะไรนะ เอามาจากไหนล่ะจ๊ะ"

ลักษมีตอบว่า "ฉันไม่ได้ใช้น้ำหอมอะไรหรอก กลิ่นดอกไม้ยักษ์ของฉันเองจ้ะ"

สิ่งหนึ่งก็นำไปสู่สิ่งหนึ่งอีกจนได้ ในไม่ช้าลักษมีก็เล่าเรื่องทั้งหมดให้เพื่อนฟัง และก็แน่ละหล่อนจำต้องขอร้องให้เพื่อนของหล่อนสัญญาว่าจะไม่ขยายให้ใครฟังเลย เพื่อนก็รับสัญญา แต่เนื่องจากแม่คนนี้เป็นคนชอบปากอยู่ไม่สุข จึงไม่อาจทนเก็บ

ความลับไหว หล่อนขยายออกไปให้เพื่อนอีกคนหนึ่งฟัง แล้วให้เพื่อนสัญญาว่าจะไม่แพร่งพรายให้เข้าหูใครอื่น แม่เพื่อนสนิทก็รับสัญญาเต็มปากเต็มคำว่าจะไม่บอกใครเลยทีเดียว แต่แล้วเรื่องก็ต่อกันเรื่อย ๆ ไป จนผู้หญิงทั้งเมืองรู้ความลับกันแซดไปหมด เจ้าหล่อนแต่ละคนก็ขยายสู่สามีของตน ไม่นานคนทั้งเมืองก็รู้ความลับของสังขะโดยทั่วหน้ากัน

เช้าวันหนึ่ง ผู้คนในเมืองพากันมาอยู่หน้ากระท่อมของสังขะ ยืนยันขอตามสังขะขึ้นสวรรค์เที่ยวหน้าด้วย สังขะหัวฟัดหัวเหวี่ยงกับความโง่ของเมียเต็มที่ แต่ก็จะทำอย่างไรได้ จำต้องยินยอมอย่างไม่เต็มใจเลย “คืนนี้มาที่อุทยานนี่ก็แล้วกัน” คืนนั้นภายในอุทยานของราชาเป็นภาพที่พิลึกพิลั่น มีคนทั้งหญิงทั้งชายแออัดกันแน่นขนัด จำนวนคนมากกว่าต้นไม้ในอุทยาน เวลาลมพัดต้นไม้ก็โอนเอนไปตามลม แต่คนยืนกันนิ่งสนิทไม่ไหวติงราวกับรูปหินสลัก แม้ช้างไอยราวัตลงจากสวรรค์มาปรากฏแล้ว ก็ไม่มีใครกระดุกกระดิก หรือมีเสียงอื้ออึงอย่างไรเลย พอเช้าตรู่ สังขะก็พยักหน้าเรียกคนเหล่านั้นอย่างเงียบ ๆ แล้วเขาก็วิ่งถลันไปคว้าหางช้างได้ ลักษมียึดข้อเท้าสังขะ เพื่อนของหล่อนยึดข้อเท้าลักษมี ผัวของเพื่อนลักษมีก็ยึดเท้าเมียไว้ ชายอีกคนหนึ่งยึดเท้าของผัวเพื่อนของลักษมีอีกต่อหนึ่ง เมียชายคนนั้นยึดเท้าผัวของตน แล้วก็ยึดต่อกันเป็นระนาว เมื่อช้างเผือกเหาะขึ้นสู่อากาศ ก็มีมนุษย์ยึดหางช้างติดขึ้นไปด้วยเป็นพรวนยาว เกาะกันเป็นทอด ๆ ตามช้างขึ้นสวรรค์

ระหว่างกำลังลอยล่องกันอยู่กลางหาว แม่หญิงคนท้ายทนความอยากรู้อยากเห็นไม่ไหว ก็พูดออกมาว่า “ลักษมีเล่าว่าลูกไม้ดอกไม้ที่ได้มาจากเมืองสวรรค์นั้นมันใหญ่มหึมาเหลือเกิน แต่เขาก็ไม่ยักบอกว่าใหญ่แค่ไหน พี่ลองบอกเพื่อนของพี่ที่เกาะถัดขึ้นไปจากเราให้ลองถามลักษมีดูซิ”

นายผัวของหล่อนก็บอกกับชายที่ตนเกาะเท้าอยู่ ชายนั้นก็บอกกับเมียของตัวต่อ แล้วก็ถามกันต่อ ๆ ขึ้นไปจนถึงคนสุดท้ายคือลักษมี ซึ่งอ้าปากถามสามีของตัว “นี่แน่ะแก พวกเพื่อน ๆ เราเขาอยากรู้ว่า ผลไม้ดอกไม้บนสวรรค์น่ะโตขนาดไหนแน่ะ”

สังขะตอบว่า “แกก็จะได้แลเห็นด้วยตาของแกเองแหละน่า เมื่อขึ้นไปถึงสวรรค์แล้ว” คำตอบของสังขะก็ผ่านจากปากต่อปากเรื่อยลงมาเป็นทอด ๆ แต่แม่หญิงคนท้ายแถวทนรอถึงสวรรค์ไม่ไหว ก็รบเร้าให้ถามอยู่นั่นเอง จนผลสุดท้ายลักษมีต้องอ้อนวอนสังขะ “เพื่อนฉันเขารอไม่ไหว แกต้องบอกเขาเดี๋ยวนี้แหละว่ามัน

ใหญ่โตแค่ไหน"

สังขะโมโหรำคาญความทนไม่ไหวอย่างโง่ ๆ ก็เลยพูดออกมาอย่างขัดใจว่า "ผลไม้แต่ละลูกโตสิบเท่าของผลไม้บนโลกเรา แกก็รู้อยู่นี่นาว่า หมากลูกนั้นมันโตตั้งแค่นี้...." และเพื่อแสดงขนาดของหมากด้วยมือทั้งสอง สังขะก็ปล่อยหางช้างและแล้ว...............

พรวนมนุษย์อันยาวเหยียดที่เกาะสังขะอยู่ เริ่มด้วยลักษมีเกาะเท้าของเขา เพื่อนลักษมีเกาะเท้าลักษมี สามีของเพื่อนเกาะเท้าเพื่อนและที่เกาะเป็นหางต่อ ๆ กันลงไปจนถึงแม่หญิงผู้รอไม่ไหวก็ลอยร่วงลงดินกันเป็นระนาว.....

นายสุกกับนายดิบ
(ไทย)

กาลครั้งหนึ่งมีสามีภรรยาคู่หนึ่ง มีลูกสาวอยู่สองคน เหมือนพ่อแม่ทั้งหลายทั่วไป สามีภรรยาคู่นี้รักลูกของตนมาก ทั้งสองคนคิดว่าลูกสาวของตนเติบโตพอที่จะแต่งงานเป็นฝั่งเป็นฝาได้แล้ว ข้อนี้ก็เป็นธรรมดาของพ่อแม่คนไทยทั้งหลายในสมัยก่อนที่จะต้องคิดเรื่องสำคัญเช่นนี้ คือหาสามีให้ลูกสาว

ลูกสาวสองคนนั้นชื่อว่าอิ่มกับอุ่น อิ่มเป็นคนหัวปี ตาพ่อเป็นห่วงมาก พูดกับเมียของแกว่า "อิ่มน่ะ มันทำกับข้าวเก่ง ทำสวนก็เก่ง นี่อายุอานามมันก็ควรจะมีเหย้ามีเรือนแล้ว เราจะต้องหาผัวให้มันเสียที ต้องเลือกเอาคนที่ฉลาดที่สุดถึงจะดี" "โฮ้ย พวกผู้ชายน่ะโง่ทั้งนั้น" ยายเมียพูด "ถ้าขืนคอยจนกว่าจะหาคนฉลาดได้ละก็ นังอิ่มต้องเป็นสาวแก่ไปจนตายเปล่าละแก"

"เฮ่ย ไม่งั้นหรอก ข้ามองไว้แล้วละ พ่อสุกไงล่ะ เขาขอข้าจะแต่งงานกับนังอิ่มแล้วหนา มันเรียกข้าว่าคุณพ่อแล้วนาแกนา รู้ไว้เถอะ พรุ่งนี้แหละข้าจะตกปากยกลูกสาวให้มัน"

"โอ๊ย นั่นน่ะรึคนฉลาดของแก พุทโธ่พุดถังเอ๊ย ท่าทางมันก็ดูอย่างกะฉลาดเสียเต็มที แต่ว่า...."

"แน่ เขาฉลาดแน่ อย่าเถียง ก็เขาบวชเรียนแล้ว พ่อทิดสุกน่ะบอกกะข้าเองว่าเขาเคยบวชเป็นพระมาแล้วตั้งหลายปี ข้าว่าพ่อทิดสุกนี่แหละดีกว่าใคร ๆ หมด ข้าจะยกนังอิ่มให้มันแน่ ๆ พ่อทิดสุกน่ะฉลาดกว่าใคร ๆ ในเมืองนี้"

"อ๋อ ถ้าแกพูดยังงี้ ฉันก็มีเรื่องจะพูดมั่งเหมือนกันละ นังอุ่นน่ะ ไม่สำคัญหรอกว่าผัวมันจะต้องเคยบวชเรียนมาแล้วรึเปล่า ถ้าข้าเห็นว่าคนไหนดี ข้าก็จะยกลูกสาวให้ ถึงไม่ได้บวชได้เรียนก็ไม่เห็นจะเป็นไร ข้าชอบพ่อดิบ ข้าจะยกนังอุ่นให้เขา"

"ตายละแก ไอ้เจ้านั่นน่ะยังไม่เคยบวชพระสักทีเลย มันโง่งมโข่งไม่ได้เรื่องได้ราวอะไรสักนิดเดียวเลย มันเป็นคนดิบสมชื่อมันจริงๆ ไม่ได้ ไม่ได้ ข้ายอมไม่ได้ ข้าไม่ยอมยกนังอุ่นให้มันแน่ ๆ "

"ก็ได้ ถ้าแกไม่ยอมให้นังอุ่นแต่งกะพ่อดิบ ข้าก็ไม่ยอมให้นังอิ่มแต่งกะพ่อสุกเอาซิ"

เมื่อยายแม่พูดอย่างนั้น เรื่องก็เป็นว่าตกลง คือหลังจากนั้นไม่นาน แม่อิ่มก็แต่งงานกับพ่อสุก และแม่อุ่นก็แต่งงานกับพ่อดิบ ลูกเขยทั้งสองคนก็มาอยู่บ้านพ่อตาแม่ยาย พ่อตานั้นทนนายดิบไม่ได้ และคอยหาเรื่องนายดิบอยู่เสมอ แต่ลูกเขยดิบก็เป็นคนโปรดของแม่ยายและคุณแม่ยายก็คอยเข้าข้างเขาอยู่เสมอ

วันหนึ่งท่านพ่อตาอยากจะไปดูไร่นาซึ่งอยู่ไกลโข ท่านแม่ยายก็จัดอาหารกลางวันใส่เรือมาด แล้วท่านพ่อตาก็เรียกลูกเขยทั้งสองคนลงเรือไปด้วยกัน นายสุกแจวหัว นายดิบแจวท้าย ส่วนท่านพ่อตาผู้มีเกียรติก็นั่งเอ้เตไปกลางลำ ระหว่างทางตาพ่อเห็นนกกระทุงลอยน้ำเล่นกันอยู่ฝูงใหญ่ ตาพ่อก็พูดว่า "เอ นกกระทุงทำไมถึงลอยน้ำได้นะ พ่อทิดสุก ไหนบอกให้พ่อรู้สักหน่อยซิ"

"เพราะขนมันหนาครับคุณพ่อ" นายสุกตอบ

พ่อตาได้ฟังก็ชอบใจ แล้วหันไปทางนายดิบ ตะคอกว่า "ไอ้ดิบ นกกระทุงไหงถึงลอยน้ำได้ เอ็งว่ายังไง หา"

"อ๋อ มันเป็นธรรมดาของมันยังงั้นเองครับ" นายดิบตอบ

แจวต่อไปได้อีกหน่อย ก็เห็นฝูงนกกระสาส่งเสียงร้องดังลั่นอยู่ พ่อตาก็ถามว่า "ทำไมนกกระสาถึงร้องเสียงดังนะ พ่อทิดสุก ไหนบอกให้พ่อรู้หน่อยซิ"

"เพราะมันคอยาวครับคุณพ่อ" นายสุกตอบ

พ่อตาได้ยินก็ชอบใจ แล้วหันไปตวาดนายดิบ "เอ็งล่ะ จะตอบว่ายังไง หา" นายดิบตอบว่า "อ๋อ มันเป็นธรรมดาของมันยังงั้นเองครับ"

เมื่อแจวเรือต่อไป ก็เห็นกอไผ่อยู่ริมน้ำ ใบไผ่ด้านนอกกอสีแดง ด้านใน ๆ

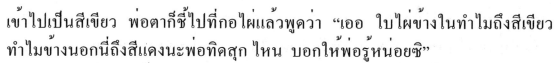
บทที่ ๑๑ จดหมายถึงอาจารย์

เข้าไปเป็นสีเขียว พ่อตาก็ชี้ไปที่กอไผ่แล้วพูดว่า "เออ ใบไผ่ข้างในทำไมถึงสีเขียว ทำไมข้างนอกนี่ถึงสีแดงนะพ่อทิดสุก ไหน บอกให้พ่อรู้หน่อยซิ"

"ใบไผ่สีแดงด้านนอกนี่เพราะมันถูกแดดครับ ส่วนที่อยู่ข้างใน ๆ มันไม่ถูกแดดถึงได้สีเขียวครับคุณพ่อ" นายสุกตอบ

พ่อตาชอบใจมาก ตะคอกใส่นายดิบว่า "แล้วเอ็งล่ะจะตอบว่ายังไงหา"

นายดิบ "อ๋อ มันเป็นธรรมดาของมันยังงั้นเองครับ"

เมื่อแจวเรือต่อไปอีกก็ผ่านที่นาสองแปลงอยู่ติดกัน แปลงหนึ่งแห้งแล้ง ไม่มีข้าว ไม่มีต้นไม้ ส่วนอีกแปลงหนึ่งที่อยู่ติดกันนั้นอุดมสมบูรณ์ ทั้งต้นข้าวและต้นไม้ขึ้นงอกงามดี พ่อตาก็ถามนายสุกว่าทำไมนาทั้งสองแปลงจึงแตกต่างกันอย่างนั้น นายสุกตอบว่า "นาแปลงนั้นแห้งแล้งก็เพราะมีน้ำทะเลไหลผ่านเข้ามาได้ ส่วนอีกแปลงหนึ่งอุดมสมบูรณ์ก็เพราะได้น้ำจืด ไม่ถูกน้ำทะเล" พ่อตาก็หันไปตะคอกถามนายดิบและได้รับคำตอบอย่างเดิมว่า "มันเป็นธรรมดาของมันอย่างนั้นเองครับ"

พอกลับถึงบ้าน ตาพ่อก็ดุยายแม่เสียงดังลั่นด้วยความโกรธว่ายายแม่เลือกคนโง่เง่าเต่าตุ่นอย่างนายดิบมาเป็นลูกเขย

ตอนกินข้าวเย็น ยายแม่จึงพูดกับลูกเขยตัวโปรดว่า "ไหนบอกแม่ซิพ่อดิบ ลูกไปทำยังไงเข้า พ่อเขาถึงได้โกรธนัก"

นายดิบก็เล่าเรื่องให้ฟัง "คุณพ่อถามผมว่า ทำไมนกกระทุงมันถึงลอยน้ำได้ พี่สุกตอบคุณพ่อว่า เพราะขนมันหนา ผมตอบว่ามันเป็นธรรมดาของมันอย่างนั้นเอง มันถึงลอยน้ำได้ ก็ลูกมะพร้าวน่ะ มันก็ไม่ได้มีขนเหมือนขนนกนี่ครับ แต่มันก็ลอยน้ำได้

"แล้วคุณพ่อถามว่า ทำไมนกกระสามันถึงร้องเสียงดัง พี่สุกตอบว่าเพราะมันมีคอยาว ผมตอบว่า มันเป็นธรรมดาของมันอย่างนั้นเอง ก็กบคางคกมันไม่ได้มีคอยาว แต่มันก็ร้องเสียงดัง จริงไหมครับ

"ต่อมาอีก คุณพ่อถามว่า ใบไผ่ทำไมถึงสีเขียว ทำไมถึงสีแดง พี่สุกตอบคุณพ่อว่า ด้านนอกใบมันแดงเพราะมันถูกแดด ด้านในกอไผ่ใบมันเขียวเพราะมันไม่ถูกแดด แต่ผมตอบว่ามันเป็นธรรมดาของมันอย่างนั้นเอง ก็ทีแตงโมล่ะ จะว่ายังไงครับ ข้างนอกมันเขียวทั้ง ๆ ที่ถูกแดด ข้างในมันแดงทั้ง ๆ ที่แดดส่องไม่ถึง

"ต่อมา คุณพ่อท่านเห็นนาสองแปลง แปลงหนึ่งแห้งแล้ง อีกแปลงหนึ่งมีต้น

ข้าวต้นไม้ขึ้นงามดี คุณพ่อถามว่าทำไมถึงต่างกันอย่างนั้น พี่สุกตอบว่าเพราะนาแปลงหนึ่งมีน้ำเค็มไหลผ่าน อีกแปลงหนึ่งน้ำเค็มไม่ได้ไหลผ่านจึงอุดมสมบูรณ์ดี แต่ผมก็ตอบว่ามันเป็นธรรมดาของมันอย่างนั้น ก็แล้วคนหัวล้านละครับจะว่าอย่างไร น้ำเค็มก็ไม่ได้ไหลผ่านหัวล้านนะครับ”

ตั้งแต่วันนั้นเป็นต้นมา พ่อตาก็ไม่กล่าวโทษนายดิบว่าโง่เง่าอีกต่อไป กลับชอบนายดิบเท่า ๆ กับที่ชอบนายสุก ที่จริงนั้น ตาพ่อแกก็ชักจะรู้แล้วว่า ทุกสิ่งทุกอย่างในโลกนี้ไม่ว่าจะเป็นคนหรือสัตว์หรือพืช ใครคนไหนก็ตามหรือลูกเขยของแกเองก็เถิด อะไร ๆ มันก็เป็นเรื่องธรรมดา จะโง่หรือจะฉลาดหรือจะเป็นอย่างไร ๆ มันก็เป็นเพียงเรื่องธรรมชาติธรรมดาของมันอย่างนั้นเอง

บทที่ ๑๒ วิชาความรู้

คนทุกคนจะต้องมีวิชาความรู้ ข้อนี้ไม่จำเป็นต้องชี้แจงให้ยืดยาว ใคร ๆ ก็ยอมรับกันทั้งนั้นว่าเป็นความจริง เพราะไม่ว่าจะทำอะไร ต้องอาศัยวิชาความรู้ทั้งนั้น เมื่อพูดถึงวิชาความรู้ มักจะเข้าใจกันไปว่าเป็นความรู้ทางหนังสือหรือวิชาการฝีมือต่างๆ ที่เรียนจากโรงเรียน ที่จริง อะไรที่เราไม่เคยรู้ไม่เคยเข้าใจมาก่อน ถ้าเกิดรู้เกิดเข้าใจภายหลัง จะโดยมีผู้สอนหรือพบเองเห็นเองก็ตาม สิ่งนั้น ๆ นับว่าเป็นวิชาความรู้ทั้งสิ้น เลื่อยไม้ ตีเหล็ก ขับรถ อะไรต่อมิอะไรเหล่านี้ก็เป็นวิชา แม้ดีดสีตีเป่าร้องรำทำเพลง ว่ายน้ำ วิ่งเร็ว ก็เป็นวิชาเช่นกัน เพราะว่าการที่จะทำอะไรให้ได้ผลดีจริง ๆ นั้น เราต้องทำเป็น รู้จักทำ คือต้องมีวิชาความรู้ในการทำนั่นเอง

มีบุคคลเป็นอันมากทีเดียวที่พอเรียนจบจากโรงเรียนหรือมหาวิทยาลัยก็นึกกระหยิ่มหรือทะนงว่ามีความรู้ดี ไม่ต้องเรียนอะไรอีกแล้ว การนึกอย่างนี้เป็นการผิดถนัด เพราะวิชาที่เรียนในโรงเรียนเป็นเพียงกระผีกหนึ่งเท่านั้น การเล่าเรียนนั้นแม้จะเรียนจนตลอดชีวิตก็ยังไม่หมดวิชา ความเข้าใจผิดอย่างนี้มีปรากฏบ่อย ๆ อย่างเช่นผู้เรียนสำเร็จวิศวกรรมศาสตร์จากมหาวิทยาลัย พอไปทำงานที่อู่รถยนต์ ก็แสดงเย่อหยิ่งกับช่างเครื่องที่เขียนหนังสือไม่ค่อยเป็นว่า ฉันนี่เก่งกว่า เพราะได้ผ่านมหาวิทยาลัยมา แต่พอถึงคราวแก้เครื่องยนต์ที่ติดขัดเข้าจริง ๆ นายคนนั้นก็หารู้ที่จะแก้ไขได้ทันทีไม่ เพราะความหลงระเริงในประกาศนียบัตรและตำรา สู้ช่างเครื่องที่เขามีความชำนาญไม่ได้ อย่างนี้ข้าแบบที่คำโคลงโลกนิติกล่าวไว้ว่า

รู้น้อยว่ามากรู้ เริงใจ
กลกบเกิดอยู่ใน สระจ้อย
ไป่เห็นชเลไกล กลางสมุทร
ชมว่าน้ำบ่อน้อย มากล้ำลึกเหลือ

รูปประโยคและการใช้คำ

๑. ไม่ว่าจะ....(ก็)....(ทั้งนั้น)　连词，相当汉语的"无论……都……"或"不管……都……"。表示任何情况下结果或结论都不变。"ไม่ว่า...."句中总有疑问代词或供选择的并列成分。"ไม่ว่า...."句中如果有动词，动词前一般都有"จะ"。如果"ไม่ว่า...."句中只有名词或名词词组，没有动词，就不用"จะ"。这个句型的后一句中经常有起强调作用的副词。

ตัวอย่าง ๑
ไม่ว่าจะทำอะไร ต้องคิดให้รอบคอบเสียก่อน
ไม่ว่าจะอยู่ที่ไหน เขาไม่เคยละงานการเขียนเลย
ไม่ว่าเราจะพูดอย่างไร เขาไม่ยอมฟังท่าเดียว
ไม่ว่าเวลาจะนานสักเท่าไร เราก็จะไม่ลืมความเป็นมิตรของเขา
ไม่ว่าจะเป็นใคร ต้องเคารพกฎหมายทั้งนั้น

ตัวอย่าง ๒
ไม่ว่าจะไปหรือไม่ไป ควรบอกเสียหน่อย
ไม่ว่าเขาจะเห็นด้วยหรือไม่เห็นด้วย เราก็ต้องไป
ไม่ว่าจะชอบหรือไม่ชอบ ต้องไปกันทุกคน
ไม่ว่าจะผิดหรือถูก ต้องกล้ารับผิดชอบ
ไม่ว่าอากาศจะร้อนหรือหนาว เขาไม่เคยงดซ้อมวิ่งเลยแม้แต่ครั้งเดียว

ตัวอย่าง ๓
ไม่ว่าใคร เมื่อผิดก็ต้องถูกวิจารณ์
ไม่ว่าอะไร มีค่าของมันทั้งนั้น
ไม่ว่าประเทศไหน มีฐานะเท่าเทียมกันทั้งนั้น
ไม่ว่าตอนไหน เขาท่องได้หมด
ไม่ว่าวิชาอะไร เขาได้คะแนนดีทั้งนั้น

บทที่ ๑๒   วิชาความรู้

ตัวอย่าง ๔   ไม่ว่าคุณหรือใคร เรายินดีต้อนรับทั้งนั้น
ไม่ว่าคนจีนหรือคนไทย ต่างก็เป็นชาวเอเชียเหมือนกัน
ไม่ว่าเมืองร้อนหรือเมืองหนาว ฉันอยู่ได้ทั้งนั้น
ไม่ว่าวันทำงานหรือวันหยุด เขาตื่นแต่ตี ๕ ทุกวัน
ไม่ว่าหนังสือหรือนิตยสาร เขาชอบซื้อทั้งนั้น

แบบฝึกหัด   จงแต่งประโยคตามประโยคตัวอย่างทั้ง ๔ แบบ

๒. (จะ)....ก็ตาม ....   这个句型与 "ไม่ว่า...." 意义相同，只是更口语化一些。

ตัวอย่าง   จะทำอะไรก็ตาม ต้องคิดให้รอบคอบเสียก่อน
จะไปหรือไม่ไปก็ตาม ควรบอกเสียหน่อย
ใครก็ตาม เมื่อผิดก็ต้องถูกวิจารณ์
คุณหรือใครก็ตาม เรายินดีต้อนรับทั้งนั้น

แบบฝึกหัด   จงเปลี่ยนประโยคอื่น ๆ ในรูปประโยค "ไม่ว่า...." ให้เป็นประโยค "....ก็ตาม"

"....ก็ตาม" 有时还与 "ไม่ว่า...." 搭配使用成为 "ไม่ว่า....ก็ตาม"

ตัวอย่าง   ไม่ว่าจะทำอะไรก็ตาม ต้องคิดให้รอบคอบเสียก่อน
ไม่ว่าจะไปหรือไม่ไปก็ตาม ควรบอกเสียหน่อย

แบบฝึกหัด   จงแต่งประโยคที่ใช้"ไม่ว่า....ก็ตาม"๓ ประโยค

๓. แม้....ก็.... (หรือแม้แต่....ก็....)　与第二册第七课中的句型 "แม้....ก็....(ถึงแม้ว่า....ก็...., ถึง....ก็....)" 不同，本课的 "แม้....ก็...." 相当于汉语的 "（甚至）连……都……"。"แม้...." 句是为了强调。

ตัวอย่าง ๑　เขาไม่รู้หนังสือ แม้แต่ชื่อตัวเองก็เขียนไม่เป็น
　　　　　　แม้นักปราชญ์ก็ยังพลาด

แบบฝึกหัด　จงเปลี่ยนประโยคต่อไปนี้ให้เป็นประโยค"แม้(แต่)....ก็...."

๑) คนนี้เก่ง อ่านศิลาจารึกสมัยสุโขทัยออก
๒) เขาขี้เกียจ ไม่เคยซักผ้าเช็ดหน้าของตัวเอง
๓) ร้านนี้มีสินค้าน้อย ไม่มีกระดาษขาย
๔) เขาเป็นคนขี้เหนียว ไม่ยอมจ่ายค่าผ่านประตู
๕) เขาเป็นคนสุขุมรอบคอบ ไม่เคยละเลยเรื่องเล็กๆน้อยๆเลย
๖) คนแถวนี้กินทุกอย่าง กินงู แมว และหนู
๗) งานฝีมือเช่นนี้ เด็กอนุบาลทำได้
๘) ทุกสิ่งมีค่าของมัน ขยะมูลฝอยยังทำปุ๋ยได้
๙) ชื่อของเขา เด็กๆ รู้
๑๐) ลายมือของฉันใช้ไม่ได้ บางทีตัวฉันเองอ่านไม่ออก

有时แม้แต่....(แม้....) 还可以带一个数量短语（量词+เดียว）放在句子的最后，与前面的ไม่....搭配，强调否定。

ตัวอย่าง ๒　เรายังไม่เคยไปเที่ยวกำแพงเมืองจีนเลยแม้แต่ครั้งเดียว
　　　　　　เรื่องนี้ฉันไม่รู้เลยแม้แต่นิดเดียว

บทที่ ๑๒ วิชาความรู้

แบบฝึกหัด จงใช้คำที่ให้ไว้แต่งประโยคตามตัวอย่าง

๑) เขายังไม่เคยไปเซี่ยงไฮ้เลย (หน ครั้ง)
๒) ฉันตื่นเต้นจนพูดอะไรไม่ออก (คำ ประโยค)
๓) ตึกนี้ไม่มีใครอยู่เลย (คน)
๔) วันนี้ยังไม่ได้กินน้ำเลย (หยด อึก แก้ว)
๕) ห้องอ่านหนังสือห้องนี้เต็มหมด ไม่มีที่นั่งเหลือเลย (ที่)
๖) หงยังไม่ได้ถามปัญหาเลย (ข้อ ปัญหา)
๗) ฉันยังท่องไม่ได้เลย (นิดเดียว ตอน ประโยค)
๘) เขียนคำบอกครั้งนี้เขาไม่มีผิดเลย (คำ ตัว)
๙) เขาไม่เคยขาดเรียนเลย (ครั้ง หน)
๑๐) คนเหล่านั้นฉันไม่รู้จักเลย (คน)

下面再复习一下第二册学过的用法。

ตัวอย่าง ๓

๑) แม้จะเตือนเขาครั้งแล้วครั้งเล่า(ก็ตาม) เขาก็ยังผิด
๒) แม้เรื่องจะผ่านไปหลายปีแล้ว(ก็ตาม) แต่เขาก็ยังจำได้อย่างแม่นยำ
๓) แม้เขาจะไม่บอก(ก็ตาม) เราก็พอรู้ระแคะระคาย
๔) แม้ทางจะไกลแสนไกล(ก็ตาม) เราก็ต้องไปให้ถึง
๕) แม้เราจะอยู่กันคนละซีกโลก(ก็ตาม) แต่ใจของเราผูกพันอยู่ด้วยกัน
๖) แม้อาจจะมีความยากลำบากกีดขวางอยู่เบื้องหน้า(ก็ตาม) แต่ความตั้งใจของเราก็ไม่เปลี่ยน
๗) แม้หนทางจะเลี้ยวลดคดเคี้ยว(ก็ตาม) แต่อนาคตนั้นแจ่มใส
๘) แม้ปัญหานี้จะสลับซับซ้อน(ก็ตาม) เราก็ต้องแก้มันให้ตกไป

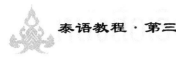

ข้อสังเกต

๑. <u>ใคร ๆ</u> ก็ยอมรับกันทั้งนั้นว่าเป็นความจริง

"ใคร ๆ" 是复数。泰语中疑问代词重叠往往表示复数。如：
เขาเป็นนักซื้อจริง ๆ อะไร ๆ ก็ซื้อทั้งนั้น
ที่ไหน ๆ ก็ไม่เห็นมีขาย

๒. มักจะเข้าใจกัน<u>ไป</u>ว่าเป็นความรู้ทางหนังสือ

"ไป" 当趋向词用时意义极其广泛。此处的 "ไป" 是说明谓语 "เข้าใจ" 偏离了正确的范畴。

๓. ที่จริงอะไรที่เราไม่เคยรู้ไม่เคยเข้าใจมาก่อน ถ้า<u>เกิดรู้เกิดเข้าใจ</u>ภายหลัง จะ<u>โดย</u>มีผู้สอนหรือพบเองเห็นเองก็ตาม สิ่งนั้น ๆ นับว่าเป็นวิชาความรู้<u>ทั้งสิ้น</u>

๑) เกิดรู้เกิดเข้าใจ "เกิด" 除了当 "生"、"发生"、"产生" 等讲外，还可以用在别的动词前，表示这个动作的发生是带有偶然性的，没有估计到的。有点儿像汉语中的 "一旦"、"突然"、"偶然" 等义。如：
ถ้าคนป่วยเกิดรู้เข้า อาการป่วยอาจจะเพียบลงทันที
ฉันเกิดปวดศีรษะขึ้นกลางทาง
ถ้าเขาเกิดโมโหขึ้น จะทำยังไง

๒) "โดย" 可以引导一个动词或形容词短语修饰前面的谓语，以说明方式或状态。这种句子常用在书面语中。如：
ฉันพบเขาโดยบังเอิญ
เขามักทำอะไรโดยไม่ปรึกษาใคร
นักวิทยาศาสตร์คนนี้ทำการทดลองเงียบ ๆ อยู่ครั้งแล้วครั้งเล่าโดยไม่
คำนึงถึงความลำบาก

๓) "ทั้งสิ้น" 与 "ทั้งหมด" 同义，侧重表示数量，"所有的"、"全部的" 的意思。但 "ทั้งสิ้น" 一般只用在书面语中。如：
ท่านมอบหนังสือเหล่านี้ให้แก่ห้องสมุดทั้งสิ้น(ทั้งหมด)
ไม่ควรคิดว่าเราทำอะไรจะถูกทั้งสิ้น(ทั้งหมด)

"ทั้งสิ้น" 与 "ทั้งนั้น" 略有不同。"ทั้งนั้น" 侧重强调毫无例外，相当汉语里的 "都"、"全"。如：

นักแสดงวันนี้เป็นเด็ก ๆ ทั้งนั้น
ของประเภทนี้แพงทั้งนั้น
หนังสือเหล่านี้ดีทั้งนั้น

๔. <u>การที่</u>จะทำอะไรให้ได้ผลดีจริง ๆ <u>นั้น</u> เราต้องทำเป็น รู้จักทำ <u>คือ</u>ต้องมีวิชาในการทำ<u>นั่นเอง</u>

๑) "การที่(จะ)....นั้น" 是将动宾结构或者主谓结构变成名词短语的一种形式，往往出现在主语的位置上，起强调该主语的作用，且多用于书面语。如：

การที่จะให้เขาพอใจนั้น ยากนัก
การที่เธอหลีกหนีไปนั้น แสดงว่าเธอไม่กล้าเผชิญกับความจริง
การที่จะทำให้งานสัมฤทธิผลนั้น ต้องอาศัยความพยายามทุกฝ่าย

๒) "คือ....นั่นเอง" "คือ" 即……，也就是……。"นั่นเอง" 起强调作用。如：

เราต้องทำตัวให้ดี คือต้องให้สมกับที่เป็นเยาวชนรุ่นใหม่สมัยสังคม-
นิยมนั่นเอง
เราต้องใจกว้าง คือต้องรับฟังความเห็นที่ไม่ตรงกับความคิดของเรา
ได้นั่นเอง

๕. มีบุคคลเป็นอันมากทีเดียว<u>ที่</u>พอเรียนจบจากโรงเรียนหรือมหาวิทยาลัย ก็นึกกระหยิ่มหรือทะนงว่ามีความรู้ดี ไม่ต้องเรียนอะไรอีกแล้ว

是这里的 "ที่" 只出现在书面语中。当用修饰成分（大多是用来强调数量或范围的副词）或用停顿的方法来强调主语时，主语和谓语之间可以加 "ที่"，起承上启下的作用。例如：

๑) หลายต่อหลายคนเคยได้รับความช่วยเหลือจากเขา
หลายต่อหลายคน<u>ทีเดียวที่</u>เคยได้รับความช่วยเหลือจากเขา

๒) เขาชอบคุยโวเสมอ
เขา<u>นี่แหละที่</u>ชอบคุยโวเสมอ

๓) ยาชนิดนี้สามารถช่วยชีวิตเขาได้

ยาชนิดนี้เท่านั้นที่สามารถช่วยชีวิตเขาได้

๖. การนึกอย่างนี้เป็นการผิดถนัด

此处的“ถนัด”是“明显”、“的的确确”的意思。ผิดถนัด即“明显的错了”、“完全错了”。

这句话是书面语，口语可以说นึกอย่างนี้ผิดถนัด。เป็นการผิดถนัด 语气上也比ผิดถนัด重一些。

๗. วิชาที่เรียนในโรงเรียนเป็นเพียงกระผีกหนึ่งเท่านั้น

“กระผีก”是泰国古时的容量单位，现在只用来比喻数量少。例如：

ความรู้ของฉันไม่ได้กระผีกหนึ่งของเขา

เขาทำงานได้เพียงกระผีกหนึ่งเท่านั้นก็ราามือเสียแล้ว

๘. พอถึงคราวแก้เครื่องยนต์ที่ติดขัดเข้าจริง ๆ นายคนนั้นก็หารู้ที่จะแก้ไขได้ทันทีไม่

๑）“....เข้า”除了已学过的意义外，还含有“一接触上……”的意思。常用在“พอ....ก็.... ”这种句型中。如：

พอทำเข้าจริง ๆ ก็รู้สึกยาก

พอรู้เข้า ก็สายเสียแล้ว

พอถามเข้าจริง ๆ ก็ตอบไม่ได้แม้ข้อเดียว

๒）“หา....ไม่”意义同“ไม่”，但是更强调否定，且多用于书面语。如：

แกหาได้ปฏิบัติตามคำมั่นสัญญาไม่

เราหาพอใจในผลสำเร็จขั้นต้นนี้ไม่

เรื่องหาได้ยุติลงเพียงเท่านี้ไม่

๓）“แก้ไข” 一般用作不及物动词，“แก้”则常用作及物动词。如：

๒ - ๓ ปีมานี้ รัฐบาลสนใจกับการแก้ปัญหาสิ่งแวดล้อมเป็นพิษมาก

ปัญหาสิ่งแวดล้อมเป็นพิษยังไม่ได้รับการแก้ไขอย่างถึงที่สุด

บทที่ ๑๒ วิชาความรู้

แบบฝึกหัด

๑. จงอ่านวลีต่อไปนี้ให้คล่อง

เกิดรู้เกิดเข้าใจ	ดีอกดีใจ
ตั้งอกตั้งใจ	เสียอกเสียใจ
เอาจริงเอาจัง	ขี้หลงขี้ลืม
อาบน้ำอาบท่า	หลับหูหลับตา
ไม่พูดไม่จา	หลายต่อหลายครั้ง
ร้องรำทำเพลง	ดีดสีตีเป่า
กระหยิ่มยิ้มย่อง	เหน็ดเหนื่อยเมื่อยล้า
พูดจาปราศรัย	อิ่มหมีพีมัน
ตึกรามบ้านช่อง	หนักเอาเบาสู้
ถ้วยโถโอชาม	แม่น้ำลำคลอง

๒. จงถอดประโยคต่อไปนี้ให้เป็นภาษาพูดง่าย ๆ สั้น ๆ

๑) ที่จริง อะไรที่เราไม่เคยรู้ไม่เคยเข้าใจมาก่อน ถ้าเกิดรู้เกิดเข้าใจภายหลัง จะโดยมีผู้สอนหรือพบเองเห็นเองก็ตาม สิ่งนั้น ๆ นับว่าเป็นวิชาความรู้ทั้งสิ้น

๒) มีบุคคลเป็นอันมากทีเดียวที่พอเรียนจบจากโรงเรียนหรือมหาวิทยาลัยก็นึกกระหยิ่มหรือทะนงว่ามีความรู้ดี ไม่ต้องเรียนอะไรอีกแล้ว

๓) การนึกอย่างนี้เป็นการผิดถนัด เพราะวิชาที่เรียนในโรงเรียนเป็นเพียงกระผีกหนึ่งเท่านั้น

๔) พอถึงคราวแก้เครื่องยนต์ที่ติดขัดเข้าจริง ๆ นายคนนั้นก็หารู้ที่จะแก้ไขได้ทันทีไม่

๓. จงแปลประโยคต่อไปนี้ให้เป็นภาษาไทย

1. 不管我们怎么说，他就是不信。
2. 不管是什么人，都要讲道理。
3. 无论是我还是你，都没有能改变他的主意。
4. 即使天塌下来，我也要去。

5. 最困难的时候，红军连树皮(เปลือกต้นไม้)、草根(รากหญ้า)都吃不上。
6. 即使富了，也不能挥霍。
7. 钱都花光了，口袋里连一分钱都没有了。
8. 学了两年外语，连一句外国话都不会说。
9. 已经晚了，这个问题没有办法解决了。
10. 这些事他全知道。
11. 你这么想就全错了。
12. 不靠一纸文凭，要靠真才实学。

๔. จงอภิปรายใน ๒ หัวข้อต่อไปนี้

๑) อะไรคือวิชาความรู้ที่แท้จริง

๒) วิธีการเรียนการสอนของเราช่วยให้เราได้ความรู้ที่แท้จริงหรือไม่เพียงไร

๕. จงท่องโคลงท้ายบทให้ขึ้นใจ

๖. จงถอดโคลงท้ายบทเป็นร้อยแก้ว แล้วแปลเป็นภาษาจีน

ศัพท์และวลี

วิชา	学问，学科	ยืดยาว	冗长
ภายหลัง	后来	เลื่อย	锯；锯子
อะไรต่อมิอะไร	什么什么的	แม้	= แม้แต่
ดีด	弹（琴）	สี	拉（琴）
ดีดสีตีเป่า	（泛指）吹拉弹敲	ร้องรำทำเพลง	（泛指）唱歌跳舞
บุคคล	人士	กระหยิ่ม	沾沾自喜，得意洋洋
ทะนง	骄傲，自恃，自负	ผิดถนัด	完全错了

กระผีก	一丁点儿	เล่าเรียน	读书，求学
วิศวกรรมศาสตร์(วิด-		อู่	（船）坞；
สะ-วะ-กำ-มะ-)	工程学		（车）库
อู่รถยนต์	车库；车辆修	เย่อหยิ่ง	骄傲，傲慢
	理场	ช่างเครื่อง	技工
เครื่องยนต์	发动机	ติดขัด	发生故障
หลงระเริง	得意忘形	ประกาศนียบัตร	
ชำนาญ	熟练，精通	(ประ-กา-สะ-	
ความชำนาญ	经验	นี-ยะ-บัด)	文凭
คำโคลง	诗词	โลกนิติ(โลก-กะ-)	箴言
เริงใจ	快乐，得意	กล	＝เหมือน เช่น
จ้อย	小	ไป่	＝ไม่
ชเล	海水	สมุทร(สะ-หมุด)	海洋，大海
ล้ำ	超越；极其，	ละ	省略；舍弃
	非常	ท่าเดียว	一味地
รับผิดชอบ	负责	ฐานะ	地位
เท่าเทียม	相等，同等	ยินดีต้อนรับ	欢迎，热烈欢
เอเชีย	亚洲		迎
นักปราชญ์	哲人，博学者	ศิลา	＝หิน
ศิลาจารึก	石碑	สุโขทัย	素可泰（泰国
ค่าผ่านประตู	门票钱		第一个王朝的
สุขุมรอบคอบ	周密，谨慎		京都）
ละเลย	放松，放弃	งู	蛇
ฝีมือ	手艺	อนุบาล	幼儿园
มูล	粪	มูลฝอย	垃圾，废物
ขยะมูลฝอย	垃圾	ปุ๋ย	肥料
ตื่นเต้น	兴奋，激动；	หยด	滴
	紧张	แก้ว	玻璃杯，杯

ครั้งแล้วครั้งเล่า	一次又一次		（量词）
แม่นยำ	准确	ระแคะระคาย	征候，迹象
รู้ระแคะระคาย	有所风闻	โลก	地球
ซีกโลก	地球的一边	คนละซีกโลก	天各一方
ผูกพัน	联结	ยากลำบาก	困难
กีดขวาง	阻挡	อนาคต	前途
แจ่มใส	光明	สลับ	交错，交替
ซับซ้อน	复杂	สลับซับซ้อน	复杂，错综复杂
เพียบ	（病情）严重，恶化	ศีรษะ(สี-สะ)	= หัว（书面语，只用于人）
ทดลอง	试验		
เงียบ ๆ	静静地，不声不响地	คำนึง	考虑，想
เผชิญ	面临，面对	สัมฤทธิผล(สำ-ริด-)	实现，成功
สม	符合，相称		
เยาวชน(เยา-วะ-ชน)	青少年	รับฟัง	听取
คุยโว	吹牛，说大话	ตรง	（意见）一致，相同
รามือ	松手，放手不干了	สัญญา	许诺，保证；契约
คำมั่นสัญญา	诺言	ขั้นต้น	初步
ยุติ	终止	สิ่งแวดล้อม	环境
พิษ	毒	สิ่งแวดล้อมเป็นพิษ	环境污染

บทอ่านประกอบ

อนิจจาคุณพ่อ (๑)
โดย
ม.ล.ปิ่น มาลากุล

ฉากห้องบนเรือนชั้นล่างของเรือนสองชั้นในชานเมืองของกรุงเทพฯ เป็นห้องอยู่ตามปกติของครอบครัวที่มีฐานะปานกลาง ใช้เป็นห้องรับแขก ห้องนั่งและรับประทานอาหารด้วย

ด้านซ้ายมีหน้าต่าง สมมุติว่าเปิดออกไปทางหน้าเรือน และคงจะมองเห็นประตูบ้านด้วย ถัดจากหน้าต่างมาทางหน้าเวที มีชุดรับแขกเก้าอี้หวายประกอบด้วยโต๊ะย่อม ๆ หนึ่งตัว เก้าอี้เดี่ยวสองตัว และเก้าอี้นั่งคู่หนึ่งตัว บนโต๊ะมีแจกันดอกไม้ วารสาร ๒-๓ ฉบับ กระป๋องบุหรี่และที่เขี่ยบุหรี่ ริมฝาด้านหลังตรงกับชุดรับแขกมีโต๊ะเก่า ๆ ตั้งอยู่ตัวหนึ่ง บนโต๊ะมีรองเท้าแตะหุ้มส้นวางอยู่ เหนือโต๊ะตัวนี้มีปฏิทินแผ่นใหญ่ติดอยู่ที่ฝา เป็นเครื่องตกแต่งผนังห้องชิ้นเดียวที่แลเห็น

ด้านขวามีประตู สมมุติว่าเป็นทางที่จะเดินไปครัว ถัดจากประตูมาทางหน้าเวที มีโต๊ะสี่เหลี่ยมผืนผ้าสำหรับนั่งรับประทานอาหารตามปกติสี่คน มีเก้าอี้ตั้งอยู่ด้านละตัวรวมสี่ตัว บนโต๊ะมีผ้าปูโต๊ะ มีจาน ช้อนส้อม ถ้วยแก้ววางอยู่บ้าง ซึ่งยังไม่ได้จัดให้เรียบร้อย ริมฝาด้านหลังตรงกับโต๊ะรับประทานอาหาร มีตู้ไม้สูงประมาณ ๑.๗๕ เมตรตั้งอยู่ เป็นตู้สำหรับเก็บเครื่องใช้ต่าง ๆ เช่นถ้วยชาม ส่วนบนเป็นตู้ทึบ ส่วนล่างเป็นลิ้นชัก มีนาฬิกาปลุกตั้งอยู่บนหลังตู้เรือนหนึ่ง

ด้านหลังตรงกลางมีช่องเปิดกว้าง คล้ายประตูใหญ่ ๆ แต่ไม่เห็นบานประตู แลออกไปทางช่องใหญ่นี้เห็นฝาและประตูห้องซึ่งปิดอยู่ค่อนไปทางซ้าย ส่วนทางขวานั้นมีบันไดขึ้นเรือนชั้นบน สมมุติว่าถ้าเดินไปทางซ้ายจะเป็นทางไปยังประตูหน้าและบันไดหน้า ถ้าไปทางขวา จะเป็นทางไปยังหลังเรือน

เมื่อเปิดม่าน น้อย เจ้าของบ้านผู้หญิง อายุประมาณ ๓๕ แต่งตัวไว้ทุกข์ นุ่งกระโปรงดำ ใส่เสื้อขาว กำลังจัดโต๊ะอาหารอยู่เดินไปเปิดตู้ หยิบถ้วยชาม ฯลฯ ๒-๓ ครั้ง เหลียวไปทางซ้ายแล้วเดินไปโผล่หน้าต่าง ขณะนี้เวลาประมาณ ๑๘.๓๐ น. มืดแล้ว ไฟฟ้าจึงเปิดอยู่ทั้งในห้องและที่ทางเดินหน้าบันได

น้อย (โผล่หน้าต่างเรียก) หนูวิ....หนูวิ....มานี่

หนูวิ (ขานในโรงในระยะไกล) จ๋า

น้อย มานี่จ้ะ (พูดแล้วก็กลับไปจัดโต๊ะอาหารต่อ)

(หนูวิ อายุประมาณ ๑๐ ขวบวิ่งเข้ามาจากประตูหน้าเรือน แต่งตัวสีแดง)

หนูวิ แม่เรียกหรือจ๊ะ

น้อย เรียกซิจ๊ะ แม่ตัวดี ดูหรือจนค่ำจนมืดแล้ววิ่งเล่นอยู่ได้นี่.... แล้วก็ไม่รู้หรือว่าคุณตานอนนิ่งอยู่บนโน้น เดี๋ยวป้าใหญ่กับลุงเพ็ญก็จะมา มาเห็นแต่งตัวสีแดงยังงี้เกิดเรื่องแน่ทีเดียว.... ไป.... ไป๊.... เสื้อตัวดำอยู่ในตู้บานกระจก แล้วก็ล้างหน้าล้างตาหวีเผ้าหวีผมเสียให้มันดูได้หน่อยเถอะ

หนูวิ แม่จ๋า คุณป้ากะคุณลุงจะมาทำไมจ๊ะ ไม่เห็นมานมนานแล้ว

น้อย อ้าว ก็ต้องมาปรึกษาหารือกันเรื่องศพของคุณตา คุณพ่อของหนูออกไปโทร-ศัพท์ วานคนเขาไปบอกตั้งแต่บ่ายห้าโมง ประเดี๋ยวก็คงมาดอก (มีเสียงทางประตูหน้า) ตายละ นั่นมากันแล้วกระมัง (ไปโผล่ดูทางหน้าต่าง แล้วหันมาพูด) ค่อยยังชั่วหน่อย คุณพ่อของหนูน่ะ.... ไป....ไป๊.... อยู่ในตู้บานกระจกนะ

หนูวิ (ยังไม่ยอมไป) แม่จ๋ะ

น้อย อะไรกันอีกล่ะ.... บอกให้รีบไปก็ยังมัวอ้อยอิ่ง เป็นอะไรไปหรือ

หนูวิ แม่จ๋ะ.... เสื้อตัวดำมันคับแล้วจ้ะ หนูใส่ไม่ได้....

(ขณะนี้ นายดำริเข้ามาทางหลังจากประตูหน้าเรือนและได้ยินที่ลูกสาวพูด นายดำริอายุราว ๔๐ ปี แต่งตัวสากลขาว ไว้ทุกข์ มือถือปิ่นโต)

น้อย (พูดกับลูกสาว) ตายละ ป่านนี้แล้ว แม่จะไปเอาที่ไหนมาให้ล่ะ

ดำริ ยังไม่มากันหรือ(เอาปิ่นโตวางบนโต๊ะรับประทานอาหาร)

น้อย ยัง.... แต่ประเดี๋ยวก็คงมาดอก.... ฉันกำลังบอกลูกของคุณว่าพี่ใหญ่มาเห็นแต่งแดงแช้ดอย่างนี้เกิดเรื่องแน่ ให้ไปแต่งสีดำก็บอกว่าเสื้อคับ

ดำริ ก็แล้วจะให้เด็กทำอย่างไรล่ะ

น้อย รู้แล้ว.... แต่งเครื่องแบบนักเรียนก็แล้วกัน ใครถามก็บอกว่าเพิ่งกลับมาจากโรงเรียน

หนูวิ วันนี้วันอาทิตย์นี่จ๊ะ แม่

ดำริ จริงของลูก อย่าไปอุตริคิดอะไรให้พิสดารไปเลย....

น้อย ถ้าอย่างนั้น แต่งอย่างไรก็แต่งไป อย่าให้มันฉูดฉาดนักก็แล้วกัน ไป.... ไป๊ (หนูวิออกไปทางหลัง แล้วเปิดประตูห้องเชิงบันไดหายเข้าไป)

ดำริ (นั่งลงพิงหลังที่เก้าอี้ เหยียดเท้าออกมาทั้งสองข้าง) ฉันว่าพรุ่งนี้เช้าน้องต้องซื้อให้ลูกใหม่สักตัวหนึ่งที่เขาทำไว้สำเร็จรูปสำหรับไปที่วัด จะตัดใหม่ก็คงไม่ทัน

น้อย เสียสตางค์....แก้ตัวที่คับประเดี๋ยวเดียวก็เสร็จ

ดำริ ก็ตามใจ

น้อย (เห็นรองเท้าของสามี) เออ.... ดูซี.... คุณไปย่ำโคลนที่ไหนมา (ชี้ที่รองเท้า) ถอดออกเสียก่อนเถอะค่ะ

ดำริ ก็ให้ไปซื้ออ้ายนั่น(ชี้ไปที่ปิ่นโต)ที่หัวถนนก็ต้องไป ฝนตกตั้งแต่เช้า เฉอะแฉะไปหมด

น้อย ยุ่งออกอย่างนี้ ใครจะมีเวลาทำกับข้าวกับปลา จะไปกินที่ร้านเจ๊กหรือ เดี๋ยวพี่ใหญ่กับคุณเพ็ญก็จะมา

(ขณะที่นายดำริถอดรองเท้า น้อยเปิดดูของในปิ่นโต แล้วเข้าประตูด้านขวาเอาไปเก็บในครัว แล้วก็รีบออกมาจัดโต๊ะอาหารต่อไป)

ดำริ ฉันสงสัยเสียแล้ว จะมาหรือ เมื่อทะเลาะกันครั้งนั้นพี่ใหญ่ของน้องบอกว่าจะไม่เหยียบบ้านนี้อีกเลย

น้อย อย่ากลัวเลยข้อนั้นน่ะ ขี่คร้านวิ่งหาแท็กซี่ ขึ้นรถเมล์มันก็ไม่ทันใจ

ดำริ ทำไม

น้อย ก็ทรัพย์สมบัติของคุณพ่อน่ะซีคะ พี่ใหญ่ไม่ยอมเสียเปรียบฉันดอก จะบอกให้

ดำริ อย่างนั้นหรือ

น้อย ค่ะ แน่ละ

ดำริ เออ.... นี่แน่ะน้อง.... จัดโต๊ะแล้วนั่งพักเสียบ้างเถอะ ไม่เหนื่อยบ้างเลยเชียวหรือ

น้อย นั่งพักมันก็อดคิดถึงคุณพ่อ(ชี้ไปข้างบน)ไม่ได้.... เห็นของที่ท่านเคยใช้.... รู้ว่าท่านจะไม่ได้ใช้อีก.... ทำงานเสียมันจะได้ไม่คิด

ดำริ	ก็ตามใจ (ลุกขึ้นเอารองเท้าไปไว้ที่ใต้บันไดแล้วกลับเข้ามา) เออ เกือกแตะหุ้มส้นของฉันหายไปไหน
น้อย	อยู่ห้องโน้นแน่ะค่ะ.... ฉันจะไปหยิบมาให้ (เดินไปทางหลัง พูดพลาง) แต่คุณรู้ไหมมันขาดจนนิ้วโผล่ทั้งสองข้าง ฉันจึงได้เอาไปซ่อนไว้ (หยุดชะงักที่โต๊ะด้านหลัง หันกลับมาพูด) ฉันนึกออกแล้ว (หยิบรองเท้าแตะหุ้มส้นคู่ใหม่จากบนโต๊ะมาให้) คุณใส่คู่นี้ก็แล้วกัน
ดำริ	เอ๊ะ นั่นของคุณพ่อท่านไม่ใช่หรือ
น้อย	นึกดูก็ประหลาด ราวกับว่าท่านรู้ว่าคู่ของคุณขาด (ยัดเยียดให้สามีสวมรองเท้าแตะ) ยังใหม่ถอดด้ามอยู่เลย
ดำริ	(ยังตะขิดตะขวงใจ) ก็ของคุณพ่อท่าน
น้อย	ท่านไม่มีโอกาสจะใส่แล้วละค่ะ
ดำริ	(ยอมนั่งลงที่เก้าอี้ตัวยาว) จะใส่ได้หรือ คงจะคับเป็นแน่
น้อย	ทนเอาหน่อยแล้วมันก็ยืดเองแหละค่ะ
	(นายดำริสวมรองเท้าคู่ใหม่ด้วยความลำบาก ตีหน้าแสดงว่าคับมาก แต่ก็สวมเข้าไปจนได้ ภริยาของเขายืนดูอยู่ด้วยความพอใจ แล้วจึงตรงเข้ามานั่งข้างๆ และพูดต่อไปทำนองจะให้เป็นความลับ)
น้อย	คุณคะ
ดำริ	อะไรจ๊ะ
น้อย	ตู้ลายทองของคุณพ่อน่ะค่ะ
ดำริ	ทำไมล่ะ
น้อย	ฉันอยากได้มานานแล้ว มันงามดีเหลือเกิน ใครเห็นก็ต้องชอบ
ดำริ	ก็ตกลงกับพี่ใหญ่ให้เรียบร้อยซี
น้อย	ถ้าพี่ใหญ่รู้ว่าฉันอยากได้ละก็ คงตีราคาเสียแพงหูฉี่ทีเดียว พี่ใหญ่น่ะหยอกอยู่เมื่อไรล่ะ
ดำริ	พี่ใหญ่อาจจะจ้องไว้แล้วก็เป็นได้
น้อย	อะไร พี่ใหญ่เคยเห็นเมื่อไรล่ะ คุณละก็ ตั้งแต่คุณพ่อเลหลังมา พี่ใหญ่ก็คงนึกว่าเป็นของเรา
ดำริ	(สะดุ้ง ไม่พอใจ) อะไรกัน (ยืนขึ้น)

198

บทที่ ๑๒ วิชาความรู้

น้อย	(ยืนขึ้นบ้าง) เราช่วยกันยกสองคนก็ไหว เวลาก็ยังมี แต่ต้องรีบหน่อย
ดำริ	ฉันยังตะขิดตะขวงใจ
น้อย	โธ่ คุณละก็.... อย่าเซอะซะไปหน่อยเลยน่ะ.... มาช่วยกัน
ดำริ	(ยอมอีกแล้ว) ถ้าเผื่อว่าพี่ใหญ่มาเวลาที่เรากำลังยกกันจะว่าอย่างไร
น้อย	มัวเถียงกันน่ะซี จะไม่ทัน เราเอาโต๊ะตัวนี้ไปวางไว้แทนที่ก็ได้ (ชี้ไปที่โต๊ะด้านหลัง) พี่ใหญ่อยากจะได้ก็ประเคนให้ไป
ดำริ	ฉันบอกว่ายังตะขิดตะขวงใจ
น้อย	เราแลกเปลี่ยนกันต่างหาก เอาโต๊ะแลกกับตู้
ดำริ	พี่ใหญ่มากำลังยกก็สนุกละ
น้อย	ฉันจะไปใส่กลอนประตูหน้า คุณถอดเสื้อออกเสียก่อน เดี๋ยวจะยับหมด (น้อยรีบออกไปทางหลัง เลี้ยวซ้ายไปใส่กลอนประตูหน้าเรือน ดำริถอดเสื้ออย่างเสียไม่ได้ ถอดผ้าผูกคอออกด้วย น้อยกลับเข้ามา)
น้อย	ฉันจะไปเลื่อนของบนหลังตู้ออกเสียก่อน (กำลังจะไป) (หนูวิเปิดประตูเชิงบันไดเข้ามา แต่งชุดสีขาวมีจุดสีฟ้า แต่ยังไม่ได้ใส่ขอเสื้อข้างหลัง)
หนูวิ	แม่ใส่ขอข้างหลังให้หนูหน่อยซีจ๊ะ
น้อย	แม่กำลังมีธุระ วานคุณพ่อแน่ะ (น้อยรีบออกไปข้างหลัง ขึ้นบันไดไปอย่างเร่งรีบ นายดำริใส่ขอเสื้อให้ลูกสาว)
หนูวิ	คุณพ่อถอดเสื้อทำไมล่ะคะ ทีหนูละคุณแม่บอกให้รีบแต่งตัว
ดำริ	พ่อกับแม่กำลังจะไปยกตู้ของคุณตา
หนูวิ	ยกไปที่ไหนคะ
ดำริ	ยกลงมาที่นี่
หนูวิ	ตู้ของคุณตา เอาลงมาที่นี่ทำไมล่ะคะ
ดำริ	คุณตาท่านเสียแล้ว เราก็ต้องจัดบ้านจัดช่อง
หนูวิ	จัดบ้านทำไมต้องปิดประตูหน้าเรือนล่ะคะ
ดำริ	เดี๋ยวก็เปิดดอก เดี๋ยวก็เปิด
หนูวิ	ท่าคุณพ่อคงไม่อยากให้คุณป้าคุณลุงเห็นกระมังคะ

ดำริ ลูกจะถามไปทำไม

หนูวิ หนูอยากรู้นี่คะ คุณพ่อไม่อยากให้คุณป้าคุณลุงเห็นใช่ไหมคะ.... คุณพ่อตอบซีคะ

ดำริ (แกล้งพูดเลี่ยง) เอ๊ะ อ้ายขออันนี้ทำไมใส่ไม่เข้า

(น้อยลงบันได ถือนาฬิกาเรือนใหญ่เข้ามาในห้อง ท่าทางรีบร้อน)

น้อย ฉันเลยเอานาฬิกานี่มาเสียด้วย อยากได้มานานแล้ว

หนูวิ นั่นนาฬิกาของคุณตา

น้อย เงียบนะ คุณตาให้แม่แล้ว (เอานาฬิกาไปตั้งบนหลังตู้แทนนาฬิกาปลุก เอานาฬิกาปลุกเก็บเข้าไว้ในตู้)

หนูวิ คุณตาตายแล้ว คุณตาให้ยังไงได้ล่ะจ๊ะแม่

น้อย คุณตาให้เมื่อตอนกลางวัน ก่อนที่ท่านสิ้นใจ

หนูวิ เมื่อตอนกลางวันคุณตาเมาเหล้าด้วยจ้ะ

น้อย (จัดเรื่องนาฬิกาเสร็จแล้ว) อะไรกัน อย่าพูดไปนะ มันไม่ใช่เรื่องของเด็ก (ตรงไปที่โต๊ะด้านหลัง พูดกับสามี) เร็วหน่อยคุณ คุณยกทางโน้น (ช่วยกันยกโต๊ะที่ริมฝาออกไปทางหลัง พูดสั่งลูกสาวไปพลาง) หนูวิ แม่ห้ามนะ ไม่ให้พูดเรื่องนาฬิกากับเรื่องตู้ ถ้าพูดละก็คอยดูนะ แม่จะตีให้เจ็บทีเดียว (สามี ภริยาช่วยกันยกโต๊ะขึ้นบันไดไป หนูวิแสดงกิริยาอาการเศร้ามาก ไปยืนจ้องดูนาฬิกาที่หลังตู้ แล้วน้ำตาไหล ได้ยินเสียงสะอื้น กลับมานั่งที่เก้าอี้ ซบหน้าลงและเช็ดน้ำตา)

หนูวิ (ร้องไห้) คุณตา หนูคิดถึงคุณตา

(ทันใดนั้นมีเสียงใครดึงกระดิ่งลั่นที่ประตูบ้าน หนูวิเหลียวไปดู มีเสียงน้อยพูดลงมาจากข้างบน)

น้อย (พูดจากข้างบน) หนูวิ ถ้านั่นคุณป้าคุณลุงละอย่าเปิดประตู

(หนูวิลุกขึ้นไปโผล่ดูที่หน้าต่าง แล้วเดินไปที่เชิงบันไดพูดขึ้นไปข้างบน)

หนูวิ ใช่จ้ะ คุณป้ากับคุณลุง

น้อย (ตะโกนตอบลงมา) ยังไม่ให้เปิดประตู เข้าใจไหม

(หนูวิยืนจ้องขึ้นไปข้างบนอยู่ที่บันได ได้ยินเสียงกุกกัก คุณพ่อคุณแม่ของเธอก็ยกตู้ลายทองลงมา ขณะนี้มีเสียงกระดิ่งที่ประตูบ้านอีก๒-๓ ครั้ง)

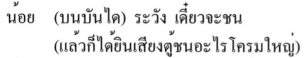

น้อย (บนบันได) ระวัง เดี๋ยวจะชน
(แล้วก็ได้ยินเสียงตู้ชนอะไรโครมใหญ่)

น้อย (บนบันได) บอกให้ระวัง

ดำริ (บนบันได) ฉันก็ระวังอยู่แล้ว
(ต่อจากนั้น ก็แลเห็นสามีภริยายกตู้ลงบันไดเข้ามาในห้องด้วยความยากลำบาก เอาวางไว้แทนที่โต๊ะที่ใต้ปฏิทิน ตู้ลายทองนี้เป็นของเก่าสวยงามสูงราวหนึ่งเมตร ทั้งสองคนเหนื่อย เอาผ้าเช็ดหน้าซับเหงื่อ ส่วนหนูวินั้นได้หลีกทางไปดูอยู่ห่าง ๆ)

น้อย ฉวดเฉียดอะไรอย่างนี้ หนูวิ ออกไปเปิดประตูรับคุณป้าคุณลุงซี
(หนูวิเดินออกไปตามคำสั่ง แต่อดเหลียวดูมารดาของเธอไม่ได้)

น้อย คุณใส่เสื้อเสีย

ดำริ (กำลังรีบผูกผ้าพันคอและสวมเสื้อ) เมื่อกี้นี้ดูเหมือนกระถางต้นไม้แตกไปสองใบ

น้อย ช่างมัน
(น้อยช่วยให้สามีสวมเสื้อจนเสร็จ)

น้อย นี่....คุณ....นั่งลง.... (ส่งวารสารที่วางอยู่บนโต๊ะให้) อ่านนี่เสียให้เหมือนว่าเรานั่งคอยอยู่
(สามีภริยานั่งลงบนเก้าอี้ทำเป็นสงบเสงี่ยม น้อยจุดบุหรี่สูบ ดำริรับวารสารจากภริยาไปนั่งดูอยู่ครู่หนึ่ง เพิ่งทราบว่าวารสารกลับหัวจึงกลับเสียให้ถูก แล้วพี่สาวพี่เขยของน้อยก็เข้ามา ใหญ่ ผู้เป็นพี่สาวของน้อยนั้น อายุแก่กว่าน้อยสักห้าปี ส่วนนายเพ็ญ สามีของใหญ่นั้นแก่กว่าใหญ่สักสองปี ทั้งสองคนแต่งกายไว้ทุกข์ ใหญ่แต่งดำทั้งชุด นายเพ็ญใส่เสื้อสากลสีเทา มีผ้าพันทุกข์ ผ้าผูกคอดำ ทั้งสองคนแสดงกริยาอาการโศกสลดสมกับกาลเทศะ เจ้าของบ้านทั้งสองลุกขึ้นต้อนรับ ยกมือไหว้กันตามธรรมเนียม แล้วก็เชื้อเชิญให้นั่ง ผู้หญิงทั้งสองนั่งที่เก้าอี้ตัวยาว ผู้ชายนั่งที่เก้าอี้เดี่ยว ส่วนหนูวินั้นตามเข้ามา แล้วก็หายหน้าเข้าโรงไป)

บทที่ ๑๓   ครูครับ ผมมาสาย

วันนี้ก็อีกนั่นแหละ ครูรู้สึกมีอารมณ์ขุ่นมัวขึ้นมาทันทีเมื่อเห็นมีเด็กนักเรียนนั่งอยู่ไม่ถึงครึ่งของนักเรียนทั้งหมด ครูบอกกับตัวเองว่าไม่อยากเรียกชื่อเด็กออกไปโดยไม่มีเสียงขานรับ "มาครับ" "มาค่ะ" เป็นส่วนมาก เพื่อรอเด็กที่มาสาย ครูไม่สั่งให้นักเรียนทำอะไร จนกระทั่งเวลาผ่านไปเกือบ ๒๐ นาที แต่ก็ไม่ปรากฏแม้แต่เงาของนักเรียนที่มาสาย ครูจึงเริ่มอธิบายเลข

พอดีกับที่ครูอธิบายโจทย์เลขข้อ ๓ จบลง ร่างของเด็กชายยังไม่ถึง ๑๐ ขวบก็ก้าวเข้าประตูวัด และเดินตรงขึ้นบันไดศาลา ซึ่งเป็น "ห้องเรียน" ด้วยอาการเร่งรีบ สีหน้าตลอดจนท่าทางของเขาแสดงถึงความประหวั่นพรั่นพรึง แต่กระนั้นเขาก็ตรงเข้ามาคำนับพร้อมกับรายงานตัวต่อครูอย่างกล้าหาญ

"ครูครับ ผมมาสาย"

ครูพยายามระงับความไม่พอใจ แล้วพูดด้วยน้ำเสียงเรียบ ๆ

"เธอมาสายเป็นครั้งที่เท่าไหร่ จำได้ไหม ผิว"

"ผม........ผมจำไม่ได้ครับ" เด็กชายผิวตอบแล้วก้มหน้า

"เธอน่ะ ทั้งมาสายและขาดเรียนบ่อยด้วย เฉพาะเดือนนี้เดือนเดียวก็นับสิบครั้งแล้ว เรียนหนังสือยังงี้จะได้อะไรล่ะ" ครูหันไปมองดูเด็กนักเรียนในชั้น "วันนี้ขาดกันมากเสียด้วย ใครรู้บ้างว่าคนที่ไม่มาน่ะ ทำไมไม่มา"

เด็ก ๆ ต่างเหลียวมองดูหน้ากัน แต่ไม่มีใครตอบ ครูหันกลับมาทางเด็กชายผิวแล้วสั่นศีรษะด้วยความท้อแท้ใจ

"ดูซิ กระดานชนวนแหว่งออกยังงี้ เมื่อไหร่จะบอกพ่อซื้อเสียทีล่ะ"

"พ่อบอกว่ายังไม่มีเงินครับ" เด็กชายผิวตอบเสียงกระเส่า

"ดินสอหินเอามาหรือเปล่า" ครูถามต่อไป

"ผมยังไม่ได้ซื้อครับ" เสียงเด็กชายผิวเบาลงจนแทบไม่ได้ยิน

"ผิว........" ครูพูดเสียงหนักหลังจากตรึกตรองอยู่ครู่หนึ่ง "เธอจำได้ไหม คราวก่อนที่เธอมาสาย เธอสัญญากับครูยังไง"

บทที่ ๑๓ ครูครับ ผมมาสาย

ใบหน้าเด็กชายผิวเผือดลงเล็กน้อย แต่เขาก็ตอบเต็มปากว่า

"จำได้ครับ........ ผมสัญญาว่าถ้ามาสายอีก ก็ให้ครูทำโทษ"

มีเสียงพึมพำขึ้นในหมู่เด็กนักเรียนในชั้นจนฟังไม่ได้ศัพท์ ครูเหลียวไปมองแล้วถามขึ้น

"พูดอะไรกัน"

ไม่มีใครตอบออกมาทันที นอกจากแววตาและใบหน้าเท่านั้นที่บอกถึงความกระวนกระวายอย่างสุดประมาณ ต่อจากนั้นอีกหลายวินาที เด็กชายคนหนึ่ง ซึ่งนั่งอยู่แถวหลังสุดก็ยืนขึ้น และพูดอย่างฉาดฉานว่า

"ที่ผมและอีกหลายคนมาโรงเรียนกันทัน แต่ผิวมาไม่ทัน เรื่องเป็นยังงี้ครับ .... ทั้งพ่อแม่ของผิวและพ่อแม่ของผมหาบไต้ หาบพริก หาบแตงกวาไปแลกข้าวในเมืองแต่เช้ามืด เมื่อกลับบ้านแล้ว พ่อของผิวบอกให้ผิวหุงข้าว ส่วนผมและอีกหลายคนกลัวว่าจะมาสาย ยังไม่ทันกินข้าวก็รีบมาโรงเรียนเสียก่อน ตั้งใจว่าจะกลับไปกินกันตอนกลางวัน"

ครูยืนนิ่งงันอยู่เป็นเวลานาน........

รูปประโยคและการใช้คำ

๑. ....เป็นส่วนมาก, ...เป็นครั้งที่เท่าไหร่ 我们已经学过许多以 "**เป็น**" 引导的修饰谓语的短语。一般来说，"**เป็น**" 短语可以有如下的语法意义：

๑) 说明序数。如：

> (๑) เขาเข้ามาอยู่ในกรุงเป็นครั้งแรก
> (๒) ผมไปลาเขาเป็นคนสุดท้าย
> (๓) เธอมาสายเป็นครั้งที่เท่าไหร่แล้ว
> (๔) เราเรียนภาษาไทยตลอดมาเป็นปีที่ ๓ แล้ว

๒) 说明时间（往往强调时间长）。如：

(๑) ผมไปกดกริ่งที่บ้านคุณเป็นนานสองนาน
(๒) ทหารแดงเดินทัพทางไกล ฟันฝ่าต่อสู้กับความลำบากนานัปการเป็นเวลา ๑ ปีเต็ม ๆ ในที่สุดก็ไปถึงเยนอานด้วยความมีชัย
(๓) จีน - ไทยมีสัมพันธไมตรีกันมาเป็นเวลาช้านาน
(๔) สุขภาพแกแย่จริง ๆ มักลาป่วยเป็นเดือน ๆ

๓) 说明结果。如：

(๑) ถูกหมากัดเป็นแผล
(๒) เราเลือกเขาเป็นหัวหน้าชั้น
(๓) น้องผมสมัครเป็นทหารเมื่อ ๒ ปีก่อน
(๔) น้ำในทะเลสาบจับเป็นน้ำแข็งไปหมด

๔) 说明性质特点。如：

(๑) คนไทยบริโภคข้าวเป็นอาหารหลัก
(๒) อาจารย์ใหญ่ให้เขาเรียนต่อไปเป็นการทดลอง
(๓) เราเรียนภาษาไทยเป็นวิชาเอก
(๔) เราถือมิตรภาพเป็นสิ่งสำคัญกว่าเพื่อน

๕) 说明状况、状态。如：

(๑) เด็ก ๆ นั่งเป็นแถว ๆ
(๒) แกแกะกระเทียมเป็นกลีบ ๆ
(๓) ฉันตัดขนมเป็นชิ้น ๆ
(๔) ตัวผึ้งกรูกันมาเป็นร้อยเป็นพัน

แบบฝึกหัด ๑ จงแปลประโยคตัวอย่างเป็นภาษาจีน

แบบฝึกหัด ๒ จงใช้วลีต่อไปนี้แต่งประโยคตามประโยคตัวอย่าง

๑) ......เป็นครั้งแรก	๒) ......เป็นครั้งสุดท้าย
๓) ......เป็นนาน	๔) ......เป็นตัวอย่าง
๕) ......เป็นบทเรียน	๖) ......เป็นสำคัญ
๗) ......เป็นการทดลอง	๘) ......เป็นท่อน ๆ
๙) ......เป็นร้อย ๆ	๑๐) ......เป็นเล่ม ๆ

๒. ....เท่านั้น ที่.... 这这是一个起强调作用的句子结构，用来强调主语。

ตัวอย่าง คุณเท่านั้นที่ช่วยได้

(เปรียบเทียบ: คุณช่วยได้เท่านั้น)

ก.กับข. ๒ คนเท่านั้นที่รู้เรื่องนี้

(เปรียบเทียบ: ก.กับข. ๒ คนรู้เรื่องนี้เท่านั้น)

แบบฝึกหัด จงเปลี่ยนประโยคต่อไปนี้เป็นประโยค“....เท่านั้น ที่....”ตามประโยคตัวอย่าง

๑) เขาคนเดียวรู้ความลับนี้
๒) ยาชนิดนี้ช่วยแก้โรคอย่างนี้ได้
๓) ธิเบต ซินเกียงยังไม่เคยไป เขาจึงอยากไปเป็นกำลัง
๔) งิ้วชนิดอื่นฉันดูมาแล้วทั้งนั้น งิ้วชนิดนี้ยังไม่เคยดูเลย
๕) หนังสือเล่มนี้ฉันอ่านแล้วติด วางไม่ลงจริง ๆ
๖) ลูกคนอื่นหมดห่วงแล้ว ลูกคนเล็กพ่อห่วงที่สุด
๗) เมื่อโตขึ้นแล้ว หน้าตาของจุกเปลี่ยนไปมาก ดวงตายังบอกชัดว่าเป็นจุก จอมแกนของเรา
๘) สวนหยวนหมิงหยวนถูกเผาไปหมด ซากปรักหักพังยังแสดงว่าสมัยหนึ่งที่นี่เคยสวยเป็นอย่างไร

ข้อสังเกต

๑. วันนี้ก็อีกนั่นแหละ ครูรู้สึกอารมณ์ขุ่นมัวขึ้นมาทันที เมื่อเห็นมีเด็กนักเรียนนั่งอยู่ไม่ถึงครึ่งของนักเรียนทั้งหมด

๑) อารมร์ขุ่นมัว "ขุ่นมัว" 原义是（天色）昏暗。用来表示人的感情时指心情不快，快快不乐。

๒) เมื่อ.... "เมื่อ" 后可带一个句子或短语说明前面的动作、行为所发生的时间或条件。如：

ครูดีใจเมื่อเห็นนักเรียนตั้งใจเรียน

เขามาหาเมื่อคุณไปออกกำลังกาย

เขายอมรับผิดเมื่อเขารู้ตัวว่าทำผิด

๒. พอดีกับที่ครูอธิบายโจทย์เลขข้อ ๓ จบลง ร่างของเด็กชายยังไม่ถึง ๑๐ ขวบก็ก้าวเข้าประตูวัด และเดินตรงขึ้นบันไดศาลา ซึ่งเป็น"ห้องเรียน"ด้วยอาการเร่งรีบ

๑) ที่ครูอธิบายโจทย์เลขข้อ ๓ จบลง "ที่" 在这里是引导一个句子(ครูอธิบายโจทย์เลขข้อ ๒ จบลง) 作介词 "กับ" 的宾语。

๒) ขวบ 岁。一般只用于十岁以下的儿童。如：

ลูกของอาจารย์อายุยังไม่ถึง ๓ ขวบ

แดงเข้าโรงเรียนเมื่ออายุ ๗ ขวบ

๓) วัด 寺庙。在泰国农村，寺庙除了用作佛事活动的场所外，还常兼作学校以及举行各种群众性活动的场所。

๔) ศาลา是亭或厅式的建筑，用作休息或办理公务的场所。寺庙里的ศาลา往往是和尚进行佛事活动或休息的地方。

๓. สีหน้าตลอดจนท่าทางของเขาแสดงถึงความประหวั่นพรั่นพรึงแต่ กระนั้นเขาก็ตรงเข้ามาคำนับพร้อมกับรายงานตัวต่อครูอย่างกล้าหาญ

๑) ตลอดจน 是连词，与และ相似，但有强调的意味，往往用在一系列事物中最后提到的事物前。有时可以译作 "以至"、"乃至"。例如：

บทที่ ๑๓   ครูครับ ผมมาสาย

> ท่านเอาใจใส่เราทั้งทางความคิด ทางการเรียน ตลอดจนชีวิตความ-
> เป็นอยู่
> เรายอมเสียสละทุกสิ่งทุกอย่างตลอดจนเลือดเนื้อเพื่อประเทศชาติ
> กิริยาท่าทางตลอดจนเสียงพูดของเขาเหมือนพ่อไม่มีผิด

๒) <u>ตรง</u>เข้ามา

  ตรง 是多义词:

    (๑) 直的。如：ทางตรง เส้นตรง ไม้ตรง ยืนตรง เดินตรงไป

    (๒) 准时或正点时间。如：มาตรงเวลา บ่ายโมงตรง

    (๓) 直率、坦率。如：พูดตรงไปตรงมา บอกมาตรง ๆ เขาเป็นคน-
     ตรงไปตรงมา

    (๔) 相同。如：ความเห็นของเราตรงกัน

    (๕) 在……地方。如：อยู่ตรงนี้ เอาไปจอดไว้ตรงนั้น

 "ตรงเข้ามา" 中的 "ตรง" 是 "径直" 的意思。常用在 "ตรงเข้าไป(ทำ
อะไร)" "ตรงเข้ามา(ทำอะไร)" 或者 "ตรงไป...." "ตรงมา...." 等格式里。
如：

    พอลงจากรถ แกก็ตรงเข้าไปหาผู้จัดการ
    พอถึงปักกิ่ง ผมก็รีบตรงมานี่เลย

๔. เธอ<u>น่ะ</u> ทั้งมาสายและขาดเรียนบ่อยด้วย
 ใครรู้บ้างว่า คนที่ไม่มา<u>น่ะ</u> ทำไมไม่มา

  "น่ะ" 用在主语之后，起停顿作用，以引起听者的注意。

๕. วันนี้ขาดกันมาก<u>เสียด้วย</u>

  这个句子可以理解为 "วันนี้ไม่ใช่ขาดคนสองคนเท่านั้น ขาดกันมากเสียด้วย"。
其中的 "เสีย" 起强调作用。

๖. ครูหันกลับมาทางเด็กชายผิว แล้ว<u>สั่นศีรษะด้วยความท้อแท้ใจ</u>

 ๑) 此处的 "ทาง" 是介词，说明方向。又如：
    สายตาทุกคนมองไปทางเธอ ทำให้เธอเกิดกระดากขึ้นอย่าง เห็นได้ชัด
    เชียงใหม่อยู่ทางภาคเหนือของประเทศไทย

๒) “สั่นศีรษะ” 摇头，是书面语，一般用“สั่นหัว”。泰语中还有一个“ส่ายหน้า”，也是“摇头”，不过是指慢慢地、幅度较大地摇头。

๗. ดูซิ กระดานชนวนแห่ว<u>ออก</u>ยังงี้ เมื่อไหร่จะบอกพ่อซื้อเสียทีล่ะ

“ออก” 是副词，放在作谓语的形容词之后起强调作用。请看下面的例子。

อากาศหนาวออกยังงี้ เธอใส่เสื้อเพียงตัวเดียวจะพอหรือ
เขาเก่งออกยังงั้น เราสู้เขาไหวรึ
หนักออกจะตาย ใครจะยกไหว
ที่โน่นเขาจัดงานแสดงกล้วยไม้ สวยออก รีบไปดูสิ
เด็กคนนี้ฉลาดออก ไม่ต้องเป็นห่วงหรอกว่าเขาจะสอบไม่ได้

๘. ใบหน้าเด็กชายผิวเผือดลงเล็กน้อย แต่เขาก็ตอบ<u>เต็มปาก</u>ว่า......

“เต็มปาก” 只用来修饰说、讲、回答等词，表示说、讲、回答时理直气壮，不吞吞吐吐。也可以用“เต็มปากเต็มคำ”。例如：

แกพูดว่าจะช่วย แต่(พูด)ไม่ค่อยเต็มปากเต็มคำ
เรากล่าวได้เต็มปากว่า หน่วยงานของเราไม่มีคดโกงทุจริตใด ๆ

๙. มีเสียงพึมพำขึ้นในหมู่เด็กนักเรียนในชั้นจน<u>ฟังไม่ได้ศัพท์</u>

“ฟังไม่ได้ศัพท์” 意思是“听不清说的是什么”。往往用于许多人同时在说话，七嘴八舌，因而听不清说的是什么这种情形。

๑๐. ....นอกจากแววตาและใบหน้าเท่านั้นที่บอกถึงความกระวนกระวายอย่าง<u>สุดประ-มาณ</u>

“สุดประมาณ” 直译是“无法估量的”、“无尽的”，具体译法要由上下文决定，要符合汉语的表达习惯。

แบบฝึกหัด

๑๑

๑. จงอ่านศัพท์และวลีต่อไปนี้ให้ถูกต้อง

อารมณ์ขุ่นมัว	ไม่ปรากฏแม้แต่เงา
อธิบายโจทย์เลข	ความประหวั่นพรั่นพรึง
สั่นศีรษะ	เสียงกระเส่า
ตรึกตรอง	สัญญา
พึมพำ	ฟังไม่ได้ศัพท์
เหลียวมอง	ความกระวนกระวาย
นั่งงันอยู่เป็นเวลานาน	อย่างสุดประมาณ
อย่างฉาดฉาน	อย่างกล้าหาญ
ด้วยอาการเร่งรีบ	ด้วยน้ำเสียงเรียบ ๆ
ด้วยความท้อแท้ใจ	

๒. จงอ่านประโยคต่อไปนี้ให้คล่องแคล่วและแปลประโยคต่อไปนี้เป็นภาษาจีน

๑) ครูบอกกับตัวเองว่า ไม่อยากเรียกชื่อเด็กออกไปโดยไม่มีเสียงขานรับ“มาครับ” “มาค่ะ”เป็นส่วนมาก

๒) พอดีกับที่ครูอธิบายโจทย์เลขข้อ ๓ จบลง ร่างของเด็กชายยังไม่ถึง ๑๐ ขวบก็ก้าวเข้าประตูวัด และเดินตรงขึ้นบันไดศาลา ซึ่งเป็น“ห้องเรียน”ด้วยอาการเร่งรีบ

๓) สีหน้าตลอดจนท่าทางของเขาแสดงถึงความประหวั่นพรั่นพรึง แต่กระนั้นเขาก็ตรงเข้ามาคำนับพร้อมกับรายงานตัวต่อครูอย่างกล้าหาญ

๔) ครูพยายามระงับความไม่พอใจ แล้วพูดด้วยน้ำเสียงเรียบ ๆ

๕) ครูหันกลับมาทางเด็กชายผิว แล้วสั่นศีรษะด้วยความท้อแท้ใจ

๖) ใบหน้าเด็กชายผิวเผือดลงเล็กน้อย แต่เขาก็ตอบเต็มปากว่า......

๗) มีเสียงพึมพำขึ้นในหมู่เด็กนักเรียนในชั้นจนฟังไม่ได้ศัพท์

๘) ไม่มีใครตอบออกมาทันที นอกจากแววตาและใบหน้าเท่านั้นที่บอกถึงความกระวนกระวายอย่างสุดประมาณ

๓. จงใช้คำที่ให้ไว้แต่งประโยคตามประโยคตัวอย่าง

<u>ตัวอย่าง ๑</u> อาจารย์สั่ง<u>ให้</u>เราเตรียมบทใหม่

๑) คณบดีอนุญาต...............

๒) คุณแม่บอก...............

๓) เขากำชับ...............

๔) รัฐบาลเรียกร้อง...............

๕) อาจารย์เคยเตือน...............

<u>ตัวอย่าง ๒</u> แววตาและใบหน้า<u>เท่านั้นที่</u>บอกถึงความกระวนกระวายอย่างสุดประมาณ

๑) ชาวนา...............

๒) พรรคคอมมิวนิสต์จีน...............

๓) ประชาชน...............

๔) ความขยันหมั่นเพียร...............

๕) ก.กับข.สองคน...............

<u>ตัวอย่าง ๓</u> <u>ที่</u>ผมและอีกหลายคนมาโรงเรียนกันทันแต่ผิวมาไม่ทัน เรื่องเป็นยังงี้

๑) ....เรื่องเป็นยังงี้...............

๒) ....ก็เพราะ...............

๓) ....ก็เพื่อ...............

๔. จงตอบคำถามเกี่ยวกับเนื้อเรื่อง

๑) โรงเรียนในบทเรียนเป็นโรงเรียนอย่างไร

๒) ทำไมครูจึงไม่อยากเรียกชื่อนักเรียน

๓) ทำไมเด็กชายผิวจึงต้องเดินด้วยอาการเร่งรีบ

๔) เมื่อเห็นเด็กชายผิวมาถึง ครูทำโทษผิวหรือเปล่า

๕) ครูสั่นศีรษะแสดงความท้อแท้ใจเพราะอะไร

๖) ทำไมเด็กชายผิวจึงไปสายในวันนั้น

๗) ครอบครัวของเด็กนักเรียนในโรงเรียนนี้มีสภาพเป็นอย่างไร

๘) เมื่อเด็กชายที่นั่งอยู่แถวสุดพูดจบลง ทำไรครูจึงยืนนิ่งงันไปเป็นเวลานาน

๙) เธอมีความรู้สึกอย่างไรบ้างเมื่ออ่านบทเรียนบทนี้แล้ว

ศัพท์และวลี

อารมณ์	情绪	ขุ่นมัว	不快，怏怏不乐
เรียก	叫，唤	ขานรับ	应答
รอ	等，等待	เลข	算术
โจทย์	数学题	โจทย์เลข	算术题，数学题
ร่าง	身子	ก้าว	跨，迈
ศาลา	亭，厅	อาการ	状态，样子
เร่งรีบ	急匆匆	สีหน้า	脸色
ตลอดจน	以至，乃至	ประหวั่น	惊恐，惧怕
ประหวั่นพรั่นพรึง	惊恐，惧怕	แต่กระนั้น	= แต่ถึงกระนั้น
คำนับ	敬礼		尽管如此
ระงับ	克制，抑制；制止	น้ำเสียง	语气，口气
เรียบ ๆ	平静的；平平的	ก้มหน้า	低头
นับ....	数；数以……计	สั่น	摇（头）
กระดาน	板	ชนวน	板石，板岩
กระดานชนวน	石板	แหว่ง	破损，有缺口
กระเส่า	微弱而颤抖的声音	ดินสอหิน	石笔
		ตรึกตรอง	= ตริตรอง
ใบหน้า	脸蛋，脸膛		思考
เผือด	苍白，没血色	เต็มปาก	理直气壮；
ทำโทษ	处分，处罚		（说话）不含糊
หมู่	群，组	แววตา	眼神
ฟังไม่ได้ศัพท์	听不清说的是什么	กระวนกระวาย	不安，焦虑
		สุดประมาณ	无尽的
วินาที	秒	ฉาดฉาน	（口齿）清楚
หาบ	挑；担子	ไต้	火绳
พริก	辣椒	แตงกวา	黄瓜

• หุงข้าว	烧饭	นิ่ง	静止
• งัน	发呆，呆住了	เดินทัพ	行军
• เดินทัพทางไกล	长途行军，长征	ฟัน	劈，砍
		ฝ่า	冒，顶
• ฟันฝ่าต่อสู้	斗争，披荆斩棘	นานัปการ(นา-นับ-ปะ-การ)	种种，各种各样的
• สัมพันธไมตรี (สำ-พัน-ทะ-ไม-ตรี)	友好关系	ทะเลสาบ	湖
		วิชาเอก	主科，主课
• ....กว่าเพื่อน	最……，比其他的都…	แกะ	刻；剥下
		กระเทียม	蒜
• ผึ้ง	蜜蜂	ตัวผึ้ง	蜜蜂
• กรู	蜂拥	ธิเบต	西藏
• อยาก...เป็นกำลัง	非常想……，极其想……	ติด	上瘾；入迷；养成习惯
• ดวงตา	眼珠，眼球	จอมแก่น	调皮鬼，顽皮头
• ถูก	被	ซาก	残骸，废墟
• พัง	倒塌	ซากปรักหักพัง	断垣残壁
• ความคิด	思想	เสียสละ	牺牲
• ทุกสิ่งทุกอย่าง	一切	เลือดเนื้อ	血肉
• กิริยา	举止，动作	กิริยาท่าทาง	举止，姿态，动作
• เส้น	线	ตรง	直
• จอด	停放	ผู้จัดการ	经理
• กระดาก	羞涩，难为情	กล้วยไม้	兰花
• หน่วยงาน	工作单位	คดโกง	诈骗，贪污
• ทุจริต(ทุด-จะ-หริด)	贪污，徇私，舞弊	กำชับ	叮嘱

บทอ่านประกอบ

อนิจจาคุณพ่อ (๒)

ใหญ่ (เช็ดน้ำตา พูดกับน้องสาว) ในที่สุดคุณพ่อก็ไม่อยู่กับเราแล้ว

น้อย ค่ะ (ร้องไห้) ....ไปเสียแล้ว

เพ็ญ (ปลอบ) แม่น้อยอย่าโศกเศร้าไปนักเลย มันเป็นเรื่องธรรมดา พระท่านว่า อนิจจาวัฏสังขารา

น้อย จะทำยังไงล่ะคะ (ยังร้องไห้อยู่)

ใหญ่ ตอนที่น้องโทรศัพท์ให้คนไปบอกน่ะ พี่ตกใจจนเป็นลม นึกว่าจะมาไม่ได้เสียแล้ว

เพ็ญ เราจึงมาช้าไปหน่อย

ใหญ่ แต่พอมาถึงนี่........ ที่ประตูบ้าน ปิดประตูเหมือนไม่มีผู้มีคน แล้วก็เห็นแม่หลานสาวแต่งสี พี่ภาวนาขอให้เป็นข่าวไม่จริงเถอะ

น้อย หนูวิไปบ้านเพื่อนค่ะ เขามีงานวันเกิด เพิ่งไปตามตัวมาได้ก็เลยยังไม่ได้เปลี่ยนเครื่องแต่งตัว

เพ็ญ พี่น่ะอยากจะเอาพ่อแดงมาด้วย เพราะเป็นหลานรักของคุณตา แต่ไปโรงเรียนจนจะค่ำจะมืดแล้วก็ยังไม่กลับ

ดำริ วันนี้วันอาทิตย์นี่ครับคุณพี่

ใหญ่ ไปกวดวิชาจ้ะ

ดำริ อ้อ

ใหญ่ ไปกวดวิชา...... พ่อแดงน่ะขยันจริง ๆ ต้องไปกวดวิชาทุกวันอาทิตย์

เพ็ญ (พูดกับดำริ) นี่ตกลงว่าจะจัดการศพกันอย่างไรครับ คุณหริ

ดำริ ตกลงว่าพรุ่งนี้เช้าจะเอาไปวัดมกุฏฯ

เพ็ญ ก็ดีแล้ว

ใหญ่ พ่อหริ เล่าตั้งแต่ต้นซี เจ็บไข้ยังไงก็ไม่ได้ข่าวคราวเลย

น้อย คุณพ่อไม่ได้เจ็บ เมื่อตอนกลางวันยังออกไปข้างนอกได้ ถึงตอนบ่ายเข้าก็แน่นิ่งไปเฉย ๆ

เพ็ญ	สิ้นใจไปอย่างสงบก็นับว่าเป็นบุญ หมอเขาว่าอย่างไรล่ะ
น้อย	หมอยังไม่มาเลยค่ะ
ใหญ่	อะไร แม่น้อยว่ายังไง หมอยังไม่มา
เพ็ญ	อะไร คุณหริไม่ได้ไปตามหมอดอกหรือ
ดำริ	ตามซีครับ แต่หมอไม่อยู่บ้าน หมอเนื่องครับ แกยังไม่อยู่บ้าน ผมก็เลยสั่งไว้
ใหญ่	หมอในกรุงเทพฯมีคนเดียวเมื่อไร เมื่อคนหนึ่งไม่อยู่ก็ตามอีกคนหนึ่ง
น้อย	คุณพ่อท่านก็สิ้นใจไปแล้ว ฉันคิดว่า เมื่อท่านอยู่ใช้หมอเนื่อง ตอนท่านสิ้นใจไปก็ควรจะตามหมอเนื่อง พี่ใหญ่ไม่รู้หรือ หมอเขามีมรรยาท คนไข้ของใครก็ของคนนั้น
เพ็ญ	แต่คุณพ่อของแม่น้อยไม่ใช่คนไข้ เป็นคนตายต่างหาก
น้อย	โธ่ (ร้องไห้ต้องเช็ดน้ำตาอีก)
ใหญ่	ฉันว่าเป็นความบกพร่องอย่างร้ายกาจ
น้อย	พี่ใหญ่จะให้ฉันทำอย่างไรล่ะ
ใหญ่	น้องลองนึกดูซิ คนตายฟื้นถมเถไป ถ้าตามหมอมาให้ทันท่วงที
น้อย	คนจมน้ำตายซีคะฟื้นได้ นี่คุณพ่อจมน้ำตายเมื่อไรล่ะ
เพ็ญ	ถูก ถูก ไม่มีวันจมน้ำ นอกจากน้ำในขวด (หัวเราะออกมา) จริงไหมคุณหริ
ใหญ่	พี่ละก็ พูดอะไรก็ไม่รู้ กำลังทุกข์กำลังโศก
ดำริ	ความจริง คุณพ่อท่านคงจะดื่มเข้าไปบ้างเมื่อตอนกลางวัน พอรับประทานอาหารเสร็จที่นี่ (ชี้ที่โต๊ะรับประทานอาหาร) ท่านก็ใส่เสื้อออกไปข้างนอก ไปเสียค่าธรรมเนียมประกันชีวิต
เพ็ญ	เคราะห์ดีจริงนะที่ท่านทำอย่างนั้น
ใหญ่	คุณพ่อของฉันเป็นคนรอบคอบอย่างมากที่สุดนะคะ ท่านไม่ยอมจากไปโดยไม่คิดถึงพวกเราที่อยู่ข้างหลัง ท่านคงรู้ตัวเป็นแน่
ดำริ	(เล่าต่อ) ตอนขากลับท่านคงจะแวะที่ร้านแม่กิมฮวย
เพ็ญ	แม่กิมฮวยไหน
ดำริ	แม่กิมฮวยขายเป็ดตุ๋นอยู่ที่ปากซอยน่ะซีครับ ไปที่นั่นทีไรละก็เมาแอ๋กลับมาทุกที
เพ็ญ	อะไร ร้านเป็ดตุ๋น ขายเหล้าด้วยหรือ

ดำริ ที่หลังร้านครับ เหล้าอยู่ที่หลังร้าน

ใหญ่ ฉันว่าท่านรู้ตัวนะว่าท่านจะไปวันนี้

เพ็ญ เลยดื่มไว้อาลัยเสียเป็นครั้งสุดท้าย

ใหญ่ พี่ละพูดอะไร........

ดำริ (เล่าต่อ) ตอนกลับมาถึงนี่ ผมสวนกับท่านที่ประตู ถามท่านว่าของว่างวันนี้ท่านจะรับประทานอะไร ท่านตอบว่า "ไม่กินไม่แกนละ จะไปนอน"

ใหญ่ แล้วท่านก็ไปนอนเอาจริง ๆ จัง ๆ นอนหลับอย่างไม่มีวันตื่น พุทโธ่เอ๊ย

ดำริ ผมยังเล่าไม่จบเลยครับ........

ใหญ่ แล้วยังไงอีกล่ะ

ดำริ ผมเข้ามานั่งที่นี่สักครู่หนึ่ง ชักสังหรณ์ในใจว่าจะมีอะไรเกิดขึ้น เห็นท่านเซไปเซมาตอนจะขึ้นบันไดโน่น (ชี้ไปที่บันได) ผมจึงตามขึ้นไปดู เห็นท่านนอนนิ่งอยู่บนเตียง

เพ็ญ ไปเสียแล้วหรือตอนนั้น

ดำริ ยังครับ ท่านนอนหงายลืมตาอยู่

เพ็ญ ท่านจำคุณหริได้ไหมล่ะ

ดำริ ได้ครับ ท่านยังพูดกะผมเลย

ใหญ่ พูดว่ายังไงจ๊ะ

ดำริ ท่านพูดว่า "พ่อดำริ ฉันลุกไม่ขึ้น ถอดเสื้อแล้วลืมถอดเกือกไป ถอดให้หน่อยเถอะ"

เพ็ญ หลงไปเสียแล้วซี

ดำริ ไม่หลงดอกครับ ท่านยังใส่รองเท้าอยู่จริง ๆ ผมก็ถอดให้ท่าน

น้อย พอตอนสี่โมงครึ่ง ดิฉันคิดว่าท่านคงอยากจะดื่มอะไรสักอึกหนึ่ง จึงได้ชงกาแฟใส่ถาดขึ้นไปให้ถ้วยหนึ่ง ที่ไหนได้ล่ะคะ ท่านไปเสียแล้ว เหมือนกับคนหลับสนิท ดิฉันก็เอาถาดกาแฟวางไว้บนหลังตู้ลายทอง (พูดแก้) เอ๊ย......วางไว้บนโต๊ะ แล้วก็ไปเขย่าตัวท่าน......ตัวเย็นเสียแล้วค่ะ (เกือบจะร้องไห้อีกแล้ว)

ดำริ แล้วผมก็ได้ยินเสียงแม่น้อยเรียกมาจากข้างบน ผมก็วิ่งขึ้นบันไดไป

น้อย ไม่มีประโยชน์อะไรเลย......ท่าน......(นิ่งไป)

เพ็ญ ไปอย่างสงบก็นับว่าเป็นบุญ

ใหญ่ ฉันเชื่อจริง ๆ ว่าคุณพ่อรู้ตัวว่าจะตาย

(นิ่งกันอยู่ครู่หนึ่ง สองคนพี่น้องเอาผ้าเช็ดหน้าซับน้ำตา แล้วน้อยจึงลุกขึ้นอย่างกระปรี้กระเปร่าและพูด)

น้อย คุณพี่ทั้งสองจะขึ้นไปบนโน้นเดี๋ยวนี้ หรือจะรับประทานอะไรกันก่อน (ชี้ไปที่โต๊ะรับประทานอาหาร)

ใหญ่ (พูดกับสามี) พี่ว่ายังไง

เพ็ญ ตามใจเธอ

น้อย เรื่องรดน้ำน่ะพรุ่งนี้นะคะที่วัด เวลาบ่ายสองโมง

ใหญ่ เอ้อ......ถ้าอย่างนั้นกินเสียก่อนก็ได้...... ไม่รบกวนน้องมากไปหรือ

น้อย ไม่เป็นไรดอกค่ะ......งั้นรอเดี๋ยวนะคะ

(น้อยเดินเข้าประตูด้านขวาไปเพื่อจัดแจงเรื่องอาหาร นายดำริลุกขึ้นจะตามไป)

ดำริ (พูดกับนายเพ็ญและใหญ่) เชิญสูบบุหรี่ก่อนซีครับ ผมต้องขอประทานโทษด้วย น้ำท่าไม่ได้หามาต้อนรับ มัวแต่คิดเรื่อง.....

เพ็ญ ไม่เป็นไรดอกคุณหริ เรากันเอง

ดำริ ถ้างั้นผมขอโทษประเดี๋ยว

(นายดำริเปิดประตูด้านขวาเข้าโรงไป เพื่อช่วยเหลือภริยาจัดแจงเรื่องอาหาร)

ใหญ่ (อยู่ลำพังกับสามี) พี่

เพ็ญ อะไร

ใหญ่ กระเถิบเข้ามาใกล้ ๆ หน่อย

(นายเพ็ญเหลียวดูทางประตูด้านขวาแล้วกระเถิบเก้าอี้เข้าไปใกล้ภริยาของเขา)

ใหญ่ ฉันดีใจที่มีเวลาพูดกับพี่ครู่หนึ่ง

เพ็ญ (ควักกระดาษออกจากกระเป๋าชูขึ้น) ขอแต่งอ้ายนี่ให้จบเสียก่อนน่ะ

ใหญ่ พี่ฟังฉันก่อนซี เรามีเวลาพูดกันประเดี๋ยวเดียว

เพ็ญ อะไร

ใหญ่ ก็เรื่องทรัพย์สินของคุณพ่อน่ะซี เราจะต้องรีบซักถามให้ได้ความว่ามีอะไรเท่าไร

เพ็ญ อย่างน้อยก็มีเงินประกันชีวิต

ใหญ่ พี่เป็นคนพูดนะ ว่าเราจะต้องทำบัญชีทรัพย์สินตลอดจนเครื่องใช้ไม้สอยกันในคืนวันนี้ ปล่อยให้ฉันพูดคนเดียวไม่ดีดอก

เพ็ญ นี่มันก็กลางคืนแล้ว วันหลังไม่ได้หรือ

ใหญ่ ไม่ได้ดอก ฉันไม่ไว้ใจ

เพ็ญ แต่ฉันว่านี่มันกลางคืนแล้ว แม่น้อยก็คงเหนื่อย เหนื่อยมาทั้งวัน

ใหญ่ ถ้ามีปัญหาเรื่องทรัพย์สิน ฉันจะสะกิดพี่ พี่เสนอให้ฉันเป็นผู้จัดมรดกนะ ในฐานะที่เป็นลูกคนใหญ่

เพ็ญ ฉันเห็นว่า ลูกคนใหญ่ควรจะถามเรื่องรายละเอียดเกี่ยวกับการจัดงานศพ จนป่านนี้ก็ยังไม่รู้ว่าจะทำอะไรกันบ้าง นอกจากว่ารดน้ำที่วัดมกุฏฯ

ใหญ่ อย่า คุณพ่ออยู่บ้านนี้ ก็ปล่อยให้แม่น้อยจัดไป

เพ็ญ แต่เราก็ควรจะทำอะไรบ้าง เพื่อให้เห็นว่าเรามีส่วน

ใหญ่ ถ้าอย่างนั้น พี่อาสาเขียนข่าวไปลงหนังสือพิมพ์เป็นยังไง ทำนองแจ้งความให้เพื่อนฝูงรู้ ลงท้ายว่างานนี้ไม่ได้ส่งบัตรเชิญ

เพ็ญ อ๋อ ได้ซี

ใหญ่ ตัดรายจ่ายเรื่องบัตรเชิญไปได้อย่างหนึ่งละ

เพ็ญ แต่เราจะต้องทราบรายละเอียดเรื่องเวลาเสียก่อน

ใหญ่ ข้อนั้นก็ถูกละ

(นิ่งกันไปครู่หนึ่ง ใหญ่คงจะคิดโครงการอะไรอยู่ในใจ นายเพ็ญมองดูแล้วจึงพูด)

เพ็ญ ที่เธออยากจะพูดกับฉันน่ะ เสร็จแล้วหรือ

ใหญ่ ถ้าพี่เข้าใจก็เสร็จแล้ว

เพ็ญ เข้าใจซี...... ทีนี้เรื่องของฉันบ้าง...... มาในแท็กซี่ฉันเขียนอะไรเล่นยังไม่จบดอก แต่จะอ่านให้ฟัง

(หยิบกระดาษแผ่นนั้นออกมาอีก)

ใหญ่ เห็นแล้วละค่ะ

เพ็ญ (ควักปากกามาเขียนแก้ไขต่อเติมในกระดาษนั้นบ้าง) เห็นฉันเขียน แต่รู้หรือว่าฉันเขียนว่าอย่างไร

ใหญ่ เป็นกลอนอีกล่ะซีคะ

เพ็ญ จ้ะ......นี่แน่ะ (ส่งกระดาษให้ภริยาอ่าน) ฉันเขียนแทนเธอนะ

ใหญ่ (รับกระดาษมาอ่าน)

"อนิจจาคุณพ่อไม่รอลูก
ไม่ให้หยอดยาหยูกหรืออาหาร
ตะวันเคลื่อนเดือนคล้อยกว่าร้อยวาร
ยังเทียบธารที่หลั่งชลนัยน์"

(พูด) แต่นี่ยังไม่ร้อยวันนี่คะ

เพ็ญ อ่านต่อไปเถอะน่า

ใหญ่ เริ่มต้นใหม่นะคะ (อ่าน)

"อนิจจาคุณพ่อไม่รอลูก

(น้อยเข้ามาทางประตูขวา นายดำริกับหนูวิก็ตามเข้ามาด้วย ต่างคนต่างช่วยกันจัดเรื่องอาหาร ถือถ้วยชาม คนโทน้ำ และเครื่องใช้อื่น ๆ เข้ามาวางที่โต๊ะ ใหญ่จึงหยุดอ่าน มองดู)

น้อย อะไรคะ "อนิจจาคุณพ่อไม่รอลูก"

(ใหญ่กับนายเพ็ญลุกขึ้น เดินมาใกล้ ๆ โต๊ะอาหารแล้ว)

ใหญ่ พี่บอกคุณเพ็ญเมื่อกี้นี้ว่าพี่จะเขียนแจ้งความไปลงหนังสือพิมพ์ให้เพื่อนฝูงรู้ คุณพ่อมีเพื่อนฝูงมากมายที่ห่างเหินกันไปนานและที่เราไม่ทราบว่าอยู่ที่ไหน แม่น้อยหรือพ่อหริยังไม่ได้จัดการไม่ใช่หรือ

ดำริ ยังครับ ผมลืมไป คุณพี่จัดก็ดีแล้ว

น้อย แต่เมื่อกี้นี้อะไรล่ะคะ ได้ยินว่า "อนิจจาคุณพ่อ"

ใหญ่ อ๋อ นั่นกลอนของคุณเพ็ญ ให้เจ้าของเขาอ่านของเขาเองก็แล้วกัน (ส่งกระดาษให้นายเพ็ญ)

น้อย อ่านซีคะ

เพ็ญ (อ่าน) "อนิจจาคุณพ่อไม่รอลูก
ไม่ให้หยอดยาหยูกหรืออาหาร
ตะวันเคลื่อนเดือนคล้อยกว่าร้อยวาร
ยังเทียบธารที่หลั่งชลนัยน์

เสียเงินทองเท่าไรลูกไม่ว่า
เสียบิดาลูกพ้นจะทนไหว"

ดำริ (สอดขึ้นมา) ไหนว่าจะส่งแจ้งความไปลงหนังสือพิมพ์ นี่มันสำหรับแจกงานศพไม่ใช่หรือครับ

น้อย กลอนน่ะดีดอก แต่เรื่องแจ้งความลงหนังสือพิมพ์ดูจะเป็นเรื่องด่วนมากกว่านะคะ

(เมื่อไม่ได้อ่านแล้ว นายเพ็ญก็ทิ้งกระดาษนั้นไว้บนโต๊ะอาหารโดยไม่ได้ตั้งใจ แล้วพูดเรื่องแจ้งความต่อไป)

เพ็ญ ก็ไม่ยากอะไร เมื่อรู้กำหนดแน่นอนแล้วเขียนครู่เดียวก็เสร็จ มีปัญหาอยู่แต่ว่าจะเขียนย่อ ๆ ให้ได้ความครบถ้วนอย่างไร เขียนยืดยาวนักมันก็เสียเงินมาก เขาคิดเป็นบรรทัดไม่ใช่หรือ

ใหญ่ (รีบช่วยแก้) คุณพ่อท่านเป็นคนประหยัด เราก็น่าจะเอาอย่าง

เพ็ญ คุณหริรู้จักบรรณาธิการหนังสือพิมพ์ฉบับไหนบ้างล่ะ เขาอาจจะช่วยลงให้เปล่า ๆ ก็ได้

ดำริ เอ้อ......รู้จักบ้างก็ไม่สู้จะสนิทสนมเท่าไรนัก

ใหญ่ เขาคงจะช่วยได้น่ะ เรื่องเล็กน้อยเท่านี้

ดำริ คุณพี่หรือคุณเพ็ญเขียนเสียก่อนซีครับ

ใหญ่ ตกลง......แต่กินข้าวเสียก่อนเถอะ......แล้วจึงค่อยเขียน

น้อย เชิญพี่ใหญ่นั่งซีคะ

(ใหญ่กำลังจะนั่งที่โต๊ะอาหาร)

ใหญ่ นอกจากนั้นยังมีเรื่องด่วนอีกที่น่าจะต้องรีบทำ......

(พูดทิ้งไว้เท่านั้น แล้วขยิบตาให้สามีพูดต่อ แต่นายเพ็ญก็ไม่เข้าใจจนใหญ่ต้องกระตุ้นด้วยข้อศอก)

เพ็ญ เอ้อ......เอ้อ...... นี่แม่น้อยจดบัญชีข้าวของต่าง ๆ ไว้หมดแล้วหรือยัง

(พูดแล้วก็โล่งใจ)

น้อย ของทำบุญน่ะหรือคะ

ใหญ่ (เห็นสามีเงียบอยู่) ไม่ใช่...... คุณเพ็ญหมายถึงของต่าง ๆ ของคุณพ่อน่ะ เครื่องใช้ไม้สอย เครื่องเงิน เครื่องลายคราม โต๊ะ ตู้

น้อย (สะดุ้ง อดเหลียวไปดูตู้ลายทองไม่ได้) เอ้อ......ยังค่ะ

ใหญ่ นั่นนะซี เราจะต้องรีบจัดทำ กินข้าวเสียก่อนนะ

ดำริ แต่เครื่องเพชรเครื่องทองไม่มีเลยนะครับ ผมรับรองได้

ใหญ่ นอกจากนาฬิกาเรือนทอง ที่คุณพ่อสัญญากับพ่อแดงของฉันว่าจะยกให้
(แม้แต่นายเพ็ญก็ประหลาดใจ เหลียวดู แล้วแกล้งนิ่งเงียบเสีย)

ดำริ จริงหรือครับ

น้อย เอ๊ะ สัญญากันเมื่อไร ฉันไม่ยักทราบ

ใหญ่ เมื่อคุณพ่ออยู่ที่บ้านพี่ยังไงล่ะ ก่อนที่จะย้ายมาอยู่กับน้อง พ่อแดงเป็นคนโปรดของคุณตารู้ไหมล่ะ

น้อย (พยายามปฏิเสธ) ฉันไม่ทราบ

เพ็ญ คุณพ่อท่านฝากเงินไว้ที่ธนาคารไหน

น้อย อะไรกันคะ ท่านมีเงินเล็ก ๆ น้อย ๆ ท่านก็เก็บไว้กับตัว ฝากธนาคารที่ไหนกัน

ใหญ่ เคราะห์ดีที่คุณพ่อมีลูกเพียงสองคน และเรามีลูกกันฝ่ายละคน เงินสดก็ต้องแบ่งเท่า ๆ กัน

น้อย ก็ยังไม่ทราบว่าจะใช้หนี้พอหรือไม่พอ คุณพ่อสั่งให้ฉันซื้ออะไร ๆ ให้ท่านเป็นหลายอย่าง

ใหญ่ ต้องแบ่งมรดกก่อนซี

น้อย ต้องใช้หนี้ก่อนจึงจะถูก

ดำริ (พูดกับใหญ่) ผมว่าไม่น่าจะเถียงกัน คุณพ่อท่านไม่มีอะไรมากดอกครับ คงมีอยู่นิด ๆ หน่อย ๆ เท่านั้น

เพ็ญ แต่อย่างไรก็มีเงินก้อนใหญ่อยู่ที่บริษัทประกันชีวิต แม่น้อยได้ใบรับเงินเมื่อเช้านี้ไว้หรือเปล่า

น้อย ยังไม่เห็นค่ะ
(ขณะนี้หนูวินั่งอยู่ที่เก้าอี้รับแขกคนเดียว พูดออกมาทำให้ผู้ใหญ่ทั้งสี่คนเหลียวไปดู)

หนูวิ แม่จ๊ะ คุณตาไม่ได้ไปเสียเงินประกันชีวิตดอกจ้ะ
(ผู้ใหญ่ตกใจไปตามกัน)

น้อย รู้ได้ยังไง หนูวิ รู้ได้ยังไง ใครบอก

หนูวิ ไม่มีใครบอกดอกจ้ะ

น้อย ไม่มีใครบอก...... แล้วก็พูดออกมาได้...... คุณตาบอกกะแม่ว่าจะเอาเงินไปเสีย แล้วก็หายไปตั้งชั่วโมงกว่า

หนูวิ คุณตาเดินออกไปถึงปากซอย แล้วก็หายเข้าไปในร้าน

ใหญ่ ร้านแม่กิมฮวยอะไรนั่นละซี

น้อย หนูวิ ลูกเห็นหรือ

หนูวิ เห็นซีจ้ะ...... หนูเดินไปกะคุณตานี่จ๊ะ

น้อย (ตกใจ) ไปกับคุณตา......

ดำริ ลูกอยู่กับคุณตาตลอดเวลาหรือเปล่า

หนูวิ เปล่าค่ะ...... พอคุณตาเข้าไปในร้านแล้วก็บอกให้หนูกลับบ้าน

เพ็ญ คุณพ่ออาจแวะไปครู่เดียว แล้วก็เลยไปที่บริษัทประกันชีวิตทีหลังก็ได้...... ใบประกันชีวิตอยู่ที่ไหนล่ะ...... ขาดอายุแล้วหรือยัง

น้อย (ทอดอาลัย) คงขาดแล้วละค่ะ

ใหญ่ ฉันรู้ว่าคุณพ่อไม่ได้ไปเสียเงินประกันอะไรทั้งนั้น มีอะไรกระซิบที่หู คุณพ่อไม่ได้ไปเสีย......

เพ็ญ ถ้าอย่างนั้นคุณพ่อก็ไม่มีทรัพย์สมบัติอะไรเลย

ใหญ่ พวกเราถูกต้มกันหมด

น้อย (พูดกับพี่สาว) จบกันเท่านี้เอง ฉันอุตส่าห์ทนเลี้ยงดูท่านตั้งสามปี คุณพ่อตั้งใจแกล้งเราตรง ๆ ทีเดียว

ใหญ่ ก่อนมาอยู่ที่นี่ พี่ทนให้อยู่กับพี่ตั้งห้าปี

น้อย แล้วพี่ใหญ่ก็พยายามยัดเยียดส่งมาให้ฉันจนสำเร็จ

ดำริ แต่เราก็ยังไม่ทราบแน่ว่า ท่านไปเสียเงินที่บริษัทประกันชีวิตหรือเปล่า

ใหญ่ ฉันแน่ใจ แน่ใจว่าท่านไม่ได้ไป มีอะไรกระซิบบอกที่หู

เพ็ญ นี่แน่ะแม่น้อย คุณพ่อท่านเก็บเอกสารสำคัญต่าง ๆ ไว้ที่ไหนล่ะ (น้อยอึกอักเหลียวดูตู้ลายทอง นายเพ็ญสังเกตเห็น)

ใหญ่ เอกสาร เช่นใบประกันชีวิต ใบรับเงินอะไรต่าง ๆ

น้อย หนูวิ......วิ่งขึ้นไปข้างบน หยิบพวงกุญแจในลิ้นชักโต๊ะเขียนหนังสือมาให้แม่หน่อย ลิ้นชักซ้ายมือนะ

หนูวิ (ขยาด) ในห้องคุณตาหรือจ๊ะ

น้อย จ้ะ ในห้องคุณตาน่ะซี

หนูวิ (อิดเอื้อน) หนูไม่อยากจ้ะ

น้อย อะไร เหลวไหล แม่วานหน่อยก็ไม่ได้

หนูวิ (ทำท่ากลัว) หนูกลัวจ้ะ

ใหญ่ หลานคนดีของป้า ไม่ต้องกลัวดอก คุณตาไม่ลุกขึ้นมาหลอกดอก

น้อย ไปซีจ๊ะ

(หนูวิจำใจต้องทำตามคำสั่งของผู้ใหญ่เดินออกทางหลังขึ้นบันไดไปอย่างช้า ๆ และดูท่าทางยังกลัวอยู่ พวกผู้ใหญ่มองดูตามไปแล้วจึงหันมาพูดกันต่อไป)

เพ็ญ (พูดกับภริยา) นี่แน่ะเธอ ฉันรู้แล้วว่าคุณพ่อท่านเก็บเอกสารสำคัญไว้ที่ไหน ...... ในตู้นี้ (ชี้ไปที่ตู้ลายทองแล้วหันไปพูดกับน้อย) จริงไหมล่ะ แม่น้อย

น้อย อาจจะจริงก็ได้ ดิฉันยังไม่ได้เปิดดู

ใหญ่ (ดูตู้) นี่น้องไปซื้อที่ไหนมา พี่มาที่นี่ครั้งก่อนไม่เห็นมี

น้อย อ๋อ คุณดำริซื้อมาปีกลายนี้ค่ะ

ใหญ่ งามดีจริง คงหายาก เลหลังหรือซื้อมาจ๊ะ

ดำริ (อึกอัก พูดกับภริยา) น้องจำได้ไหมว่าฉันซื้อมาจากไหน

น้อย เลหลังค่ะ เลหลังมา

ใหญ่ ถ้าอย่างนั้นก็เป็นของใช้แล้ว

เพ็ญ ตู้อย่างนี้ ของใหม่ ๆ มีที่ไหนกัน มันก็ต้องเป็นของใช้แล้ว ยิ่งเก่าก็ยิ่งมีราคา

(หนูวิลงบันไดกลับ เข้ามายืนอยู่ที่ด้านหลังโดยไม่มีใครสังเกต หน้าตาตื่นตกใจมาก)

หนูวิ (เรียกแม่) แม่ แม่จ๋า

(ผู้อื่นเหลียวไปดูทันที)

น้อย (ตกใจด้วย) อะไรลูก

หนูวิ (เสียงสั่น) คุณตาจ้ะ

น้อย (ยิ่งตกใจ) คุณตาอะไรลูก

หนูวิ (ตีหน้าเหยเกือบร้องไห้) คุณตาลุกขึ้นจ้ะ

เพ็ญ อะไร

ใหญ่ ว่ายังไงนะ } (พูดพร้อมกันแล้วตรงเข้าไปรุมหนูวิเพื่อฟังให้รู้เรื่อง)

ดำริ เอ๊ะ

น้อย ลูกว่ายังไงลูก

หนูวิ คุณตาจ้ะ......คุณตาลุกขึ้น

เพ็ญ เด็กคนนี้เสียสติเสียแล้ว

น้อย (ปลอบ) ลูกทำไมพูดยังงี้ล่ะ ไม่รู้หรือว่าคุณตาน่ะท่านเสียเสียแล้ว

หนูวิ คุณตายังอยู่จ้ะ คุณตาลุกขึ้น......หนูเห็นนี่

(เกิดความปั่นป่วนขนานใหญ่ ทุกคนพยายามพูดพร้อม ๆ กัน)

เพ็ญ นี่มันอะไรกัน ฉันไม่เข้าใจเลย ฯลฯ

ใหญ่ พูดได้เป็นตุเป็นตะ ตาฝาดไปกระมัง ฯลฯ

ดำริ เอ จะว่าเด็กเหลวก็พูดออกแจ่มแจ้ง ฯลฯ

น้อย ตายแล้ว นี่ลูกฉันเป็นอะไรไป ฯลฯ

(พูดพร้อมกัน)

ใหญ่ แม่น้อย น้องควรจะขึ้นไปดูเอง

น้อย (พูดกับสามี) คุณ......ไปด้วยกัน

(แต่น้อยก็ยังไม่ก้าวไป ส่วนดำรินั้นกลับก้าวถอยหลังไป ๒-๓ ก้าว ขณะนั้นมีเสียงก็อกแก็กทางด้านหลัง ทุกคนค่อย ๆ เหลียวไปดู)

เพ็ญ (ได้ยินเสียงนั้นแล้ว) จุ๊......จุ๊......จุ๊......(ทำมือห้ามไม่ให้ใครพูด)

(ทุกคนเงียบกริบ ยืนตัวแข็ง จ้องดูตรงไปที่บันได ได้ยินเสียงคนลงบันไดก่อน แล้วจึงเห็นขาของร่างกายสูงผอมลงบันไดมา ในที่สุดก็เห็นทั้งตัว ร่างผอมสูงนี้ก็เดินเข้ามา มาหยุดอยู่ที่ตรงกลางช่องประตูใหญ่ด้านหลัง ชายผู้นี้อายุราว ๗๐ ปี แต่งตัวนุ่งกางเกงแพรสีขาวและสวมเสื้อชั้นในสีขาว สวมถุงเท้าสีขาว นี่คือคุณพ่อหรือมิฉะนั้นก็ผีของคุณพ่ออย่างใดอย่างหนึ่ง คุณพ่อมีบรรดาศักดิ์เป็นท่านขุน เป็นข้าราชการบำนาญ)

บทที่ ๑๔ สัตว์สัมมนา

ครั้งหนึ่ง บรรดาสัตว์มาชุมนุมกันแสดงความคับแค้นใจที่มนุษย์เอาชื่อพวกตนไปเปรียบเทียบกับมนุษย์บางจำพวก

สัตว์ตัวแรกที่ลุกขึ้นยืนพูดคือลิง เมื่อได้เกา ๓ ที และส่งเสียงเจี๊ยกครอกเป็นอาณัติสัญญาณแล้ว ลิงก็กล่าวอารัมภบทว่า

"มนุษย์บางคนเชื่อว่าข้าพเจ้าเป็นบรรพบุรุษของมนุษย์ แต่มนุษย์กลับไม่ยกย่องให้เกียรติ เอาข้าพเจ้าไปเปรียบกับเด็กซน ๆ ว่าซนเหมือนลิง แล้วก็เรียกเด็กพวกนั้นว่า ลิงแสมบ้าง ลิงทโมนบ้าง ทหารพระรามบ้าง ชื่อข้าพเจ้าจะได้ยินกันบ่อย ๆ ในบ้านที่มีเด็ก"

ถัดจากลิงคือม้า ม้าร้องฮี้ ๆ ให้สัตว์อื่นสงบเงียบ แล้วกล่าวว่า

"ข้าพเจ้าคือม้าที่เขายกย่องกันว่ามีกำลัง วิ่งก็รวดเร็ว แต่คนกลับเอาชื่อข้าพเจ้าไปเปรียบกับผู้หญิงที่กระโดกกระเดกไม่สุภาพว่า เหมือนกับม้าดีดกะโหลก"

ต่อไปถึงคราวควาย ควายไม่พูดพล่ามทำเพลง พูดทันทีว่า

"ข้าพเจ้าคือควาย โง่เหมือนควาย ถ้ามนุษย์คนไหนถูกเรียกว่าอ้ายควาย ก็พึงรู้เถิดว่า โง่ ๆ ๆ"

เสือเพิ่งมาถึงที่ประชุม รีบลุกขึ้นยืนพูดบ้าง

"ฮึ่ม ข้าเป็นสัตว์ใหญ่มีกำลังมีอำนาจ มนุษย์กลับเอาข้าไปเปรียบกับพวกที่ปล้นขโมยเขากิน เรียกว่า อ้ายเสือ ครั้นคนไหนไม่มีอำนาจ ไม่ทำอะไรใครจริงเพียงแต่ขู่ให้กลัวก็เรียกว่า เสือกระดาษ ข้าเสียเกียรติศักดิ์เสือหมด"

หมูอุ้ยอ้ายลุกขึ้นพูดบ้างว่า

"ข้าพเจ้านี่ซิ น่าเจ็บใจนัก ข้าพเจ้ามีเนื้อให้เขากินมาก ๆ เขากลับเปรียบคนอ้วนว่าอ้วนเหมือนหมู เรียกคนอ้วนตุ๊ต๊ะว่าเป็นหมูตอน คนไหนไม่ทันคน ปล่อยให้คนอื่นหลอกได้ ก็ว่าเป็นหมูสนาม"

หมูทำท่าจะรำพันต่อไป หมาก็ชิงพูดขึ้นก่อน

"ผมน่าเจ็บใจกว่า ผมได้ชื่อว่าแสนรู้ ซื่อสัตย์กตัญญู แต่ถ้ามนุษย์คนไหนถูก

เรียกว่า หมาขี้เรื้อน หมาหัวเน่าละก็ รู้ได้ว่าเป็นที่รังเกียจ ไม่มีใครอยากคบค้าสมาคมด้วย ใครที่มีพวกมากช่วยกันรุมทำร้ายคนอื่น ก็ว่าเป็นหมาหมู่ ครั้นไม่ทำร้าย ก็ว่าเป็นหมาเห่าใบตองแห้ง ทำท่าแต่ไม่สู้จริง"

หมาพูดจบ แมวก็พูดต่อ

"ผู้หญิงคนไหนเปรียว ๆ ดุ ๆ เขาเรียกนางแมวป่า ผู้ชายคนไหนไปทำมิดีมิร้ายกับลูกเมียคนอื่น เขาเรียกแมวขโมย และถ้าใครเป็นคนเก็บตัวเงียบ ก็หาว่าเป็นแมวนอนหวดไปเสียอีก จะเปรียบอย่างไหนฉันก็ไม่ชอบทั้งนั้น"

ไก่รีบสนับสนุน

"ข้าพเจ้าก็ไม่ชอบเหมือนกัน ที่มนุษย์เรียกคนเปิ่นไม่รู้สีสาว่าไก่นา เรียกคนที่ยังไม่มีประสบการณ์ในเรื่องต่างๆ ว่าไก่อ่อน ส่วนคนที่เชี่ยวชาญในเรื่องชู้สาว เรียกไก่แก่แม่ปลาช่อน"

ไก่ยังไม่ทันพูดจบ งูก็ขู่ฟ่อขึ้นทันที

"ท่านจะต้องบ่นทำไม ข้าพเจ้านี่ซิ มนุษย์ช่างจงเกลียดจงชังเสียจริง ถ้าใครถูกว่าเป็นงูละก็รู้ได้ว่าเป็นคนมีเล่ห์เหลี่ยม เป็นคนชั่วร้าย ไม่มีดีเอาเสียเลย"

เต่าคลานอุ้ยอ้ายไปพูดเป็นตัวสุดท้าย นิ่งนึกอยู่ช้านานจนสัตว์อื่นต้องถามว่ามีเรื่องคับใจอยากจะพูดหรือเปล่า เต่าบอกว่า

"มีซี ฉันคับใจมานานแล้ว คนเอาชื่อฉันไปเปรียบกับคนที่ช้าทั้งสมองทั้งความคิด ฉันไม่เห็นเหมือนกันตรงไหนเลย"

เมื่อได้ระบายความคับแค้นใจกันทั่วทุกตัวสัตว์แล้ว ต่างก็แยกย้ายกันไป การประชุมก็จบลงเพียงเท่านี้

ข้อสังเกต

๑. <u>บรรดา</u>สัตว์มาชุมนุมกันแสดงความคับแค้นใจที่......

บรรดา 有“各”、“所有的”的意思，是书面语，用在名词之前。如：

บรรดาประเทศในโลกที่ ๓ ....

บรรดาผู้แทนที่มาร่วมประชุม.........

๒. ลิงก็<u>กล่าว</u>อารัมภบทว่า

    "กล่าว" 说、讲，与พูด不同之处是：

๑）常出现在书面语中。如：

    ประธานกล่าวในที่ประชุมว่า........

    อีกคนหนึ่งกล่าวต่อ

๒）往往跟 "คำปราศรัย" "คำอวยพร" 等连用成为 "กล่าวคำปราศรัย"（发表演讲、讲话），"กล่าวคำรายงาน"（作报告），"กล่าวคำปิดประชุม"（致闭幕词），"กล่าวคำอวยพร"（致贺词）等。

๓）用在引用别人曾经说过或写过的话语时。如：

    ประธานเหมากล่าวว่า........

    บทความกล่าวว่า........

๓. เรียกเด็กพวกนั้นว่า ลิงแสม<u>บ้าง</u> ลิงทโมน<u>บ้างทหารพระรามบ้าง</u>

๑）....บ้าง ....บ้าง   "....บ้าง" 在第二册中曾讲解过，这里再归纳一下并作些补充：

  （๑）某些部分、一部分、一些的意思。如：

    ในตะกร้ามีพริกบ้าง กระเทียมบ้าง

    ได้ดอกไม้มากมายจากไหนล่ะ แบ่งให้เราบ้างซิ

    หนังสือเหล่านี้ดีบ้าง ไม่ดีบ้าง คุณเลือกเองก็แล้วกัน

  （๒）"有时" 的意思。如：

    ที่นี่มีการแสดงทุกคืนวันเสาร์ งิ้วบ้าง ระบำบ้าง ดนตรีบ้าง

    ชีวิตของเขาไม่ค่อยราบรื่น ทุกข์บ้างสุขบ้างมาตลอดเวลา

    เด็กทั้งสองเดินบ้าง วิ่งบ้าง

  （๓）常用在问句中，表示所问对象不是单数。如：

    คุณรู้จักใครบ้างคะ

    รุ้งกินน้ำมีสีอะไรบ้างคะ

    เขาพูดอะไรบ้างครับ

(๔) 表示效仿他人的行为、举动。如：

เห็นเขาทำเราก็ทำบ้าง

มานีนึกสนุกอยากว่ายน้ำเล่นบ้าง

ปิติเห็นหนุ่มสาวขึ้นไปรำเป็นคู่ ๆ น่าดูมาก ก็เลยอยากจะขึ้นไปรำบ้าง

(๕) 表示参与，用法很像ด้วย。如：

เราอยากจะร่วมร้องเพลงนี้ ช่วยสอนให้เราบ้างสิ

ฉันขอเล่นบ้างได้ไหม

ปล่อยให้ดอกกล้วยไม้อยู่บนต้นไม้ดีกว่า คนอื่นจะได้ดูบ้าง

๒) **ทหารพระราม** "พระราม" 是泰国古典名著"拉玛坚"中的主角。พระราม在与十首魔王作战时得到以哈努曼为首的猴军的帮助。因此，"ทหารพระราม"就是指猴军。

๔. คนกลับเอาชื่อข้าพเจ้าไปเปรียบกับผู้หญิงที่กระโดกกระเดก ไม่สุภาพว่าเหมือน<u>ม้าดีดกระโหลก</u>

"ม้าดีดกระโหลก" 是成语，用来指举止不端庄的女人。

๕. ควายไม่<u>พูดพล่ามทำเพลง</u>

"พูดพล่ามทำเพลง" 意思是说起来没完，喋喋不休。ทำเพลง 在词中没有字面上的意义，只是出于音韵的需要而加的后缀成分。

๖. <u>โง่เหมือนควาย</u>

泰国人习惯把蠢人比作牛，如同中国人习惯将蠢人比作猪一样。

๗. <u>ฮึ่ม</u> ข้าเป็นสัตว์ใหญ่มีกำลังมีอำนาจ มนุษย์กลับเอาข้าไปเปรียบกับพวกที่ปล้นขโมย<u>เขา</u>กิน เรียกว่า"<u>อ้ายเสือ</u>"

๑) "ฮึ่ม" 不满意时发出的声音，像汉语中的"哼"。

๒) "เขา" 此处是人家、人们、别人的意思。

๓) "อ้ายเสือ" 用于凶残或强悍的人，往往用来指强盗。

๘. เรียกคนอ้วนตุ๊ต๊ะว่าเป็นหมูตอน

๑） “อ้วนตุ๊ต๊ะ” 形容胖得行动不便状。“คนอ้วนตุ๊ต๊ะ” 胖墩儿。

๒）“หมูตอน” 阉过了的猪。用来称呼胖人时，往往是开玩笑或对人表示蔑视。

๙. คนไหนไม่ทันคน ปล่อยให้คนอื่นหลอกได้ ก็ว่าเป็นหมูสนาม

๑） “ไม่ทันคน” 指思维跟不上趟，也就是笨、迟钝的意思。

๒）“หมูสนาม” 窝囊废。指没本事、总是受人欺骗或被人要弄的人。

๑๐. ผมได้ชื่อว่าแสนรู้ ซื่อสัตย์กตัญญู แต่ถ้ามนุษย์คนไหนถูกเรียกว่า หมาขี้เรื้อน หมาหัวเน่าละก็รู้ได้ว่าเป็นที่รังเกียจ

๑） “แสนรู้” 聪明的、机灵的，往往用来指动物。如：หมาแสนรู้ ม้าแสนรู้ นกแก้วแสนรู้

๒）“หมาขี้เรื้อน” 得了麻风病的狗，癞皮狗。一般用来指为人们所鄙弃的坏人。

๓） “หมาหัวเน่า” 用来指令人厌恶的人，谁见了都躲得远远的、不愿与其打交道的人。

๑๑. ใครที่มีพวกมากช่วยกันรุมทำร้ายคนอื่น ก็ว่าเป็นหมาหมู่ ครั้นไม่ทำร้ายก็ว่าเป็นหมาเห่าใบตองแห้ง

๑） “รุม” 指许多人纠合在一起杂乱地干一件事或伤害一个人。

如：รุมตี รุมด่า รุมดู ฯลฯ:

๒） “หมาหมู่” 原指伤人或咬猎物的群狗，转义指纠合在一起伤害某个人的那群人。

๓） “หมาเห่าใบตองแห้ง” 成语，常用来比喻只会嚷嚷而并不真干的人。

๑๒. ผู้ชายคนไหนไปทำมิดีมิร้ายกับลูกเมียคนอื่น เขาเรียกว่าแมวขโมย

๑） “ทำมิดีมิร้าย” 指做坏事，做不体面的事。

๒）“ลูกเมีย” 此处指 เมีย。

๓） “แมวขโมย” 指盗贼或偷偷侵犯别人权益的人（一般指与人通奸的男人）。

บทที่ ๑๔   สัตว์สัมมนา

๑๓. ถ้าใครเป็นคน<u>เก็บตัวเงียบ</u>ก็<u>หาว่า</u>เป็น<u>แมวนอนหวด</u>ไปเสียอีก

๑) "เก็บตัว" 也可以说เก็บเนื้อเก็บตัว, 指不与别人交往、不参加社会活动、深居简出的人。

๒) "หาว่า" 指责、责备。后面总要跟一个被指责的具体内容。如：
เขาหาว่าเราไม่ได้ปฏิบัติตามสัญญา ข้อนี้ไม่จริงครับ
ตัวเองไม่พยายาม กลับหาว่าคนอื่นไม่ช่วย

๓) "แมวนอนหวด"   หวด 是一种陶制的底部有眼儿的蒸食器皿。แมวนอนหวด 指不老实的猫，常用来比喻不老实的人、阴险的人。

๑๔. ข้าพเจ้าก็ไม่ชอบเหมือนกันที่มนุษย์เรียก<u>คนเปิ่นไม่รู้สีสาว่าไก่นา</u>

๑) "คนเปิ่น" 傻里傻气的，言行总是不合时宜或跟常人不合拍的人。

๒) "ไม่รู้สีสา" 也可以说 "ไม่รู้ประสีประสา", 不懂事，不明事理的意思。

๓) "ไก่นา" 俚语，指傻瓜。

๑๕. ส่วนคนที่เชี่ยวชาญในเรื่องชู้สาว เรียก<u>ไก่แก่แม่ปลาช่อน</u>

"ไก่แก่แม่ปลาช่อน" 成语，指老奸巨猾的妇人。

๑๖. ไม่มีดี<u>เอา</u>เสียเลย

此处的 "เอา" 起强调作用，强调 "ไม่มี(ที่)ดี"。

แบบฝึกหัด

๑. จงอ่านและจำคำและวลีที่ควรสนใจต่อไปนี้

ซนเหมือนลิง โง่เหมือนควาย
เสือกระดาษ หมูสนาม
หมาหัวเน่า หมาเห่าใบตองแห้ง

แมวนอนหวด	ไก่นา
ไก่อ่อน	งูพิษ
ยกย่องให้เกียรติ	กระโดกกระเดก
พูดพล่ามทำเพลง	ซื่อสัตย์กตัญญู
คบค้าสมาคม	เก็บตัวเงียบ
ไม่รู้ประสีประสา	จงเกลียดจงชัง

๒. จงอธิบายเปรียบเทียบสำนวนไทยที่เกี่ยวกับสัตว์ต่อไปนี้ดูว่าคล้าย เหมือน หรือต่างกันกับสำนวนภาษาจีนอย่างไร

ซนเหมือนลิง	ลิงทโมน
ทหารพระราม	ม้าดีดกะโหลก
โง่เหมือนควาย	อ้ายควาย
อ้ายเสือ	เสือกระดาษ
อ้วนเหมือนหมู	หมูตอน
หมูสนาม	หมาขี้เรื้อน
หมาหัวเน่า	หมาหมู่
หมาเห่าใบตองแห้ง	นางแมวป่า
แมวขโมย	แมวนอนหวด
ไก่นา	ไก่อ่อน
ไก่แก่แม่ปลาช่อน	งูพิษ

๓. จงบอกลักษณะและนิสัยคร่าว ๆ ของสัตว์แต่ละชนิดที่ปรากฏในบท เรียน

ลิง	ม้า
ควาย	เสือ
หมู	หมา
แมว	ไก่
งู	เต่า

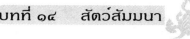

๔. จงอธิบายคำว่า“บ้าง”ในประโยคต่อไปนี้ว่ามีความหมายอะไร

๑) มนุษย์เอาข้าพเจ้าไปเปรียบกับเด็กซน ๆ ว่าซนเหมือนลิง แล้วก็เรียกเด็กพวกนั้นว่า ลิงแสมบ้าง ลิงทโมนบ้าง ทหารพระรามบ้าง

๒) เสือเพิ่งมาถึงที่ประชุม รีบลุกขึ้นยืนพูดบ้าง

๓) ชูใจเห็นนกเอี้ยงแล้วก็อยากเห็นนกยูงบ้าง

๔) ลุงเห็นว่าเพชรอ่านหนังสือได้บ้างแล้ว สมควรจะไปทำงานหาเงินช่วยพ่อแม่บ้าง

๕) เธอซื้อที่ไหนจ๊ะ ฉันอยากได้บ้าง

๖) แหม ดอกไม้สวยจัง ขอบ้างได้ไหม

๗) หนังสือที่ฉันมีเยอะค่ะ ฉันชอบบ้าง ไม่ชอบบ้าง เธอเลือกเอาเองก็แล้วกัน

๘) ที่นี่มีการแสดงทุกคืน คณะนี้บ้าง คณะนั้นบ้าง เขาผลัดกันแสดง

๙) เขาพูดกันหลายต่อหลายคนแล้ว ทำไมคุณไม่พูดบ้างล่ะ

๑๐) ต้องการอะไรบ้าง ขอให้บอกมานะคะ

๕. จงแปลประโยคต่อไปนี้เป็นภาษาจีน(จงสนใจความหมายของคำว่า “น่า”)

๑) ข้าพเจ้านี่ซิ น่าเจ็บใจนัก

๒) เด็กชายผิวน่าสงสารจริง ๆ

๓) เขาพากันบอกว่าเรื่องนั้นขำนักขำหนา ทำไมฉันไม่รู้สึกน่าขำเลยแม้แต่นิด

๔) ข่าวนี้ไม่น่าเชื่อ คุณว่ายังไง

๕) ตัวเอกในเรื่องนั้นหน้าตาน่าเกลียด แต่ใจพระ

๖) เครื่องซักผ้ายี่ห้อนี้ทันสมัย ราคาก็ไม่แพงนัก ฉันว่าน่าซื้อนะ

๗) กริยาท่าทางของหมีแพนดาน่ารัก เด็ก ๆ ชอบกันทุกคน

๘) บ้านตึกชั้นเดียวมีสวนดอกไม้เล็ก ๆ ด้วย ผมว่าน่าอยู่นะ

๙) ข้อเสนอของเขาน่าพิจารณาเหมือนกัน

๑๐) ไปเที่ยวคราวนี้น่าสนุกจริง ๆ

๖. 本课出现很多用“**ว่า**”的句子，请同学们归纳一下，哪些“**ว่า**”是动词，充任谓语；哪些是关联词，跟前面哪个动词有关，后面的词语说明什么。

ศัพท์และวลี

บรรดา	各……，所有的	ชุมนุม	聚会，聚集
คับแค้นใจ	忧愤	เปรียบ	比，比较
เปรียบเทียบ	比较	เกา	挠
เจี๊ยกครอก	（猴的尖叫声）	อาณัติ(-นัด)	信号
อาณัติสัญญาณ	信号	อารัมภบท(-พะ-บด)	开场白，序言
บรรพบุรุษ(บัน-พะ-บุ-หรุด)	祖先	ยกย่อง	推崇
ลิงแสม	食蟹猴	ลิงทโมน	大猴，老猴
พระราม	古典名著《拉玛坚》中的男主角	ถัด	挨着，接着
		ฮี๊ ๆ	马嘶声
กระโดกกระเดก	举止不端庄，不稳重	กะโหลก	（椰）壳，（脑）壳
พล่าม	话多，喋喋不休	พึง	应该
ขโมย	偷；贼，小偷	ครั้น	＝เมื่อ 一到……时候，每当……时候
ขู่	威吓，恫吓，威逼		
เกียรติศักดิ์(เกียด-ติ-สัก)	荣誉，声誉	อุ้ยอ้าย	（行动笨拙状）
		เจ็บใจ	痛心
ตุ๊ต๊ะ	（肥胖状）	ตอน	阉割
รำพัน	叨唠，絮叨	ชิง	争，抢
แสนรู้	机灵的，聪颖的	ซื่อสัตย์	忠诚
กตัญญู	知恩，孝顺	เรื้อน	麻风病
ขี้เรื้อน	麻风病人	เน่า	腐烂
คบค้า	结交，交往，交朋友	สมาคม	交际，交往，社交
รุม	围聚，聚集	ทำร้าย	伤害
เห่า	吠	เปรียว	（动物）不驯

ป่า	野的		顺；（人）泼
ทำมิดีมิร้าย	做坏事	เก็บตัว	深居简出，不
หาว่า	指责，责怪		与人交往
หวด	（一种陶制的、	เปิ่น	（傻里傻气状）
	底部有眼儿的	ไม่รู้สีสา	不懂事
	蒸食器皿）	ไก่นา	一种体形很小
ประสบการณ์	经验，经历，阅历		的野鸡；傻
ไก่อ่อน	（喻）幼稚	เชี่ยวชาญ	精通
ชู้	姘头	สาว	少女，姑娘
ชู้สาว	偷情	ไก่แก่ปลาช่อน	老奸巨猾的妇人
ฟ่อ	（蛇昂起头要咬人	เกลียด	讨厌，憎恶
	时发出的声音）	ชัง	憎恶，厌恶
จงเกลียดจงชัง	= เกลียดชัง	เล่ห์เหลี่ยม	计谋，伎俩
ชั่ว	坏	ชั่วร้าย	坏，卑劣
เต่า	龟	คลาน	爬行
คับใจ	= คับแค้นใจ	ระบาย	排泄；发泄
	忧愤	แยกย้าย	分手，各奔东西
คำอวยพร	贺词	ตะกร้า	篮子
ผลัดกัน(ผฺลัด)	轮着，轮流	พระ	佛；和尚
หมี	熊	หมีแพนดา	熊猫
ข้อเสนอ	提议，建议		

บทอ่านประกอบ

อนิจจาคุณพ่อ (๓)

ท่านขุน วันนี้หลานวิเป็นอะไรไป ทำท่าชอบกล ทำกระถางต้นไม้แตกหรือ

(หนูวิแอบเกาะหลังมารดาของเธออยู่ ไม่ตอบว่าอย่างไร ท่านขุนจึงพูดต่อ)

ท่านขุน (พูดกับใหญ่กับนายเพ็ญ) เออเฮอ....วันนี้มาถึงนี่เชียวหรือ....มีธุระอะไรหรือเปล่า.... พ่อเพ็ญ เป็นยังไงบ้าง

(ยังเงียบกันอยู่ ไม่มีใครกล้าพูด จนน้อยพูดขึ้นก่อน)

น้อย (เสียงไม่ปกติ) นี่....นี่คุณพ่อหรือคะ

ท่านขุน แปลกจริง ถ้าไม่ใช่พ่อจะใครล่ะ

(น้อยพูดแล้วก็เอื้อมมือไปจับตัวคุณพ่อเพื่อดูว่ามีเนื้อมีหนังหรือไม่)

ท่านขุน อย่ามาจี้กันน่ะ....เออ....วันนี้ทำไมเป็นบ้ากันหมด

น้อย คุณพ่อจริง ๆ นะแหละ....คุณพ่อไม่ตาย

เพ็ญ ก็เห็นอยู่โทนโท่....ตายที่ไหนกันล่ะ

ท่านขุน (พูดกับลูกสาวใหญ่) แม่ใหญ่ แม่ใหญ่ทิ้งพ่อเสียหลายปีแล้ว มาถึงแล้วก็ไม่พูดไม่จา เป็นอะไรไป

ใหญ่ ดิฉันตกใจค่ะ....เอ้อ....คุณพ่อสบายหรือคะ

ท่านขุน ว่ายังไงนะ....พูดดัง ๆ หน่อย หูของพ่อมันไม่ดี

ใหญ่ ดิฉันว่าคุณพ่อสบายดีหรือคะ

ท่านขุน สบาย....พ่อสบายดี ยังปวดหัวอยู่หน่อยเท่านั้นแหละ ข้าวปลามันก็ยังกินได้ พนันกันก็ได้ว่า พ่อจะไม่ใช่คนแรกที่ต้องตามหมอในบ้านนี้ ดำรินั่นแน่ะ ท่าทางขี้โรคมากกว่าพ่อเสียอีก

เพ็ญ ประหลาดแท้

(ยังยืนกันอยู่ทุกคน ท่านขุนเป็นคนแรกที่จะไปนั่ง)

ท่านขุน แม่น้อย นี่พ่อเอาเกือกคู่ใหม่ไปลืมไว้ที่ไหน

น้อย (แข็งใจพูด)อยู่บนโน้นกระมังคะ

ท่านขุน พ่อหาแล้วไม่เห็นมี

(ผู้ที่เดือดร้อนมากที่สุดคือนายดำริ พยายามถอดรองเท้าที่ตนใส่อยู่ออกแต่ยังไม่สำเร็จ คุณพ่อก็เห็นเข้า)

ท่านขุน อ้าว นั่นพ่อดำริเอาของพ่อไปใส่ไม่ใช่หรือ ตาพ่อไม่ค่อยจะดี อาจจะผิดไปก็ได้

น้อย ดิฉันวานให้คุณดำริใส่เองแหละค่ะ.... ให้หนังมันยืด คุณพ่อจะได้ใส่สบาย ๆ

	(น้อยเร่งให้นายดำริถอดรองเท้า แล้วรีบเอาไปให้ท่านขุน ท่านขุนสวมแล้วก็นั่งลงที่เก้าอี้ตัวยาว)
ใหญ่	แหม ยังงี้เอง เอาไปครอบครองเสียเสร็จสิ้นแล้ว
หนูวิ	(ดีใจวิ่งไปนั่งกับพื้นหน้าเก้าอี้ท่านขุน) หนูดีใจ๊ดีใจค่ะ ที่คุณตายังไม่ตาย
ท่านขุน	อะไรนะ อะไรตาย
น้อย	(รีบแก้ให้) หนูวิบอกว่าดีใจจะตายที่คุณพ่อหายปวดหัวค่ะ
ท่านขุน	เออ....หลานของตาคนนี้น่ารักจริง ๆ
น้อย	(พูดกับพี่สาว) หนูวิเป็นคนโปรดของคุณพ่อ
ใหญ่	(ตอบ) แต่คุณพ่อรักพ่อแดงของฉันที่หนึ่งเลย
น้อย	(ได้ที) ลองถามคุณพ่อดูซีคะว่าสัญญากับพ่อแดงเรื่องนาฬิกาหรือเปล่า
ใหญ่	(โกรธ) ฮึ มันไม่ถูกกาลเทศะ
ท่านขุน	เอ๊ะ.... นี่พ่อเพ็ญไว้ทุกข์.... อ้าว....แม่ใหญ่.... แม่น้อย.... พ่อดำริ ไว้ทุกข์กันหมด นี่ใครเจ็บใครตายกันฮึ
น้อย	คุณพ่อไม่รู้จักดอกค่ะ....เป็นญาติของคุณเพ็ญ
เพ็ญ	(เดือดร้อน) เอาละซี
ใหญ่	(ห้ามไม่ให้เอะอะ) จุ๊....จุ๊....
ท่านขุน	พ่อเพ็ญ ฉันเสียใจด้วย เป็นอะไรกับพ่อเพ็ญ
ใหญ่	เป็นป้าค่ะ } (พูดพร้อมกัน)
น้อย	เป็นลุงค่ะ }
ท่านขุน	ว่าอะไรนะ พูดพร้อมกันฟังไม่ถนัด
น้อย	เป็นป้าคุณเพ็ญค่ะ อยู่เมืองพัทลุง
ท่านขุน	ชื่ออะไรล่ะ
ใหญ่	(กระตุ้นสามี) พี่ตอบเองบ้างซี
เพ็ญ	เอ่อ....เอ่อ....ชื่อเอื้อนครับ....เรียกกันเล่น ๆ ว่า ป้าเอ่อ
ท่านขุน	นี่กำลังจะไปงานศพกันหรือ
เพ็ญ	ครับ } (พูดพร้อมกัน)
ใหญ่	เปล่าค่ะ }
น้อย	ไม่ไปดอกค่ะ

เพ็ญ (รีบแก้) เปล่าครับ เปล่าครับ ไม่ไปดอกครับ

(นายเพ็ญเอาผ้าเช็ดหน้ามาซับเหงื่อ มองตากันอยู่ครู่หนึ่ง แล้วท่านขุนก็ลุกขึ้นทันที เดินไปที่โต๊ะอาหาร พูดไปพลาง)

ท่านขุน เออ.... นี่ใคร ๆ ยังไม่กินข้าว.... คงรอพ่อกระมัง.... พ่อก็ชักหิวแล้วละ

น้อย เชิญซีคะ

(ท่านขุนไปนั่งลงที่โต๊ะอาหารที่หัวโต๊ะ หันหน้ามาทางหน้าเวที ดำริเข้าประตูด้านขวาไปยกเก้าอี้อีกสองตัว น้อยก็ตามเข้าไปเพื่อยกชามเกี๊ยวเป็ด)

ท่านขุน แม่ใหญ่มานั่งข้างพ่อทางนี้ ไม่ได้พบกันนานแล้ว (ชี้เก้าอี้ตัวขวามือ)

(ใหญ่ไปนั่งตามคำนั่ง ขณะนั้นดำริยกเก้าอี้เข้ามาสองตัว วางข้างเก้าอี้ที่ใหญ่นั่งตัวหนึ่ง ตรงกันข้ามอีกตัวหนึ่งพลางพูดเชิญนายเพ็ญ)

ดำริ คุณพี่ เชิญทางนี้สิครับ

(ขณะที่นายเพ็ญกำลังเดินมา ท่านขุนเห็นกระดาษคำกลอนที่นายเพ็ญทิ้งไว้บนโต๊ะ ก็หยิบขึ้นมาดู)

ท่านขุน นี่อะไร

เพ็ญ (ตกใจ) ขอผมเถอะครับ

ท่านขุน (อ่าน) อนิจจาคุณพ่อ.... เอ๊ะนี่ยังไง เขียนหวัด ๆ พ่ออ่านไม่ออก

เพ็ญ ขอผมเถอะครับ (เข้ามาแย่งเอาไปจากมือจนได้)

ท่านขุน อ้าว....เอาไปแล้ว....ของพ่อเพ็ญหรือ

ใหญ่ ค่ะ ของคุณเพ็ญค่ะ

ท่านขุน จดหมายหรืออะไร ทำไมว่า อนิจจาคุณพ่อ พ่อเพ็ญเคยแต่เขียนว่าเรียนคุณพ่อ หรือกราบเรียนคุณพ่อ

ใหญ่ ภาษาวิบัติค่ะ

ท่านขุน ว่ายังไงนะ

ใหญ่ ภาษาวิบัติค่ะ ภาษาสมัยใหม่ เดี๋ยวนี้เขาเขียนกันอย่างนั้น

(เมื่อพูดแค่นี้ น้อยยกชามใบใหญ่ปิดฝาเข้ามาตั้งที่กลางโต๊ะ ทุกคนจึงเปลี่ยนความสนใจไปอยู่ที่นั่น น้อยนั่งลงข้างซ้ายของท่านขุน นายเพ็ญค่อยรู้สึกโล่งใจ นั่งลงข้างน้อย ส่วนนายดำรินั้นก็เข้ามานั่งข้างขวาของใหญ่)

น้อย	(เรียกลูกสาว) หนูวิ มาซีลูก
	(หนูวิเดินมานั่งท้ายโต๊ะ หันหลังให้หน้าเวที การรับประทานอาหารก็เริ่มขึ้น ณ บัดนี้ น้อยเปิดฝาชามใหญ่ ไอร้อนลอยขึ้นเห็นได้ชัด)
ท่านขุน	(ร้องขึ้นด้วยความยินดี) เกี๊ยวเป็ดตุ๋น.... ถูกใจพ่อจริง ๆ
	(น้อยตักอาหารให้ท่านขุนและคนอื่น ๆ ตามลำดับ ท่านขุนเริ่มรับประทานอย่างเอร็ดอร่อยคนเดียวเท่านั้น)
เพ็ญ	เกี๊ยวเป็ดทำให้นึกถึงแม่....แม่อะไรนะ
ดำริ	(พูดค่อย ๆ) แม่กิมฮวย.... แต่อย่าพูดไป
	(ต่างคนต่างรับประทาน ไม่พูดไม่จากันครู่หนึ่ง)
ใหญ่	ดิฉันดีใจจริง คุณพ่อยังรับประทานได้ คงหายปวดศีรษะแล้วนะคะ
ท่านขุน	พ่อก็ไม่ได้เป็นอะไรมาก เอนหลังหน่อยเท่านั้น
น้อย	หลับไปหรือคะ
ท่านขุน	พ่อไม่ได้หลับ
	(น้อยตกใจ กำลังจะยกช้อนเข้าปาก ช้อนตกจากมือ ส่วนดำรินั้นกำลังรับประทานอยู่ สำลักเป็นการใหญ่)
ท่านขุน	พ่อจำอะไรไม่ค่อยจะได้ มึนหัว มันเลือน ๆ ลาง ๆ หลังแข็งแขนขากระดิกกระเดี้ยไม่ได้
เพ็ญ	แต่หูยังได้ยิน ตายังเห็นหรือครับ
ท่านขุน	หูตาไม่เป็นอะไร แต่นึกไม่ออกว่ามีอะไรบ้าง.... ขอพริกน้ำส้มพ่ออีกหน่อย
	(ลูกสาวใหญ่หยิบส่งให้)
น้อย	จะมีอะไรคะ คุณพ่อไม่สบายก็คิดไปเอง ที่จริงคุณพ่อหลับน่ะ
ท่านขุน	พ่อบอกว่าพ่อไม่ได้หลับ พ่อควรจะรู้นี่นา
ใหญ่	คุณพ่อเห็นแม่น้อยกับพ่อหริเข้าไปในห้องหรือเปล่าล่ะคะ
ท่านขุน	ว่าอะไรนะ
ใหญ่	ดิฉันว่า คุณพ่อเห็นแม่น้อยกับพ่อหริเข้าไปในห้องหรือเปล่า
ท่านขุน	เดี๋ยว.... พ่อนึกดูก่อน (เกาศีรษะ)
น้อย	คุณพ่ออย่านึกเลยค่ะ เดี๋ยวจะปวดศีรษะอีก

ดำริ (พยายามดึงความสนใจไปทางอื่น) เกี๊ยวเป็ดครับ รับประทานอีกหน่อยเถอะครับ.... ผมจะตักให้

ท่านขุน (คิดออก) จริง ๆ น่ะแหละ.... แม่น้อย.... พ่อดำริ.... มันเรื่องอะไรถึงไปยกตู้ลายทองของพ่อ (น้อยกับนายดำริหันหน้าหนีไม่ตอบ) ได้ยินไหม.... มันเรื่องอะไร มันเรื่องอะไรกัน

ใหญ่ ตู้ลายทองของคุณพ่อหรือคะ

ท่านขุน ก็ตู้ของพ่อน่ะซี พ่อซื้อมาเองนี่....

ใหญ่ (เหลียวหลังชี้ไปที่ตู้ลายทอง) ใบนี้ใช่ไหมคะ

ท่านขุน (เห็นเข้าแล้ว) ใช่ซี ใช่ นี่ทำไมมันจึงได้ลงมาอยู่ที่นี่

(ไม่มีผู้ใดตอบ น้อยและนายดำริก็ยังหันหน้าหนีอยู่ พอดี นาฬิกาที่บนหลังตู้ตีบอกเวลา ๑๙.๐๐ น. ใหญ่และนายเพ็ญเหลียวไปดู น้อยและนายดำริก็อดเหลียวไปดูไม่ได้ เมื่อใคร ๆ ดูกัน ท่านขุนก็เหลียวไปดูบ้าง)

ท่านขุน เอ๊ะ นั่นก็นาฬิกาของพ่อนี่นา ใครบอกหน่อยเถอะ นี่....บ้านนี้มันเกิดอะไรกันขึ้น....

เพ็ญ ปฏิวัติครับ....ปฏิวัติ

ท่านขุน ฮึ ปฏิวัติยังไง พ่อไม่เข้าใจ

ใหญ่ (ลุกขึ้นยืน เพื่อพูดให้มีน้ำหนักขึ้น) ดิฉันบอกคุณพ่อได้อย่างแน่นอนว่าอะไรมันเกิดขึ้น.... คอรัปชั่นค่ะ คอรัปชั่นค่ะ....

น้อย (ต่อว่า) พี่ใหญ่พูดอะไรก็ไม่รู้

ท่านขุน รับชั่นรับแช่นอะไร พ่อไม่รู้เรื่อง แม่ใหญ่พูดให้พ่อเข้าใจซี

ใหญ่ อ๋อ....ก็ไม่ยากอะไร.... ปล้นค่ะ ปล้น.... ปล้น.... ปล้น.... ปล้น(เสียงดังขึ้นตามลำดับ)

ดำริ (เดือดร้อนมาก) คุณพี่พูดอะไร

ใหญ่ พ่อหรินี่ก็ตัวดีเหมือนกัน ปล่อยให้แม่น้อยจูงจมูกทำอะไรได้ทุกอย่าง

น้อย (ทนนิ่งไม่ไหวแล้ว ลุกขึ้นแล้วพูดเสียงแข็งขึ้นมาบ้าง) พี่ใหญ่ พี่ใหญ่รู้หรือเปล่าว่าอยู่ในบ้านของใคร มาด่าได้ด่าเอา

ดำริ (ลุกขึ้นบ้าง) อย่าทะเลาะกันน่า

(บัดนี้หนูวิยกชามที่ใช้รับประทานเสร็จแล้วเข้าครัวไป ท่านขุนฟัง

บทที่ ๑๔ สัตว์สัมมนา

พี่น้องทะเลาะกันด้วยความประหลาดใจ)

เพ็ญ	(ลุกขึ้นเหมือนกัน) แม่ใหญ่มีสิทธิที่จะพูด เพราะว่ามันเป็นความจริง
น้อย	ถ้าอย่างนั้นก็ไปพูดข้างนอก อย่ามาพูดในบ้านดิฉัน
ท่านขุน	(ลุกขึ้นเป็นคนสุดท้าย ทุบโต๊ะดังปังใหญ่สองครั้ง) นี่มันอะไร.... พี่น้องทะเลาะกัน.... ไม่มีใครบอกให้พ่อเข้าใจ
ใหญ่	(ลดเสียงให้ค่อยลงและทำกริยาท่าทางอย่างมีชัย) อ๋อ ดิฉันจะบอกให้อย่างแจ่มแจ้ง ดิฉันจะยอมดูคุณพ่อถูกปล้นไม่ได้....
ท่านขุน	ใครปล้นพ่อ
ใหญ่	แม่น้อยกับคุณดำรินะซี.... ช่วยกันปล้นนาฬิกากับตู้ลายทอง (เสียงดังขึ้น) ย่องขึ้นไปขนเอากลางวันแสก ๆ เมื่อคุณพ่อตายแล้ว
น้อย	โธ่....พี่ใหญ่ ⎤ (พูดพร้อมกัน)
ดำริ	หยุดทีเถอะคุณพี่ ⎦
ใหญ่	ฉันไม่หยุด.... ปล้นใครไม่ปล้น มาปล้นคนตาย ปล้นผี
ท่านขุน	ใครตาย ใครเป็นผี
ใหญ่	ก็คุณพ่อน่ะซีคะ
ท่านขุน	อ๊ะ พ่อเป็นผีหรือ พ่อยังไม่ตายนี่นะ
ใหญ่	สองคนนี่นึกว่าคุณพ่อตายแล้วน่ะซีคะ
	(เงียบกันครู่ใหญ่ ท่านขุนมองดูลูกสาวและลูกเขยทีละคน แล้วมองดูหนูวิ คิดแล้วก็หัวเราะออกมา นั่งลงบนเก้าอี้รับแขกตัวยาวข้างหนูวิแล้วจึงพูด)
ท่านขุน	ฮะ ๆ ๆ ๆ นึกว่าพ่อตาย ไม่เคยขันอะไรเท่าวันนี้เลย.... มิน่าล่ะแต่งตัวไว้ทุกข์กันทุกคน นอกจากหลานวิของตา หลานคนดีของตา.... จดหมายของพ่อเพ็ญเมื่อกี้นี้.... "อนิจจาคุณพ่อ" เขียนหวัด ๆ พ่ออ่านไม่ออก.... คงจะเป็นอนิจจาวัฏสังขารากระมัง
น้อย	(วิ่งเข้าไปซบที่ตักท่านขุน) คุณพ่อ คุณพ่อยกโทษให้ลูกนะคะ (ร้องไห้สะอื้น)
ท่านขุน	ลูก ๆ แบ่งทรัพย์มรดกของพ่อกันเร็วดีจริงนะ
ใหญ่	(ค้าน) ดิฉันเปล่านะคะ แม่น้อยคนเดียวเท่านั้น

ท่านขุน	(พูดกับน้อย) พ่อสังเกตลูกมาตั้งแต่ยังเด็ก ๆ ลูกว่องไวหาตัวจับไม่ได้.... ลูกคงคิดว่าพินัยกรรมของพ่อมันไม่ยุติธรรม
	(ลูกสาวและลูกเขยของท่านขุนต่างตกใจ เพราะไม่คาดว่า มีพินัยกรรม น้อยก็เงยหน้าขึ้น)
เพ็ญ	พินัยกรรม
ใหญ่	คุณพ่อมีพินัยกรรม (พูดเกือบจะพร้อมกัน)
ดำริ	มีพินัยกรรมด้วยหรือครับ
น้อย	คุณพ่อ........
ท่านขุน	มีซี พ่อมีพินัยกรรม
น้อย	คุณพ่อให้ใครเก็บไว้ล่ะคะ
ท่านขุน	ว่ายังไงนะ
น้อย	พินัยกรรมค่ะ คุณพ่อเก็บไว้ที่ไหน
ท่านขุน	อยู่ในตู้ลายทองนั่น (ชี้ไปที่ตู้)
ใหญ่	คุณพ่อเขียนไว้ยังไงบ้างคะ
	(ท่านขุนลุกขึ้นเดินไปที่ตู้ลายทองช้า ๆ น้อยก็ลุกขึ้นด้วย)
ใหญ่	คุณพ่ออ่านให้ลูก ๆ ฟังซีคะ
ท่านขุน	(หยุดตรึกตรอง แล้วหันหน้ากลับมาพูด) ไม่มีประโยชน์อะไรดอกลูก.... พ่อจะฉีกมันทิ้งเสีย แล้วเขียนใหม่
น้อย	โธ่....คุณพ่อ.... คุณพ่อยังไม่ยกโทษให้ลูกหรือคะ
	(น้อยเข้าไปคุกเข่าเกาะแขนท่านขุน แต่ท่านขุนเอามือปัดแล้วเดินหนี ไปเสีย น้อยเลยนั่งพับเพียบลง)
ใหญ่	(นึกว่ามีชัยแล้ว) สม....สมน้ำหน้า
เพ็ญ	(เตือนภริยา) นี่เธอ เบา ๆ หน่อยเถอะ
ใหญ่	(พูดถึงน้องสาว) มันก็เรื่องที่ตัวทำกรรมไว้.... โทษใครไม่ได้ ต้องโทษ ตัวเองจึงจะถูก
	(นายดำริพยายามปลอบภริยาของตนและพยุงให้ลุกยืนขึ้น)
ดำริ	ลุกขึ้นเถอะน้อง
น้อย	(ลุกขึ้น) ถ้าไม่เกรงใจคุณพ่อละฉันจะไล่ตะเพิดออกไปนอกบ้านเดี๋ยวนี้

240

แหละ เป็นพี่น้องกันแท้ ๆ ด่าได้ด่าเอา

ดำริ (ตั้งใจให้ภริยาได้ยินคนเดียว) ก็ทำไมจึงไม่ว่าตอบไปบ้างล่ะ

น้อย (นึกไม่ออก) ว่าเรื่องอะไรล่ะ

ดำริ (กระซิบ) เรื่องนาฬิกาเรือนทองยังไงล่ะ

น้อย (ตาสว่างขึ้นมาทันที) จริงซี คุณพ่อคะ (พูดและเหลียวไปดูพี่สาว) คุณพ่อเขียนพินัยกรรมยกนาฬิกาเรือนทองให้พ่อแดงคนโปรดของคุณพ่อหรือเปล่าคะ

(น้อยได้ทีทำท่าเยาะเย้ยพี่สาว พี่สาวของเธอหลบสายตา เห็นได้ว่าไม่สบายใจอย่างเด่นชัด)

น้อย ยังไงคะ คุณพ่อ

ท่านขุน อะไรกัน อะไรกัน

น้อย ในพินัยกรรมน่ะค่ะ คุณพ่อยกนาฬิกาเรือนทองให้แก่ใคร

(ท่านขุนไม่ได้ตอบตรง ๆ แต่กริยาอาการของใหญ่ ซึ่งสงบลง แสดงอย่างแจ่มแจ้งว่าเธอไม่ได้พูดความจริง)

ท่านขุน (เสียงดัง) พ่อบอกแล้วว่าพ่อจะฉีกพินัยกรรมนั้นทิ้งเสีย แล้วเขียนใหม่ (คิดแล้วพูดค่อยลง) พ่อยกโทษให้ลูกได้เสมอ

ใหญ่ (เข้ามาหาจากทางซ้าย) คุณพ่อ.... } (พูดพร้อมกัน)

น้อย (เข้ามาหาจากทางขวา) คุณพ่อ....

ท่านขุน พ่อจะบอกให้ว่าพ่อคิดจะทำยังไง ตั้งแต่แม่ของลูกตายลง พ่อก็มาอยู่กับแม่ใหญ่บ้าง แม่น้อยบ้าง.... ฮะ ๆ ....พ่อจะทำพินัยกรรมใหม่ ยกทรัพย์สมบัติของพ่อทั้งหมดให้แก่คนที่พ่ออยู่ด้วยเมื่อพ่อตายลงไป

(นายเพ็ญกับนายดำริจ้องดูตากัน ส่วนลูกสาวทั้งสองของท่านขุนหันกลับ เพราะไม่คาดฝันว่าจะได้ยินอย่างนี้ และคิดไม่ทัน)

เพ็ญ อ๊ะ....มันออกจะคล้ายแทงล็อตเตอรี่หน่อยนะครับ

ดำริ แล้วคุณพ่อตกลงจะอยู่บ้านไหนล่ะครับ

ใหญ่ (กล้าขึ้นแล้ว) คุณพ่อคะ.... ดิฉันไม่ได้รับใช้คุณพ่อนานแล้วค่ะ.... ไปอยู่บ้านโน้นกับดิฉันนะคะ.... จะจัดห้องให้คุณพ่ออยู่อย่างสบายทีเดียว

น้อย อ๊ะ.... ได้หรือ พี่ใหญ่ คราวก่อนคุณพ่ออยู่กับพี่ใหญ่ตั้งห้าปี อย่างน้อยคุณพ่อก็ต้องอยู่ที่นี่ให้ครบห้าปีก่อนซี....นะคะ คุณพ่อ

ใหญ่ หลังจากเหตุการณ์วันนี้แล้ว คุณพ่อจะอยู่บ้านนี้ต่อไปอย่างไรได้.... ไม่คิดดูบ้างนี่

ท่านขุน แม่ใหญ่อยากให้พ่อกลับไปจริง ๆ หรือ

ใหญ่ จริงค่ะ.... คุณพ่อต้องการอะไร ดิฉันจะจัดให้ทุกอย่าง

น้อย ดิฉันก็จะจัดให้ทุกอย่าง.... อยากรับประทานอะไรก็จะทำให้ หาให้(กำลังเห็นชามเกี๊ยวเป็ดที่โต๊ะอาหาร จึงชี้ไปที่นั่น) อย่างเกี๊ยวเป็ดอย่างนี้เป็นต้น

ท่านขุน แม่น้อยรู้ใจพ่อ เกี๊ยวเป็ดพ่อชอบ

ใหญ่ เกี๊ยวเป็ดที่บ้านโน้นก็มีค่ะ (อ้อนวอน) คุณพ่อไปนะคะ ไม่ได้รับใช้คุณพ่อหลายปีแล้ว ขออย่างเดียวเท่านั้นแหละค่ะ

ท่านขุน ว่ายังไงนะ

ใหญ่ ดิฉันขอให้คุณพ่อไปอยู่ด้วยค่ะ

ท่านขุน แม่น้อยจะว่าอย่างไรล่ะ

น้อย (เสียงแข็งขึ้นมา) ดิฉันว่าพี่ใหญ่เปลี่ยนใจเร็วอย่างน่าประหลาด คุณพ่อทราบไหมคะว่าเมื่อครั้งนั้นเราทะเลาะกันเรื่องอะไร

ใหญ่ (เดือดร้อน) แม่น้อย อย่าพูดนะ

น้อย อย่ามาปิดปากเสียให้ยาก ถ้าคุณพ่อไม่อยู่ที่นี่ ฉันก็ไม่ยอมให้กลับไปอยู่บ้านพี่ใหญ่ คอยดูสิ เอ้อ....คุณพ่อคะ....เราทะเลาะกันก็เพราะพี่ใหญ่บอกว่าทนคุณพ่อไม่ไหวอีกต่อไปแล้ว ว่าจะเป็นบ้าตาย ดิฉันเลยต้องรับมาอยู่ที่นี่

(นิ่งเงียบกันครู่หนึ่ง ใหญ่ก็พูดไม่ออก)

ท่านขุน พ่อรู้สึกว่า พ่อเป็นคนที่เคราะห์ร้าย มีลูกอยู่สองคน จะพึ่งใครจริง ๆ ก็ไม่ได้ เพราะไม่มีใครรักพ่อเลย

น้อย (ลงกราบ) ดิฉันกราบขอประทานโทษค่ะ ดิฉันเสียใจจริง ๆ แต่ดิฉันรักคุณพ่อค่ะ ขอให้ดิฉันแก้ตัวต่อไปเถอะค่ะ

ใหญ่ (ลงกราบเหมือนกัน) ดิฉันก็ต้องขอประทานโทษคุณพ่อด้วยค่ะ ดิฉันคิดถึงคุณพ่อ รักคุณพ่อ คุณพ่อเป็นผู้มีพระคุณ

ท่านขุน ลุกขึ้นเถอะลูก....ทั้งสองคน.... พ่อก็รักลูก แต่รู้สึกว่าลูกน่ะซี....ไม่ได้รักพ่อเลย

ใหญ่	ไม่จริงค่ะ	(พูดพร้อมกันแล้วก็ลุกขึ้น)
น้อย	ไม่จริงค่ะ	
ท่านขุน	เมื่อลูกทั้งสองคนไม่รักพ่อ พ่อก็ต้องกระเสือกกระสนไปหาคนที่เขารักพ่อ	
เพ็ญ	คุณพ่ออายุมากแล้ว จะไปอย่างไรได้ ต้องอยู่กับลูกคนใดคนหนึ่ง	
ท่านขุน	อ๊ะ พ่อเพ็ญ ฉันยังแข็งแรงอยู่นะ	
ดำริ	แล้วคุณพ่อจะทำอย่างไรครับ	
ท่านขุน	ฉันจะบอกให้ว่าจะทำอย่างไร พรุ่งนี้ฉันจะทำงานสามอย่าง ไปที่สำนัก-งานสามแห่ง แห่งที่หนึ่งคือสำนักงานทนายความ ถนนเจริญกรุง (หันไปพูดกับลูกสาวทั้งสอง) วานให้เขาช่วยพ่อเขียนพินัยกรรมเสียใหม่ แห่งที่สองไปที่บริษัทประกันชีวิตเสียค่าธรรมเนียม พ่อจะไปตั้งแต่เมื่อกลางวันแล้ววันนี้ แต่พอไปถึงปากซอยก็นึกได้ว่าเป็นวันอาทิตย์ (นิ่งครู่หนึ่ง)	
เพ็ญ	แล้วก็เลยแวะเข้าไปที่ร้านเกี๊ยวเป็ด	
ใหญ่	(ดุสามี) ไม่ใช่เวลาที่จะพูดเล่น	
ดำริ	(พูดกับท่านขุน) แล้วอย่างที่สามละครับ	
ท่านขุน	อย่างที่สาม....ก็ไปที่อำเภอ (นิ่ง)	
น้อย	ไปที่อำเภอทำไมกันคะ	
ท่านขุน	ไปจดทะเบียนแต่งงาน	
ใหญ่	อะไรนะคะ	
น้อย	อะไรคุณพ่อจะแต่งงาน	(พูดพร้อมกัน)
ดำริ	เอ๊ะ....แต่งงาน	
เพ็ญ	สติเป็นอะไรไปเสียแล้ว	
ท่านขุน	สติยังดีอยู่ พ่อเพ็ญ ฉันว่าจะไปจดทะเบียนแต่งงาน	
ใหญ่	จริงหรือคะ	(พูดพร้อมกัน)
น้อย	แต่งกับใครคะ	
ท่านขุน	เมื่อแม่ของลูกตายแล้ว พ่อก็รู้สึกว้าเหว่อยู่บ้าง แต่เมื่อสักสองปีมานี่เคราะห์ดีพ่อได้ไปรู้จักกับผู้หญิงคนหนึ่ง เราถูกนิสัยกัน และพูดตกลงเข้าใจกันแล้วด้วย พ่อมีความประสงค์ที่จะแต่งเมื่อใด เขาก็จะแต่งด้วย ไม่มีปัญหาอะไร พ่อเชื่อว่าเขาจะดูแลทุกข์สุขของพ่อได้ดีทีเดียว	

น้อย	ชื่ออะไรคะ คุณพ่อ
ท่านขุน	ชื่อแม่กิมฮวย
น้อย	แม่กินฮวย } (พูดพร้อมกัน)
ใหญ่	ตายจริง }
ดำริ	โอ้โฮ....
เพ็ญ	แม่กิมฮวยที่ร้านเกี๊ยวเป็ดหรือครับ
ท่านขุน	เอ๊อะ....พ่อเพ็ญรู้จักด้วยหรือ
เพ็ญ	เปล่าครับ....เปล่า....ดำริเขาบอก....
ท่านขุน	อ้อ....พ่อดำริก็ดีจริง ๆ ช่วยยกตู้ใบนั้นลงมาให้จะได้ขนเอาไปง่าย ๆ
ใหญ่	ที่คุณพ่อพูดมาทั้งหมดนี่น่ะ จริง ๆ หรือคะ
ท่านขุน	จริงซี พรุ่งนี้แหละ กินข้าวเช้าแล้วก็จะไป
น้อย	พรุ่งนี้คุณพ่ออยากรับประทานอะไรคะ
ท่านขุน	อะไรก็ได้ นอกจากเกี๊ยวเป็ด เพราะพ่อจะได้กินเกี๊ยวเป็ดที่โน่นอยู่แล้ว
เพ็ญ	(พูดกับท่านขุน) ผมอยากจะพูดอะไรสักหน่อย ผมขออนุญาตด้วยนะครับ
ท่านขุน	อะไรนะ
เพ็ญ	ผมพูดว่าผมขออนุญาตพูดอะไรสักอย่าง
ท่านขุน	พ่อเพ็ญจะพูดอะไร เรื่องอะไร
เพ็ญ	ก็เรื่องคุณพ่อนั่นแหละครับ
ท่านขุน	จะพูดอะไรก็พูดไปซี ฉันคอยฟังอยู่แล้ว พูดดัง ๆ นะ หูมันไม่ค่อยดี
เพ็ญ	ผมอยากจะพูดว่า "อนิจจาคุณพ่อ"

(ปิดม่าน)

(จบบริบูรณ์)

词汇表

ก

กตัญญู	知恩，孝顺	14
ก้น	底	6
ก้มหน้า	低头	13
กรรม	宾语	1
กรอก	灌；填	2
กระจิตกระใจ	心思	10
กระฉับกระเฉง	敏捷，精神抖擞	11
กระชับ	紧凑，紧密	8
กระดาก	羞涩，难为情	13
กระดาน	板	13
กระดานชนวน	石板	13
กระโดกกระเดก	举止不端庄，不稳重	14
กระต่าย	兔子	4
กระเถิบ	挪动一下	8
กระเทียม	蒜	13
กระบาล	头，头颅	5
กระผม	我	8
กระผีก	一丁点儿	12
กระวนกระวาย	不安，焦虑	13
กระสอบ	麻袋	8
กระเส่า	微弱而颤抖的声音	13
กระหยิ่ม	沾沾自喜，得意洋洋	12
กระเหม็ดกระแหม่	俭省	7
กราบ	跪	11
กริยา	动词，谓语	1
กรุง	京城	5
กรุ๊ป	组	6
กรู	蜂拥	13
กล	=เหมือน เช่น	12
กล้วย ๆ	=ง่าย ๆ 容易	9
กล้วยไม้	兰花	13
กล่อง	盒子	7
กล้า	（阳光）强烈，（风）强劲；敢	4
กล้าหาญ	勇敢	4
กลืน	吞	5
กลุ่ม	组，群	6
กวนใจ	扰乱，烦扰	1
....กว่าเพื่อน	最……，比其他的都……	13
กวาง	鹿	4
ก่อเรื่อง	闹事，制造事端	9
กะ	=กับ	6
กะทันหัน	突如其来	11
กะโหลก	（椰）壳，（脑）壳	14
กัด	咬	1
กัน	我（在熟识的朋友前自称）	6

กันเอง	自己人，不见外	4
กา	壶	5
การเกษตร	农业	3
การค้า	贸易	11
กาล	=เวลา	7
ก้าว	跨，迈	13
กำชับ	嘱咐	10
กำพร้า	失去父母的	6
กำลังใจ	精神力量	11
กิจการ	事业，事务	3
กิริยา	举止，动作	13
กิริยาท่าทาง	举止，姿态，动作	13
กีดขวาง	阻挡	12
กู	我（俗称）	5
กู้	借，贷	10
เก็บตัว	深居简出，不与人交往	14
เกรงว่า	怕，担心	10
เกลา	润色	11
เกลียด	讨厌，憎恶	14
เกษตร(กะ-เสด)	农（业）	3
เกา	挠	14
เกิด	发生；出生	1
เกียรติ	荣誉	3
เกียรติศักดิ์(เกียด-ติ-สัก)	荣誉，声誉	14
แก	你	8
แก	你（用于长辈对晚辈、熟识的朋友间或用于不礼貌时）	1
แก้ไข	解决	5
แก้ว	玻璃杯；杯（量词）	12
แก้วแหวนเงิน-ทอง	金银财宝	2
แกะ	（绵）羊	4
แกะ	刻；剥下	13
โก้เก๋	漂亮，华丽	7
โกง	骗取财物	10
โกหก	撒谎	8
ไก่แก่ปลาช่อน	老奸巨猾的妇人	14
ไก่นา	一种体形很小的野鸡；傻	14
ไก่อ่อน	（喻）幼稚	14
ไกลแสนไกล	遥远	10

ข

ขณะ....	……时候	4
ขน	毛	10
ขนาด	规格，型号；程度	7
ขนาน	剂（药）	10
ขโมย	偷；贼，小偷	14
ขยะ	垃圾	8
ขยะมูลฝอย	垃圾	12
ขยันหมั่นเพียร	勤奋	2
ขยาย	扩大，扩展（课文中是“解释一下”的意思）	2
ขย้ำ	吞噬	8
ขอ	要，要求，讨	5

ขอร้อง	请求	5
ขอรับ	=ครับ（晚辈对长辈用）	10
ข้อบกพร่อง	缺点	1
ข้อมูล	资料	8
ข้อยกเว้น	例外	7
ข้อเสนอ	提议，建议	14
ของขวัญ	礼物	2
ขัด	违背，违抗	4
ขัดข้อง	不便，有困难；反对	11
ขัดใจ	违背……意愿	5
ขัดสน	拮据	7
ข้า	我（长辈对晚辈用）	6
ข้าศึก	敌人	10
ขาดใจ	断气，咽气	9
ขาน	应声	1
ขานรับ	应答	13
ข้าพเจ้า	我	8
ขายหน้า	丢脸	10
ข้าวสาลี	麦子	3
ข้าวเหนียว	糯米	3
ขำขัน	可笑	1
ขี้เกียจ	懒	2
ขี้เรื้อน	麻风病人	14
ขี้ลืม	健忘；忘性大的人	4
ขี้เล่น	爱开玩笑；爱开玩笑的人	5
ขี้หลงขี้ลืม	=ขี้ลืม	4
ขี้เหนียว	吝啬	7
ขีด	界限，限度；划；笔划	8
ขืน....	硬要……	10
ขุด	挖，掘	3
ขุ่นมัว	不快，怏怏不乐	13
ขู่	威吓，恫吓，威逼	14
เขต	区	10
เข้มแข็ง	坚强	9
เข้มงวด	严格	10
แขก	客人	5
แข้ง	小腿	4
แขนเสื้อ	衣袖	10
ไข	开（锁）	7
ไข้จับสั่น	疟疾	11

ค

คด	弯曲；奸诈	6
คดโกง	狡诈	10
คดโกง	诈骗，贪污	13
คติ	格言	7
คนละซีกโลก	天各一方	12
คบ	结交	6
คบค้า	结交，交往，交朋友	14
ครบ	齐，全	5
ครั่งเนื้อครั่นตัว	忽冷忽热，打寒战	11
ครั้งแล้วครั้งเล่า	一次又一次	12
ครั้น	=เมื่อ 一到……时候，每当……时候	14
คราวนี้	这次	1

คลอง	河，运河	11
คลาน	爬行	14
ควบม้า	策马飞奔	8
คว้า	一把抓走	9
ความ	事情，事实	4
ความคิด	思想	13
ความจริง	事实，事实上	10
ความชำนาญ	经验	12
ความสงบ	安定，安静	10
ความสำเร็จ	成功	5
ความเห็น	意见，看法	4
คอ	颈	1
คอแห้ง	嗓子发干，口渴	4
คอย	等待，等候	6
ค่อย ๆ	慢慢的……，徐徐的……	5
คะยั้นคะยอ	央求	6
คัดค้าน	反对	4
คับใจ	=คับแค้นใจ 忧愤	14
คับแค้นใจ	忧愤	14
ค่าไถ่	赎金	9
ค่าผ่านประตู	门票钱	12
คำ	个；句；口（量词）	6
คำโคลง	诗词	12
คำเตือน	格言，告诫	2
คำนับ	敬礼	13
คำนึง	考虑，想	12
คำมั่นสัญญา	诺言	12
คำอวยพร	贺词	14
คืบหน้า	进展，发展	10

คุณ	恩德	9
คุณภาพ(คุน-นะ-)	质量	11
คุ้ม	划算	5
คุยโว	吹牛，说大话	12
เครื่องใช้ไม้สอย	各种用具	6
เครื่องยนต์	发动机	12
เคาะ	敲	1
โคน	树干，树根部	4
โครมคราม	哐啷（象声词）	7

ง

งัน	发呆，呆住了	13
งาน	事业	3
งานมงคล	喜事，喜庆	5
งู	蛇	12
เงยหน้า	抬头，仰脸	7
เงา	影子	8
เงินทอง	金钱	7
เงียบ	静，不出声	14
เงียบ ๆ	不声不响地，静静地	12
โง่	苯，愚蠢	4
โง่เขลา	=โง่	4
โง่เขลาเบาปัญญา	=โง่เขลา	4

จ

จง....	表示祝愿或命令等句子中用的副词	5
จงเกลียดจงชัง	=เกลียดชัง	14

จริงใจ	真实意心	2
จริงดังว่า	确如所说	10
จ้อก ๆ	流水声	5
จอด	停放	13
จอมแก่น	调皮鬼，顽皮王	13
จ้อย	小	12
จัดแจง....	准备……	5
จันทบุรี	尖竹汶（府）	3
จับมือ	握手	7
จารึก	铭刻	7
จำทางได้	认得路	6
จุ๊ดจู๋	（形容极短的样子）	1
เจตนา(เจด-ตะ-)	故意，存心	9
เจ็บใจ	痛心	14
เจริญ	繁荣，兴旺	11
เจริญก้าวหน้า	进步，步步高升，先进，发达	11
เจ้า	你（长辈对晚辈）	2
เจ้าของ	主人	10
เจาะ	钻	6
เจี๊ยกครอก	猴的尖叫声	14
เจี๊ยวจ๊าว	叽叽喳喳	8
แจ้ง	报告，通报	4
แจ่มใส	光明	12
โจทย์	数学题	13
โจทย์เลข	算术题，数学题	13
โจร	强盗	9
ใจกว้าง	慷慨，大方；心胸宽阔	10
ใจคด	心肠坏，心术不正	6
ใจดำ	心黑	10

ฉ

ฉงนใจ	疑惑	6
ฉวยโอกาส	乘机	10
ฉาดฉาน	（口齿）清楚	13
ฉุกคิดขึ้น	猛然想起	10
เฉย	冷冷的，无动于衷的	5
โฉมหน้า	面貌	2

ช

ชน	撞	4
ชนบท(ชน-นะ-)	农村	2
ชนวน	板石，板岩	13
ชเล	海水	12
ช้อน	匙，勺	2
ชะงัก	突然中止，突然停顿	9
ชะเง้อ	伸着（脖子）	6
ชะโงก	探（头）	7
ชักจะ	有点……	1
ชักชวน	邀请	10
ชัง	憎恶，厌恶	14
ชัดแจ้ง	清楚	6
ชั้นต้น	初步	12
ชัยนาท	猜纳（府）	3
ชั่ว	坏	14
ชั่วร้าย	坏，卑劣	14

ช้าก่อน	慢着，且慢	9
ช้านาน	长久	1
ช่าง	工匠，技师；擅长	1
ช่าง....	真……	10
ช่างเครื่อง	技工	12
ช่างเทคนิค	技术员	11
ช่างไฟฟ้า	电工	1
ช่างสลักหิน	石匠	2
ช้าง	象	2
ชายชรา	老头儿	9
ชายทะเล	海边	3
ชาวประมง	渔民	7
ชาวไร่	农民	7
ชาวสวน	园农	7
ชิน	习惯，适应	11
ชิ้น	块，片（量词）	6
ชี้	指	7
ชื่นชม	欣赏，赞赏	11
ชื่อเสียง	声望，名气	7
ชุมนุม	聚会，聚集	14
ชู้	姘头	14
ชู้สาว	偷情的	14
เช่นกัน	同样	12
เช่า	租	9
เชียร์	助威，为……加油	1
เชี่ยวชาญ	精通	14
เชื่อ	相信	2
เชื่อมั่น	坚信	7
เชือก	绳	8
โชว์	陈列，展览	8

ซ

ซ่อน	藏匿	8
ซอย	巷	1
ซับซ้อน	复杂	12
ซาก	残骸，废墟	13
ซากปรักหักพัง	断垣残壁	13
ซาบซึ้ง	受感动，感受深刻	7
ซีกโลก	地球的一边	12
ซื่อสัตย์	忠诚	14

ญ

ญาติพี่น้อง	亲戚	11

ฐ

ฐานะ	地位，身份	12

ณ

ณ	在，于	11

ด

ด.ช.	= เด็กชาย	1
ดวงตา	眼珠，眼球	13
ด้วย....	以……，用……	2
ด้วย....	由于	11
ดอกเห็ดหน้าฝน	雨后春笋	11

词汇表

ด้อย	差，逊色	11
ดัง	如	3
ดังได้กล่าวมาแล้ว	如上所述	3
ด่า	骂	6
ดาว	星	11
ดินสอหิน	石笔	13
ดีด	弹（琴）	12
ดีดสีตีเป่า	（泛指）吹拉弹敲	12
ดีบุก	锡	3
ดึกดำบรรพ์	远古，原始	6
ดุ	凶	1
ดูแล	照料，看护，看管	10
เด็ด	摘，采摘	6
เด็ดขาด	坚决，绝对	2
เดินทางโดยสวัสดิภาพ	一路平安	5
เดินทัพ	行军	13
เดินทัพทางไกล	长途行军，长征	13

ต

ตก	落	10
ตกใจ	吓了一跳	2
ตกรถ	误车；从车上掉下来	2
ตน	自己	4
ต้นตาล	棕榈树，糖棕	4
ตบ	拍，打	9
ตบตี	打，殴打	9
ตรง	直	13
ตรง	（意见）一致，相同	12
ตรงไปตรงมา	直率	4
ตรงเวลา	准时	1
ตรอก	小巷	8
ตระหนัก	意识到，注意到；（心里）清楚，明白	7
ตรา	商标，印章	11
ตราด	哒叻（府）	3
ตริตรอง	思索	4
ตรึกตรอง	= ตริตรอง 思考	13
ตลก	滑稽	10
ตลอดจน	以至，乃至	13
ตวาด	吼	9
ต่อ	制造（家具、船舶之类东西）	2
ต่อไป	继续，接着	2
ต้อง....แน่	必定，肯定	1
ตอน	阉割	14
ต้อน	驱，赶（牲口）	8
ต้อนรับ	欢迎，接待	2
ต้อนรับด้วยความยินดี	热烈欢迎	2
ตอบแทน	报答	6
ตะกร้า	篮子	14
ตะเกียบ	筷子	2
ตะเพิด	大声驱赶	6
(ก่อ)ตั้ง	成立，建立	7
ตั้งอกตั้งใจ	专心致志	4

ตั้งใจ	专心	2
ตัด	切	6
ตัด(ถนน)	筑（路）	2
ตัดบท	打断……话	5
ตัดสิน	裁判	9
ตัน	吨	3
ตาเฒ่า	老头儿，老汉	2
ต่างหาก	（不是……）而是……	8
ตาม	跟随，赶	8
ตามเคย	照样，仍旧	8
ตามใจ	随便（愿意怎么做就怎么做），依顺，放任	8
ตามธรรมดา	一般（说来）	8
ตามลำพัง	独自	8
ตามสบาย	随便（怎么方便就怎么做）	8
ตามอำเภอใจ	随心所欲	8
ตำบล	区，镇，乡	11
ตำรวจ(ตำ-หรวด)	警察	4
ติ	挑剔，责备	9
ติ๊ก	打勾，标记号	2
ติด	上瘾；入迷	13
ติดขัด	发生故障	12
ติดต่อ	联系；连续	1
ติดตาม	跟随，尾随，追踪	8
ตี	打	2
ตีหน้า	脸上装出……样子	10
ตึกรามบ้านช่อง	房屋，宅舍	11
ตื่น	惊，受惊	4
ตื่นตูม	大惊小怪，虚惊	4
ตื่นเต้น	兴奋，激动；紧张	12
ตุ๊ต๊ะ	肥胖状	14
ตูม	重物落地声	4
เต็มกำลัง	全力	4
เต็มปาก	理直气壮，不含糊	13
(งาน)เต็มมือ	（工作）忙	5
เต็มเอี๊ยด	满满的，鼓鼓的	5
เตรียมใจ	做好心理准备	10
เตาไฟฟ้า	电炉	1
เต่า	龟	14
แต่กระนั้น	=แต่ถึงกระนั้น尽管如此	13
แตกต่าง	区别	7
....แต่วัน	早，早一点儿（下午、晚上用）	8
แตงกวา	黄瓜	13
แตะต้อง	触摸，轻碰	8
ไต้	火绳	13

ถ

ถนนหนทาง	道路	11
ถลก	挽，卷	10
ถล่ม	塌落	4
ถ้วยชาม	碗、碟、杯子等器皿	6
ถัด	挨着，接着	14
ถ่านหิน	煤炭	3
ถ่ายเลือด	输血	6
ถ้ำ	山洞	6

ถี่ถ้วน	周密	6
ถึง	=จึง	1
ถึง....ก็....	即使（尽管）……也……	2
ถึงกระนั้น	即使如此	10
ถึงแม้(ว่า)	尽管	10
ถือ	信奉	7
ถือ....เป็น....	以……为……；把……看作……	6
ถือมั่น	坚定的信奉	7
ถือสา	计较	7
ถุง	袋子	10
ถุงมือ	手套	8
ถูก	被	13
ถูกต้ม	受骗	10
แถม	而且还；加上	5

ท

ทดลอง	试验	12
ทรมาน(ทอ-ระ-)	受罪，受折磨	9
ทรัพย์	财产	9
ทรัพยากร(ซับ-พะ-)	资源	3
ท่วงทำนอง	作风	11
ท้วง	提出异议	10
ทวน	重复	7
ท้อถอย	气馁；退缩	7
ท้อแท้ใจ	灰心，丧失信心	9
ทองคำ	金子	2
ท่อน	段，截儿	6
ทะนง	骄傲，自恃，自负	12
ทะเลสาบ	湖	13
ทะเลาะ	吵架	10
ทั้ง ๆ ที่	尽管	4
ทั้งนั้น	都，全都	2
ทั้งสิ้น	一切，都	2
ทั้งหลาย	全体，……们	4
ทันสมัย	时髦，现代化	1
ทับ	压，叠	8
ทัศนียภาพ(ทัด-สะ-นี-ยะ-)	风景，景致	10
ท่าเดียว	一味地	12
ท่าทาง	样子，姿态	11
ทาง	办法，方法	5
ทางแยก	岔路	8
ท่านทั้งหลาย	诸位，各位	4
ทาย	猜	2
ท้าย	后面的，末尾的	6
ทำท่าทำทาง	=ทำท่า 装样子	10
ทำโทษ	处分，处罚	13
ทำนองนี้	如此这般的，……这类的	2
ทำเป็น	装作	6
ทำมิดีมิร้าย	做坏事	14
ทำร้าย	伤害	14
ทิพย์	神的	10
ที	次，……时	1
ทีไร	每次，每每	2
ที่แท้	=ที่จริง 其实	10

253

ที่พึ่ง	靠山	7
....ที่รัก	亲爱的……	11
ที่ไหนได้	没料到；哪里的话	10
ทุกขเวทนา(ทุก-ขะ-เว-ทะ-นา)	= ทุกข์	4
....ทุกที	逐渐，越来越……	1
ทุกสิ่งทุกอย่าง	一切	13
ทุจริต(ทุด-จะ-หริด)	贪污，徇私舞弊	13
เทคนิค	技术	11
เทอมหน้า	下学期	4
เท่ากับ....	等于	10
เท่าเทียม	相等，同等	12
เที่ยว....	到处，随处	8
แท้	真的	10
แท่ง	条，块（金条的量词）	2
ไทยรัฐ	泰叻（报）	3

ธ

ธิเบต	西藏	13

น

นคร	大城市，都市	11
นครสวรรค์	北榄坡（府）	3
นรก	地狱	4
นักปราชญ์	哲人，博学者	12
นักร้อง	歌唱家	7
นับ....	数以……计	13
นัยน์ตา	眼珠	2
น่า....	应该……	2
น่ารัก	可爱	8
นานมาแล้ว	从前，很久以前	4
นานัปการ(นา-นับ- ปะ-กาน)	种种，各种各样的	13
นาง	女士	1
นางสาว	姑娘	1
นาย	先生	1
นายพราน	猎人	8
นาฬิกาปลุก	闹钟	4
นำพา	理会，理睬	6
น้ำตา	眼泪	8
(สี)น้ำตาล	棕色	2
น้ำมันปิโตรเลียม	石油	3
น้ำเสียง	语气，口气	13
นิ่ง	静止	13
นิดเดียว	一点儿	6
เน้น	强调	4
เนรคุณ(เน-ระ-)	忘恩负义	9
เน่า	腐烂	14
แน่	（俚语）真棒，了不起	4
แนวหน้า	前方，前线	10
แนวหลัง	后方	10

บ

บกพร่อง	缺陷	7
บทเรียน	教训	8
บรรดา	各……，所有的	14
บรรทุก	装载	8

บรรพบุรุษ(บัน-พะ-บุ-หรุด)		
	祖先	14
บริโภค(บอ-ริ-)	食，消费	3
บ่อ	井	6
บังเอิญ	偶然，恰巧	12
บัดนี้	现在，即刻	11
บันได	梯子，楼梯，阶梯	4
บ้า	疯	1
บ้านเมือง	国家	6
บ้านเรือน	房舍	3
บิดา	= พ่อ	11
บุคคล	人士	12
บุญคุณ	恩德，恩惠	6
เบ้อเร่อ	特别大	8
เบื้อง	（上、下、左、右）面	6
เบื้องล่าง	下面	6
แบ่ง	分	6
แบบฟอร์ม	表格	2
ใบหน้า	脸蛋，脸膛	13

ป

ปฏิรูป	改革	2
ปฏิเสธ	否定，否认；拒绝	1
ประกาศนียบัตร(ประ-กา-สะ-นี-ยะ-บัด)		
	文凭	12
ประคอง	扶	10
ประชากร	人口	3
ประถม	初，初级	4

ประถม ๕	小学五年级	4
ประธาน	主语	1
ประนีประนอม	妥协	10
ประพฤติ(ประ-พรึด)		
	行为，品行；举止	5
ประเพณี	风俗	7
ประมาท (ประ-หมาด)		
	大意，疏忽	4
ประสบ	获得（成功）；遭遇	
	（困难、灾难）	5
ประสบการณ์	经验，经历，阅历	14
ประหลาดใจ	奇怪，惊	10
ประหวั่น	惊恐，惧怕	13
ประหวั่นพรั่นพรึง		
	惊恐，惧怕	13
ปริญญา	学位	2
ปริญญาโท	硕士学位	2
ปริศนา(ปริด-สะ-หนา)		
	谜语	2
ปรึกษาหารือ	= ปรึกษา	9
ปล้น	抢劫	9
ปลอมตัว	乔装	4
ปลั๊ก	（电源）插头	7
ปลาฉลาม	鲨鱼	6
ปลุก	唤醒，叫醒	4
ปลูก	盖（房）	2
ปลูกบ้าน	盖房子	2
ป่วยการ	徒然，白白地	5

ปอ	麻	3
ปัญญา	智慧	4
ป่า	野的	14
ป่าไม้	森林	3
ปีก	翅膀	3
ปีน	爬，攀登	6
ปุ่มเพลย์	放音键	7
ปุ๋ย	肥料	12
ปู	铺，铺设	2
เป็ด	鸭	3
เป็น	活的	5
เป็นจริงเป็นจัง	像那么回事似的，认真的	10
เป็นอันมาก	许多	9
เปรียบ	比，比较	14
เปรียบเทียบ	比较	14
เปรียว	（动物）不驯顺；（人）泼	14
เปลี่ยน	变化，改变；换	2
เปลี่ยนแปลง	变化	11
เปิดเผย	公开	4
เปิ่น	傻里傻气状	14
ไปเป็นเพื่อน	作伴	6
ไปให้พ้น	滚开	6
ไป่	= ไม่	12

ผ

ผลงาน	工作成绩	7
ผลตาล	= ลูกตาล	4
ผลสำเร็จ	成果	2
ผลัดกัน	轮着，轮流	14
ผลิตภัณฑ์(ผะ-หลิด-ตะ-)	（工业）产品	5
ผิดถนัด	完全错了	12
ผิดพลาด	失误，错误	11
ผิดหวัง	失望	6
ผิวหนัง	皮肤	3
ผี	鬼	8
ผุด	冒出	1
ผู้จัดการ	经理	13
ผู้เฒ่า	老人，老者	9
ผู้ดี	贵族，绅士，君子	7
ผูก	系，捆	5
ผูกพัน	联结	12
เผชิญ	面临，面对	12
เผือด	苍白，没血色	13
แผ่น	片形物	5
แผล	伤口	1
โผ	扑	8
โผงผาง	直截了当，直通通地（说）；不客气地，大声地	10
โผล่	冒出	11

ฝ

ฝัง	埋	10

ฝา	盖儿	7
ฝ่า	冒，顶	13
ฝากเงินออมสิน	存款储蓄	10
ฝากฝัง	托付，委托	10
ฝ่ายนำ	领导方面	4
ฝีเท้า	脚步	8
ฝีมือ	手艺	12

พ

พญา	首领，王	4
พ้น	超越，摆脱	8
พยักหน้า	点头	7
พรรค	党	3
พรรคคอมมิวนิสต์	共产党	3
พร้อม	齐全，准备好	10
พระ	佛；和尚	14
พระนครศรีอยุธยา(-อะ-ยุ-ทะ-ยา)	阿瑜陀耶（京城）	3
พระราม	古典名著《拉玛坚》中的男主角	14
พราก	扑簌	8
พริก	辣椒	13
พลาง....	同时，一边……	4
พลานามัย	良好的身体状况	11
พลานามัยสมบูรณ์	身体健康	11
พล่าม	话多，喋喋不休	14
พลาสติก	塑料	2
พลิก	翻	5
พวกเดียวกัน	一伙，同伙	4
พอสมควร	相当	5
พัก	一阵（动量词）	6
พัง	倒塌	13
พัน	千	3
พาล	恶劣；流氓	9
พาสปอร์ต	= หนังสือเดินทาง 护照	11
พิเคราะห์	分析，考虑	4
พิธี	仪式	11
พิษ	毒	12
พิสูจน์	证明，证实	9
พึง	应该	14
พึ่ง	依靠	7
พึมพำ	喃喃声	10
พืช	植物	3
เพราะเหตุใด	何故，什么原因，为什么	2
เพียงใด	= เพียงไร 多么	9
เพียงพอ	够，足够	5
เพียงไร	多么	2
เพียบ	（病情）严重，恶化	12
เพื่อ	为了	2
เพื่อนบ้าน	邻居	5
เพื่อนฝูง	朋友	11
ไพเราะ	悦耳，动听	3

ฟ

| ฟ่อ | （蛇昂起头要咬人时发出 |

	的声音)	14
ฟอง	个（蛋的量词）	8
ฟังไม่ได้ศัพท์	（七嘴八舌）听不清说的是什么	13
ฟัน	劈，砍	13
ฟันฝ่าต่อสู้	斗争，披荆斩棘	13
ฟาก	面，边	11
ฟุ่มเฟือย	奢侈	7
ไฟแช็ก	打火机	2

ภ

ภาค	部域	3
ภาคกลาง	中部	3
ภาคเหนือ	北方，北部	3
ภาคอีสาน	东北部	3
ภาพ	图画	3
ภาพสีน้ำมัน	油画	9
ภายหน้า	前面的；往后的	7
ภายหลัง	后来	12
ภูเก็ต	普吉（府）	3
ภูมิรู้(พูม-รู้)	学识	2

ม

มงคล	吉祥	5
มวน	支（香烟的量词）	4
มหาศาล	巨大、巨额、众多	2
มัด	捆，捆扎	8
มัน	薯类	3
มันสำปะหลัง	木薯	3
มั่นใจ	有把握，有心信，坚信	7
มัว	埋头，沉湎于……	6
มากต่อมาก	许许多多	10
มากมาย	许多	3
มิตร(มิด)	朋友	3
....มิหนำ ซ้ำยัง....	不只是……而且还……	9
มีเกียรติ	光荣	3
มีหน้ามีตา	体面，光彩	9
มึง	你（俗称）	5
มุง	围聚	10
มุงดู	围观	10
มุด	钻	5
มูล	粪	12
มูลฝอย	垃圾，废物	12
เมตตา	慈悲	9
แม้	= แม้แต่	12
แม่นยำ	准确	12
แมลง	昆虫	3
แมว	猫	4
ไม่ขาดปาก	不停地（说）	10
ไม่เป็นอันกินอันนอน	寝食不安	9
ไม่แพ้	不比……差	11
ไม่รู้สีสา	不懂事	14
ไม่หยุดหย่อน	不停歇	4
ไม่เอา	不干	2

ไม้	木；树；棍子；拍子；……符号	2
ไม้ขีด	火柴	2
ไม้ตี....	……拍子	2
ไม้โท	声调符号 " ้ "	2
ไม้สัก	柚木	3
ไม้เอก	声调符号 " ่ "	2

ย

ยก	抬（起）；举（起）	7
ยกโทษ	原谅	11
ยกมือ	举手	7
ยกย่อง	推崇	14
ยกเว้น	除外，不在……之列	7
ย่อง	蹑手蹑脚地走	5
ยอด	顶，顶部	1
ย้อนถาม	反问	2
ยอมแพ้	投降，服输	2
ยอมรับ	承认	12
ย่อย ๆ	小小的	5
ยะลา	惹拉（府）	3
ยัง....	向……	3
ยัง	=ถึง	6
ยัด	塞	5
ยาสูบ	烟草	3
ยากจน	贫穷	1
ยากลำบาก	困难	12
ยางพารา	橡胶	3
ยางมะตอย	沥青	2
ย่าน	路段，区域	11
ย่านการค้า	商业区	11
ยาม	岗哨，门卫	10
ยิ่ง....ยิ่ง....	越……越……	2
ยิ่งใหญ่	伟大	3
ยินดี	高兴，愿意	2
ยินดีต้อนรับ	欢迎，热烈欢迎	12
ยิ้มแย้ม	笑容满面，笑眯眯	10
ยิ้มแย้มแจ่มใส	笑逐颜开	11
ยืดยาว	冗长	12
ยืน	长久	11
ยืนยัน	坚持（某种看法）；证实	10
ยืนหยัด	坚持	7
ยื่น	递上，递过去	10
ยุ่ง	（头绪）乱；（事情）麻烦	1
ยุติ	终止	12
เย่อหยิ่ง	骄傲，傲慢	12
เยาวชน(เยา-วะ-ชน)	青少年	12
เยาะ	讥讽	7
แยก	分手	8
แยกย้าย	分手，各奔东西	14

ร

รวดเร็ว	迅速	4
รวบ	收，拢	9
รวมถึง	包括	3

ร่วม	参加	2
รอ	等，等待	13
รองท้อง	充饥，点补	1
ร้องรำทำเพลง	（泛指）唱歌跳舞	12
รอด	得救，脱险	9
รอดชีวิต	得救	9
ร้อนใจ	焦急，心焦	10
ร้อนรน	焦躁不安，心急如焚	8
ระแคะระคาย	征候，迹象	12
ระงับ	克制，抑制；制止	13
ระดับ	水平	11
ระดับชาติ	国家水平，国家级	11
ระนอง	拉农（府）	3
ระบม	肿痛	9
ระบาย	排泄；发泄	14
ระเบียง	廊子；阳台	7
ระมัดระวัง	小心翼翼	10
ระยอง	罗勇（府）	3
ระเหย	蒸发	1
รัด	束，勒紧	5
รับปาก	答应，许诺	10
รับผิดชอบ	负责	12
รับฟัง	听取	12
รามือ	松手，放手不干了	12
รางวัล	奖	10
ร่าง	身子	13
ราชสีห์	=สิงห์โต,สิงโต 狮子	4
ราบรื่น	顺利	11
รายการ	项目，节目	8
รายงาน	报告，汇报	13
รายได้	收入	3
รำคาญ	讨厌，厌烦	6
รำพัน	叨唠，絮叨	14
ริน	斟	5
รุ่งเรือง	繁荣，昌盛	7
รุม	围聚，聚集	14
รู	小洞，眼儿	6
รู้ตัว	察觉	5
รู้เท่า	看穿，识破	10
รู้ระแคะระคาย	有所风闻	12
เร่งรีบ	急匆匆	13
เริงใจ	快乐，得意	12
เรียก	叫，唤	13
เรียน....	敬禀	11
เรียบ ๆ	平静的；平平的	13
เรียบร้อย	妥了	10
เรื่องขำขัน	笑话	1
เรื่องที่แล้วไปแล้ว	过去了的（事）	4
เรื่องพรรค์นี้	这类事	10
เรือน	高脚屋，竹楼；房子	3
เรื้อน	麻风病	14
แร่	矿石	3
แรด	犀牛	4
โรคกลัวน้ำ	狂犬病	1
โรงเรียนประถม	小学	4
ไร่	旱田	3

ล

ลงวิชา	选课	4
ลนลาน	慌张，仓皇失措	8
ลพบุรี	华富里（府）	3
ล้ม	（跌）倒，倒下	9
ล้มป่วย	病倒	9
ล้มเหลว	失败	10
ลวง	骗	6
ล้วง	掏	10
ล้อ	戏谑，耍笑，逗弄	5
ล้อเลียน	模仿以取笑	7
ละ	省略；舍弃	12
ละเลย	放松，放弃	12
ละห้อย	悲切的	6
ละอายใจ	羞愧	5
ละเอียด	仔细；精密	6
ละเอียดถี่ถ้วน	仔细，周密	6
ลังเล	犹豫	8
ลา	驴	8
ลา	请假	1
ลาป่วย	请病假	1
ล่า	狩猎	8
ล้าน	百万	3
ลาภ	运气	10
ลำบากยากเข็ญ	= ลำบาก	4
ล้ำ	超越；极其，非常	12
ลิง	猴子	6
ลิงแสม	食蟹猴	14
ลิงทโมน	大猴，老猴	14
ลึก	深	6
ลื่น	滑	2
ลูกคนเล็ก	最小的孩子	4
ลูกตาล	糖棕的果实	4
เล่ห์เหลี่ยม	计谋，伎俩	14
เลข	算术	13
เลขที่	号码，序号	1
เล่นตลก	逗着玩，开玩笑	10
....เล่า	……呢	2
เล่าเรียน	读书，求学	12
เลิก	戒（烟、酒、毒、赌等）	10
เลี้ยวลดคดเคี้ยว	= คดเคี้ยว	4
เลือด	血	6
เลือดเนื้อ	血肉	13
เลื่อย	锯；锯子	12
แล	看，望	8
แลก	交换	2
แล้ว	了结，完了	4
แล้วกัน	得（表示遗憾或无可奈何）	6
โลก	世界；地球	3
โลกนิติ	箴言	12

ว

วันเกิด	生日	2
วันรุ่งขึ้น	次日，翌日	1
ว่า	指责，责备	7

ว่างเปล่า	空空的，空白的	5	สงสาร	可怜	8
วาน	拜托，求	5	ส่งเสริม	鼓励	10
วิ่งเตลิด	四散而逃，仓皇逃跑	4	สงบ	平息；安静	8
วิชา	学问，学科	12	สงบเงียบ	安静，寂静	14
วิชาเอก	主科，主课	13	สงวน	保留	10
วินาที	秒	13	สดชื่น	（空气）新鲜	10
วิศวกรรมศาสตร์(วิด-สะ-วะ-กำ-มะ-)			สนับสนุน	支持	3
	工程学	12	สม	符合，相称	12
เวที	讲台，舞台	3	สมควร	应该，理应	9
แวบ	一瞥	5	สมบูรณ์	丰富，丰满；齐全	11
แววตา	眼神	13	สมมติ(สม-มด)	譬如	1
แว่ว	（声音）隐约传来	8	สมอง	脑子，脑筋	9
โวยวาย	叫嚷	10	สมาคม	交际，交往，社交	14
			สมุทร	海洋，大海	12
	ศ		สยาม	暹罗	1
ศพ	尸体	10	สระบุรี(สะ-หระ-)		
ศาลา	亭，厅	13		北标（府）	3
ศิลปิน(สิน-ละ-)	艺术家	11	สร้าง	建，建设，盖	1
ศิลปินอาชีพ	专业艺术家	11	สลดใจ	悲伤，悲痛	2
ศิลา	=หิน	12	สลัก	雕刻	2
ศิลาจารึก	石碑	12	สลัด	甩	10
ศีรษะ(สี-สะ)	=หัว 头	11	สลับ	交错，交替	12
เศรษฐี	富翁	10	สลับซับซ้อน	复杂，错综复杂	12
เศร้าโศก	悲伤	6	สวน	逆，迎面而来	9
เศร้าสลด	悲伤	10	สวนครัว	（供自家食用的）菜园子	7
โศกเศร้า	=เศร้าโศก	9			
			ส่วน	部分	1
	ส		สวัสดิภาพ	平安	5
สงสัย	怀疑	1	สหาย	同志，同甘共苦者，志	

ไทย	จีน	课
	同道合者	3
สอนใจ	教诲	7
ส้อม	（吃饭用的）叉子	2
สะสม	积累	8
สังคม	社会	11
สังคมนิยม	社会主义	3
สั่ง(ยา)	开（药方）	2
สัญญา	许诺，保证；契约	12
สัตว์ปีก	禽类	3
สันติภาพ	和平	3
สันนิษฐาน	推断，判断	4
สั่น	发抖	4
สั่น	摇（头）	13
สัมผัส	接触	11
สัมพันธ์	联系	1
สัมพันธไมตรี(สำ-พัน-ทะ-ไม-ตรี)		
	友好关系	13
สัมมนา	座谈，讨论会	2
สัมฤทธิผล(สำ-ริด-)		
	实现，成功	12
สาง	天刚发亮	4
สาย	带子	5
สายรัดเอว	腰带	5
สายลับ	特务，密探，间谍	4
สายตา	眼光	8
สาว	少女，姑娘	14
สำคัญว่า	以为……	4
สำนวน	语言风格；语词	11
สำนึก	觉悟，意识；悔悟	7
สำเนียง	腔调，语调	7
สำเร็จ	毕业	12
สิงห์บุรี	信武里（府）	3
สิ่งแวดล้อม	环境	12
สิ่งแวดล้อมเป็นพิษ		
	环境污染	12
สี	拉（琴）	12
สีน้ำเงิน	蓝色	2
สีหน้า	脸色	13
สุขกายสบายใจ	身心愉快	5
สุขภาพสมบูรณ์	身体健康	11
สุขุมรอบคอบ	谨慎，周密	12
สุโขทัย	素可泰（泰国第一个王朝的京都）	12
สุดกำลัง	竭尽全力	4
สุดประมาณ	无尽的	13
สุภาพ	礼貌	4
สุรุ่ยสุร่าย	浪费	7
สูจิบัตร	节目单	5
สูญเสีย	失掉	7
เส้น	线	13
เสนอ	提出	5
เสมอ	经常，总是	2
เสียชื่อ	声誉败坏	10
เสียท่า	失误，失策，失算	10
เสียเปล่า	白白的失掉（花掉）	7
เสียสละ	牺牲	13

เสียบ	插	7
เสือ	老虎	4
เสือก	乱插手，瞎管闲事	5
แสน	十万	3
แสนรู้	机灵的，聪颖的	14
แสร้ง	故意	6
ใส่	穿，戴；加上，加进	2
ใส่	装，装入	5

ห

หกล้ม	摔倒	2
หน่วยงาน	工作单位	13
หน่อ	芽，苗	1
หน่อไม้	竹笋	1
หนัง	皮	3
หนังสือภาพ	画册	3
หน้าที่	任务，职责	6
หนี	逃跑	1
หนู	老鼠	5
หนูน้อย	小孩儿	1
หมดเปลือง	花光	7
หม้อ	锅	6
หมั่นไส้	恶心，可恶，讨厌	5
หมา	狗	4
หมาป่า	狼	4
หมี	熊	14
หมีแพนดา	熊猫	14
หมื่น	万	3
หมู่	群，组	13
หยด	滴	12
หรูหรา	豪华	7
หลงเชื่อ	误信，迷信	4
หลงระเริง	得意忘形	12
หล่น	掉落	4
หลอม	冶炼	10
หลัก	主要的	3
หลักการ	原则	1
หลักภาษา	语言规则，语法	11
หลัง	背	6
หลังยาว	懒；懒汉	2
หลับหูหลับตา	盲目	10
หวง	珍惜，珍爱	9
หวด	一种陶制的底部有眼儿的蒸食器皿	14
ห้องรับแขก	客厅	7
หักหลัง	背信弃义	10
หัวใจ	心脏	6
หัวเราะ	笑	10
หัวเราะเยาะ	讥笑	10
หา....ไม่	= ไม่....	10
หาว่า	指责，责怪	14
ห่าน	鹅	1
หาบ	挑；担子	13
หายวันหายคืน	早日康复	11
หิวน้ำ	渴	5
หุงข้าว	烧饭	13

หูทิพย์ตาทิพย์	千里眼，顺风耳	10
เห็ด	蘑菇	1
เหตุการณ์	事件	4
เหตุใด	什么原因	2
เหตุผล	理由	2
เหตุไร	=เหตุใด什么原因	4
เห็นใจ	同情	10
เห็น....ว่า	听说	1
เหน็ดเหนื่อย	累，疲劳	11
เหน็บ	别（钢笔）；插入	2
เหนียว	黏的	3
เหลวไหล	胡扯，荒唐	10
เหลียว	顾，望	8
เหลียวหน้าแลหลัง	左顾右盼	8
เหว	深谷	4
เห่า	吠	14
แหบ	干哑	9
แหย่	撩拨，惹弄	1
แหลม	尖	1
แหว่ง	破损，有缺口	13
แหวน	戒指	2
ให้กำลังใจ	鼓励，鼓舞	11
ให้เกียรติ	赏光，给面子	11
ให้มันแล้วกัน-ไปเถอะ	让它过去吧	4
ให้อภัย	原谅	11
ไหน	什么，怎么回事	2
ไหน ๆ ก็....	既然，反正	6
ไหม	丝	3
ไหมพรม	毛线	2
ไหล	流	8

อ

อ.	= อำเภอ 县	11
องค์การ	机构	10
องุ่น	葡萄	6
อด	忍受	6
อด	挨饿	8
อนาคต	前途	12
อนุญาต	允许	10
อนุบาล	幼儿园	12
อบรม	培养	7
อพยพ(อบ-พะ-ยบ)	搬迁，迁移	11
อย่าว่าแต่....	别说……	5
อยาก...เป็นกำลัง	非常想……，极其想……	13
อย่างไม่คิดชีวิต	没命的，拼命的	4
อย่างเสียไม่ได้	无可奈何地，迫不得已地	6
อยู่มามิช้ามินาน	= อยู่มาไม่นาน	10
อวยพร	祝贺，祝福	5
ออก	= ....มาก	
ออกลูก	生孩子	10
อ่อน	弱	4

อ้อนวอน	恳求	6
ออม	积攒	7
ออมสิน	储蓄	10
อะไรต่อมิอะไร	什么什么的	12
อักษร	字；字母	7
อัด	压，塞	9
อัน	（结构助词）	10
อันตราย(อัน-ตะ-ราย)	危险	8
อัมพาต(อำ-มะ-)	瘫痪	6
อาการ	状态，样子	13
อ่างทอง	红统（府）	3
อ้าง	借口，找托词	6
อาชีพ	职业	11
อาณัติ(-นัด)	信号	14
อาณัติสัญญาณ	信号	14
อาทิตย์	太阳	3
อ้ายงั่ง	笨蛋，蠢货	10
อายุยืน	长寿	11
อายุยืนนาน	长寿，长命百岁	11
อารมณ์	情绪	13
อารัมภบท(-พะ-บด)	开场白，序言	14
อาศัย	居住	6
อำนาจ	威力，权力	4
อิฐ	砖	2
อิสรภาพ(อิด-สะ-หระ-)	自由	3
อึ่งอ่าง	蛤蟆	1
อึดอัด	憋闷	9
อุ้ยอ้าย	行动笨拙状	14
อู่	（船）坞，（车）库	12
อู่รถยนต์	车库；车辆修理场	12
เอ็ง	你	8
เอ๋ย	（语气词，用在表示亲密、爱怜的呼语之后）	6
เอร็ดอร่อย	津津有味	6
เอว	腰	5
เอะอะ	吵吵嚷嚷	5
เอะอะโวยวาย	大吵大嚷	10
เอาจริงเอาจัง	认真	4
เอาอกเอาใจ	＝เอาใจ 关心	10
แอ๊ปเปิ้ล	苹果	8
โอกาส	机会	10
โอ้เอ้	磨蹭	6
ไอ	蒸汽	1

ฮ

ฮี๊	马嘶声	14